அசோகர்

அசோகர்

சரவணன் சந்திரன்

எழுத்து பிரசுரம்

Title: Asokar
Author's Name: Saravanan Chandran

Published by Ezutthu Prachuram

Ezutthu Prachuram
(An imprint of Zero Degree Publishing)
No. 55(7), R Block, 6th Avenue,
Anna Nagar,
Chennai - 600 040

Website: www.zerodegreepublishing.com
E Mail id: zerodegreepublishing@gmail.com
Phone : 98400 65000

Ezutthu Prachuram First Edition: December 2021
ISBN: 978-93-91748-97-5
TITLE NO EP : 306

Rs. 310/-

Cover Design: Santhosh Narayanan
Layout: Vijayan, Creative Studio
Printed at Manipal Technologies, India.

ரா. கண்ணனுக்கு...

இது நான் எழுதிய ஏழாவது நாவல், ஆனால் எட்டாவதாக வெளிவருகிறது. போகிறபோக்கில் சிறுகுறிப்பாக இந்த வாழ்க்கையை முன்னமே ஏதோ ஒரு நாவலொன்றில் சொல்லிச் சென்றது மங்கலாக நினைவில் உள்ளது. ஆனால் எதிலென்று இந்தக் கணத்தில் உண்மையிலேயே ஞாபகத்தில் இல்லை. அவ்வாழ்க்கையை அப்படி அணுகியது நியாயமே இல்லை என்கிற எண்ணமும் மூச்சிரைக்க உடன் ஓடி வந்தது.

அதை விரித்து எழுத வேண்டுமென நீண்டகாலமாக எண்ணியும் கொண்டிருந்தேன். புகைமண்டலமாய்ச் சூழ்ந்த ஒன்றிலிருந்து தப்பித்து ஒளிந்துகொள்ள இடம் தேடியபோது, தற்செயலாக இந்த வாழ்க்கையை ஒரு அத்தியாயமாக எழுதிப் பார்த்தேன். சட்டென அந்த உலகம் கதகதப்பாக என்னை உள்ளிழுத்துக் கொண்டது. சிறுபுள்ளியாய்த் துவங்கிய அந்தவுலகம் ஒரு முழுமையான வட்டமாகத் தன்னைத்தானே வரைந்து கொண்டது.

எழுத்தானாலும் சொந்த வாழ்வென்றாலும் எதுவும் அதன் போக்கில் நிகழவேண்டுமென்பதை உறுதியாக எண்ணுபவன் நான். அதுதான் இந்நாவலிலும் நிகழ்ந்திருக்கிறது என்பதை எழுதி முடித்ததும் உணர்கிறேன். இது தனிமனிதன் ஒருத்தனின் கதையல்ல, ஒரு தலைமுறையின் ஆவணம் என்பதைத் திட்டவட்டமாகச் சொல்லிவிட முடியும். இதை நண்பர்களிடம் படிக்கக் கொடுத்த போது, அதையே அவர்களும்

உறுதி செய்தார்கள். ஏனெனில் அவர்களுமே அவ்வாறான மனிதர்களைத் தங்களது வாழ்வில் கடந்து வந்திருந்தனர். உலகில் உள்ள வண்ணங்கள் அத்தனையையும் முகச்சாயமாய் அணிந்த மனிதர்கள் பலரை இதைச் சாக்கிட்டு என்னிடம் சுட்டிக் காட்டவும் செய்தார்கள். அசோகரைப் போல வேடமணிந்த பல்வேறு முகங்கள் அவை.

மனித உள்ளம் செயல்படும் விதத்தை நுணுக்கி ஆராய்ந்து கொண்டிருந்த காலத்தில் எழுதப்பட்ட நாவல் இது என்பதால், கருவறையைப் போல இருட்டாக இருக்கும் அப்பொந்தினுள் ஒரு பெருச்சாளியைப் போல, இயல்பாகவே நுழைந்து வெளியேற வழியும் பிடியும் கிடைத்தது. சுடுசாம்பல் நிறம் ஒரு போர்வையைப் போலப் போர்த்தியிருக்கிற நிலமொன்றில் வாழும் மனிதர்களின் ஊடாட்டங்களை இந்நாவல் வழியாக விரித்து வைத்திருக்கிறேன். அது மிகச்சரியாக மசிந்து திகைந்து வந்திருப்பதாகவே என்னளவில் உணர்கிறேன் இப்போது. மிச்சத்தைப் படிப்பவர்கள் கையில் ஒப்படைத்துவிட்டு ஒதுங்கி நின்று வேடிக்கை பார்க்கவே உள்ளம் விழைகிறது. அதுதான் எனக்குகந்த நான் பெரிதும் விரும்புகிற செயலும்கூட.

இக்கட்டின் உச்சியில் நின்று தத்தளித்துக் கொண்டிருந்த போது, இதை எழுதிய காலத்தில் தோளோடு தோளாக அனுசரணையாக நின்றார், என்னாசிரியர்களுள் ஒருவரான ரா.கண்ணன். அதனாலேயே அந்த நன்றியின் நிமித்தமாக இந்நாவலை அவருக்கே சமர்ப்பணம் செய்கிறேன். ஒரு எழுத்துக்காரனிடம் வேறு என்ன எதிர்பார்த்துவிட இயலும்? இந்நாவலின் பல அத்தியாயங்கள் பழுதான மடிக்கணினி ஒன்றில் மாட்டிக் கொண்டன. அவை கிடைக்காமல் போயிருந்தால், இதை மறுபடி துவங்கி எழுதி முடித்திருக்கவே இயலாது என்னால். அந்தச் சமயத்தில், அந்தப் பெருந்தொற்று முடக்க காலச் சிக்கல்களுக்கு நடுவிலும், உடன்நின்று அந்த அத்தியாயங்களை மீட்டுக்கொடுத்த தம்பி பழனி சஹானையும் கஸல் வாஸ்த்தோவையும் ஆயக்குடி காஜாவையும் இந்த நேரத்தில் நன்றியோடு நினைத்துக் கொள்கிறேன். கூடவே

இது எழுதப்பட்ட காலத்தில் உடனுக்குடன் படித்து என்னை உற்சாகப்படுத்திய தம்பி கார்த்திக் புகழேந்தியையும் அக்கா சந்திரா தங்கராஜையும் நினைவுகூர்கிறேன். அக்காலத்தில் இருந்த கொந்தளிப்பான மனநிலையைச் சற்றேனும் தணித்த தம்பி பேரின்பக்குமாருக்கும் எனதன்பு. கீழே விழவிடாமல் என்னை எப்போதும் அணைத்துக் கொள்கிற இளங்கோவன் முத்தையாவை இந்த நேரத்தில் ஆதூரமாக நினைத்துக் கொள்கிறேன்.

வழக்கம்போல என் நண்பர்களான கண்ணன், கோவை வழக்கறிஞர் எம்.சரவணன், ராஜ்மோகன், ஜார்ஜ், எழுத்தாளர் சுபா பாரதி, தம்பி அகரமுதல்வன், மதுரை விக்னேஷ் குமார், முத்து, அண்ணன்கள் ஆத்மார்த்தி, இளங்கோ கல்லாணை ஆகியோர் எனக்களித்து வரும் ஆதரவையும் இந்த நேரத்தில் சுட்டிக் காட்ட விரும்புகிறேன். ஒருவகையில் அவர்களுக்குச் செய்யும் கைம்மாறும்கூட இது. "உனக்கு பிடிச்சது எழுதுறதுதான். தோணும்போதே எழுதி முடிச்சிடு" என எப்போதும் சொல்லி என்னை முன்னோக்கிச் செலுத்தும் பவித்ராவிற்கு என்றென்றும் நன்றிக்கடன்பட்டிருக்கிறேன்.

என்னுடைய அத்தனை நாவல்களின் முகத்தையும் அட்டையாய்த் தீர்மானிக்கும் நண்பன் சந்தோஷ் நாராயணனுக்கும், பின்னட்டை புகைப்படம் எடுத்துத் தந்த நண்பரும் வரைகலை வல்லுனருமான வல்லபாய் அருணாசலத்திற்கும் இந்நாவலை வெளியிடும் ஸீரோ டிகிரி பதிப்பகத்தாருக்கும் எனது நன்றி.

கசப்பையும் இனிப்பையும் ஒருசேர தனக்குள் பொத்தி வைத்திருக்கும் காடொன்றில் இருக்கும், மலையுச்சியில் நின்று அசோகரை முழுமையாய் நிறைத்தேன் என்னுள். பூரணமொன்றும் நானும் மட்டுமே அக்காட்டில் தனித்திருந்தோம் அப்போது. அந்தப் பௌர்ணமி நிலவே அத்தனைக்கும் சாட்சி!

சரவணன் சந்திரன்
சென்னை.

10/12/21

அத்தியாயம் 1

"சமாதானமா இருக்கணும்னு எங்கப்பன் வச்ச பேரு மாப்பிள்ளை இது. அசோக சக்ரவர்த்தி. ரூவா நோட்டில இருக்கற சக்கரத்தைப் பார்த்து இடக்கில்லாம நல்லா சுத்தும்னு ஏமாந்திருப்பான் போல. கடைசி வரைக்கும் அந்த நோட்டயே கட்டிக்கிட்டுதான் அழுதான். கடைசியா அவன் ஆஸ்பத்திரீல இருந்தப்ப வாயக் கோணிக்கிட்டு படுத்திருந்தான். கொஞ்சம் தள்ளி நின்னு பாத்தேன். அங்கன தலைக்கடீல கண்டிப்பா நோட்டுக் கட்டு ஒண்ண வச்சிருப்பான்னு கரெக்டா கணிச்சிட்டேன். போன ஜோருக்கு பின்னந்தலையைத்தான் தொட்டுத் தூக்கினேன். பாசமா நெத்தீல முத்தம் கொடுக்க தூக்குறேன்னு கொட்டக் கொட்ட முழிச்சு என் மூஞ்சிய பாத்தான். நூறு ரூவா தாளு ஒரு இருபது சிக்குச்சு. ஒருவார்த்த பேசாம அமைதியா பாத்துக்கிட்டு இருந்தான்.

தன்னைத்தானே மன்னன் மாதிரி நினைச்சுக்கிறவங்க யாருக்குமே உபயோகம் இல்லாம போயிடறாங்க மாப்பிள்ளை. சின்ன வயசில எனக்குமே அந்த நெனைப்பு இருந்துச்சு. வெளக்கமாத்துக்கு பேரு பட்டுக் குஞ்சம்ங்கற மாதிரி

எனக்கும் அப்படியொரு அரசனோட பேரு. வாயார மாமன செல்லமா கூப்பிடலாம்ல. எங்க கூப்டு பார்க்கலாம். அசோகர். முக்கா முக்கா மூணுதரம். அசோகர். அசோகர் பராக், பராக். பெரியவங்கண்ணா கொஞ்சம் மட்டு மரியாதை வேணும் மாப்பிள்ளை" இதைச் சொல்லிக்கொண்டே அவன் மாமன்னர்கள் நடப்பதைப் போல, நெஞ்சை அகல விரித்து, கழுத்தைச் சண்டைக் களத்திலாடும் வெப்போர்ச் சேவலைப் போல விடைத்து, நுனிக்காலூன்றி இடுப்பையாட்டி கைகளை வீசி நடந்தான். மஞ்சள் குண்டு விளக்குகள் தலைகீழாய்த் தொங்கும் நாடகக் கொட்டைகையினுள் பகுதி அரிதாரத்தைக் கலைத்துவிட்டு நடக்கும், இளைத்துச் சிறுத்த கடோத்கஜனைப் போல இருந்தான் அப்போது.

இயற்கையாய் அமைந்த நெஞ்சுக் கவசங்கள் அடித்துத் துவைத்த சூறாவளிக் காற்றில் காணாமல் போயிருந்தன. நெஞ்சில் கூடு விழத் துவங்கியிருந்தது. அதில் படர்ந்திருந்த வெள்ளை முடிகள் ஒன்றோடு ஒன்று ஒட்டிச் சிக்குப் பிடித்துக் கிடந்தன. நிச்சயம், அசோகன் குளித்து பத்து நாட்களுக்கு மேலாவது இருக்கும். அவன் உடலிலிருந்து பிராந்தி வாடையோடு இணைந்த வியர்வை மணம் எழுந்தது. அம்மணம் அவனோடு எப்போதும் அறுத்தெறிய இயலாத குண்டலம் மாதிரி ஒட்டியே இருக்குமென்பதையும் அறிவேன்.

இப்படி அவன் குளிக்காமல் கொள்ளாமல் இருந்ததே இல்லை. ஒருநாளைக்கு மூன்று தடவை குளிக்கிற ஆள். தங்கம் தியேட்டரைத் தாண்டிக் கிழக்காக இறங்கி பொரிகல்லைக் கடையை ஒட்டின சந்தான காக்காதோப்பில் முதன்முதலாக ஜீன்ஸ் போட்டது அசோகனே. எப்போதும் வெள்ளைச் சட்டை, கருப்பு ஜீன்ஸ், முழங்காலை முட்டிக் கொண்டு, கொத்துவேலை செய்கிறவர்கள் அணிகிற மாதிரி கருப்பு பூட்ஸ். காலை எதிரிலிருக்கிற கிடைக்கிறவொன்றின் மீது தூக்கி வைத்து பூட்ஸின் ஜிப்பை சத்தம் வருகிற மாதிரி இழுப்பான். சிலசமயம் ஸ்வுரூக்கென வாயால் சத்தம் எழுப்புவான். ஏதோவொரு படத்தின் நாயகன் அப்படி இழுப்பதைப் பார்த்திருப்பான் போல.

வாயிலில் நிற்கிற கருப்பு புல்லட்டை புரவியாய்க் கருதி நேக்காகத் தவ்வுவான் அதன்மீது. வீட்டில் அசோகன் கிளம்பும்போது, ஆச்சி மட்டும் எட்டிப் பார்த்து, “கறுப்புக்கு நகை போட்டு காத தூரம் பாப்பேன்னு சும்மா பேச்சுக்குச் சொன்னேன். சுண்ணாம்புச் சட்டில விழுந்த எலி இப்ப இல்லாத அக்குருவமெல்லாம் பண்ணுது” என்பாள்.

அநேகமாக அடிக்கடி ஆச்சி இந்த வசனத்தை மனப்பாடமாகச் சொல்லி விடுவாள். அசோகன் இதையெல்லாம் காதிலேயே போட்டுக் கொள்ள மாட்டான். நாடகக் கொட்டகையில் கருப்பு அழகிகள் வண்ணமடித்துக் கிளம்புவதைப் போல, கண்ணாடி முன் நிற்பான். இடது மூலையில் துவங்கி செங்குத்தாக பக்கவாட்டில் ரசம் போயிருந்த நீள்கண்ணாடியது. தாத்தா பழைய காயலான் கடையில் தேத்திக் கொண்டு வந்தது அது. அதற்குத் தோதாய் வலது பக்கம் சன்னமாக நகர்ந்து, வட்டமான கறுப்பு முகத்தில் முதலில் தேங்காய் எண்ணையைத் தடவுவான். அதற்கு மேல் எனக்காக வாங்கி வைத்திருக்கும் குட்டிக்குரா பவுடரைப் போட்டு கைகளால் அரக்கித் தேய்ப்பான். “போக்கத்தவனே போதும்டா. தோலு கிழிஞ்சிரப் போகுது” என்பாள் ஆச்சி. தோளில் கிடக்கிற சிவப்பு நிறக் குற்றாலத் துண்டை வைத்து இண்டு இடுக்கில்லாமல் துடைத்து எடுப்பான்.

கடைசியாய்க் கண்களின் அடிப்பாகத்தை ஆள்காட்டி விரலால் துடைத்தவுடன், முன்னேவிழும் முடி துள்ளி மேலே போகுமாறு தலையைச் சிலுப்பிக் கொள்வான். எண்ணையில் நமநமத்த பவுடர் முகத்தைச் சுற்றி வெள்ளைப் படலத்தை வரைந்திருக்கும்.

அதற்கு மேல் ரோஸ் நிற கலவையொன்றைத் தேய்ப்பான். இருமலுக்குக் கொடுக்கும் டானிக் மாதிரியே சூட வாடை அடிக்கும். அசோகன் விபத்தில் விழுந்து முகமெல்லாம் தையலோடு, வீட்டில் படுத்துக் கிடந்தபோது, அந்தத் தழும்பு போவதற்காகத் தரப்பட்ட மருந்தது. வாடை பிடித்துப் போனதால் என்னவோ, விலைகூடிய அம்மருந்தை முகப்பூச்சு மாதிரி பயன்படுத்திக் கொண்டிருந்தான்.

அடித்தூர் பிடித்த மண்சட்டியின் அடிப்பாகம் போல உருண்ட கருத்த தலையில் இருக்கிற அக்கண்கள் மட்டும் ஒளிகாட்டி அடங்கும். அவனது காலத்து நாயகன் ஒருத்தனைப் போல நடு உச்சி வகிடெடுத்துச் சீவி, வெள்ளைச் சட்டையின் காலரை மடிக்காமல், முயல் காதுகளைப் போல விடைக்கச் செய்து, கீழிறங்குவான் அசோகன்.

கறுப்பாய் இருப்பது குறித்து ஒருபோதும் நொந்து கொண்டதில்லை அவன். "எங்கம்மா சொன்னா சரியாத்தான் இருக்கும். எப்பவும் அவ பொய் சொல்ல மாட்டா. கருப்புக்கு நகை போட்டுக் காததூரம் பார்க்கணும். செவப்புக்கு நகை போட்டுச் செருப்பால அடிக்கணும்னு சொல்லும் எங்கம்மா. கழுத்தில ரெட்டை வடமா தங்கம் தொங்குறது எதிர்ல இருக்கறவங்க மூஞ்சில அடிக்கணும் மாப்பிள்ளை" என்பான்.

அவனைவிட அவனுடைய ஆத்தாகாரிக்குத் தன் பிள்ளை புல்லட்டில் தவ்விக்கொண்டு அலைவதில் அத்தனை பெருமை. அசோகனின் இளம் பிராயத்தில், தாத்தா கொடுக்கும் அடிகளை அவள்தான் கேடயம் போல முதுகில் தாங்கினாள். அசோகன் சின்ன வயதிலேயே பருவத்தில் முறைதவறிய மாம்பிஞ்சுகளைப் போல வெம்பிப் போனவன். வெகுசீக்கிரமே பூத்துக் குலுங்கி விட்டவனும். "நான் ஐஞ்சு வயசிலயே கைமுட்டியடிச்சு பழகிட்டேன் மாப்பிள்ளை" என்றான் மிகை போதையில்.

ஆத்தாக்களின் வளர்ப்பு பல நேரங்களில், "வாழ்ற புள்ளைய தாயார் கெடுத்த மாதிரி" எனச் சந்தி சிரித்துவிடும் என்பார்கள். அதற்கு அச்சு அசல் உதாரணம் அசோகனே. "ஆத்தா இருக்கன்குடி மாரியாத்தா. எம்புள்ளை அசோகனை மாதிரி மட்டும் தலை குப்புற விழுந்திடக் கூடாது" என என்னுடைய அம்மா, மொட்டை போடுவதாகவும் வேண்டுகோள் வைத்திருக்கிறாள்.

மூன்று பிள்ளைகள் கொண்ட குடும்பத்தில் இரண்டாவதாய்ப் பிறந்த அசோகனைக் கண்டால், அக்குடும்பமே ஒதுங்கி நடக்கும். "சும்மா போற ஆமையைத் தூக்கி நடு வீட்டில வெங்கலப்

பானையால மூடி வச்சுக்கக் கூடாது. ஆமையைவிட தரித்திரமும் ஒலகத்தில இருக்கத்தானே செய்யுது" என ஆச்சியிடம் லேசு பாஸாக சொல்வார் சித்தப்பா. அப்பாவிற்குமே அசோகனைக் கண்டால் ஆகாது. என்னுடைய அப்பா எப்போதாவது இரண்டு மூடி மட்டும் தெரியாமல் போய்க் குடித்துவிட்டு வருவார். அதுவும், யாரும் பொண்டுகப் பயலென சொல்லிவிடக் கூடாதென்பதற்காக, ஆடிக்கொரு தடவை, அமாவாசைக்கொரு தடவை என்கிற மாதிரி.

என்னுடைய அம்மா ஆங்காரி என்பதால், சத்தம் காட்டாமல் தள்ளிக் குனிந்தமர்ந்து போடுகிற தோசையில் மட்டும் கவனத்தைக் குவிப்பார். அந்த நேரத்தில் அவர் தவிடு மிதக்கிற கழனிச் சட்டிக்குள் தலையைச் சொருகியிருக்கிற எருமையைப் போலச் செரும மட்டுமே செய்வார். யாருக்கும் துயரமில்லாமல் இருக்கிற வகையில் அம்மாவிற்கும் அதில் ஆட்சேபணைகள் இல்லை.

விளக்கொளி பட்டுச் சுவரில் நெளியும் நிழலில் அவரது தலைக்கு உச்சியில் பொய்க் கொம்பொன்று முளைத்திருக்கும். ப்ச்பச்சென அவர் அசைபோடும் ஒலி மட்டுமே தனித்துக் கேட்கும். கொஞ்சம் சத்தம் கொடுத்தால் மட்டும், "என்ன தொரைக்கு துட்டு கொழுத்திருச்சுங்குற திமிரா. நினைக்கிற நிமிஷத்தில கவுந்தவங்கள மனசில நெனைச்சிக்கணும்" என்பாள் அம்மா. தலையை நிமிர்த்திக்கூடப் பார்க்காமல் கொஞ்சம் பலத்துச் செருமி, நெடுஞ்சாண்கிடையாய் தாழ் பணிகிறேன் என்பதைக் குறிப்பால் உணர்த்துவார் அப்பா.

அவருக்குமே குடியென்பது குற்றவுணர்வோடு மட்டுமே சம்பந்தப்பட்டது. அவருடைய அப்பா குதிரைவண்டி ராஜமாணிக்கம் குடியால்தான் வீழ்ந்தார் என ஊருக்குள் பெரும் பேச்சுண்டு. புரட்டாசி ஆறாம் தேதி என்றாலே என்னைப் பிரியாணி மணம் சூழ்ந்து கொள்ளும். அம்மாசத்தில் அவ்வொரு நாளை மட்டும் விலக்காகக் கருதி, கறியோடு அவருக்குத் திதி தருவார்கள். மற்ற நாட்களெல்லாம்

பெருமாளுக்கும் சுண்டலுக்கும் உரியவை. "பெருமாளுக்கு அலங்காரம் பண்றாப்புல பூப்பல்லாக்கு பண்ணி அவரை அனுப்பணும்னு நெனைச்சேன்" என்பார் அப்பா.

குதிரை வண்டி ஓட்டிய அவருடைய அப்பாவை, அந்தக் குதிரைதான் ஒவ்வொருநாளும் பத்திரமாக வீட்டிற்கு அழைத்து வருமாம். வண்டிப் பெட்டியின் பின்னால் கால்களை நீட்டி போதையில் தூங்கியபடி வருவாராம்.

ஒருநாள்கூட அவருடைய குதிரை அவரைக் கைவிட்டதே இல்லை. நான்கூட இந்தக் கதையை அப்பா சொல்லும்போது, கோவேறுக் கழுதையெனச் சில சந்தர்ப்பங்களில் கிண்டலடித்திருக்கிறேன். ரூசுவா எனக் கன்னத்தில் போட்டுக் கொள்ளும் அப்பாவின் மீதுகூட குதிரை லத்தி மணத்தை அவர் நெருக்கியணைக்கும் சமயங்களில் உணர்ந்திருக்கிறேன். குதிரை கனைப்பதைப் போல அவர் ஏப்பம் விடுகையில் பசுந்தழை மணம் எதிரில் பரவும். குதிரைக் கொட்டடியைப் போல, நண்டு நசுக்கான்கள் சூழ்ந்து வாழ்ந்த, குறுகலான குடும்பமது. 'பேச்சிமுத்துக்காரவுக வீடு' என அக்குதிரையின் பெயராலும் அறியப்பட்டார்கள்.

அப்பா வழித் தாத்தாவை, வழக்கத்திற்கு மாறாக நாள் முழுக்க கருமேகம் போர்த்தி நின்று பெய்த, பயணப்பாடுகளே இல்லாத ஒரு மழைநாளின் மதியத்தில் திரும்ப அழைத்து வந்திருக்கிறது பேச்சிமுத்து. கூரை போட்டுச் செம்மண் சுவர் வேய்ந்த வீட்டு முற்றத்திற்குள் இருந்து குனிந்து பார்த்திருக்கிறார் அப்பா. வெளியில் வெள்ளியை உருக்கிய மாதிரி, இடிச் சத்தமேயில்லாமல் அடித்துப் பெய்து கொண்டிருக்கிற மழையில் கால் நனைவதுகூடத் தெரியாமல் போதையில் மல்லாந்து வண்டிக்குள் படுத்திருந்திருக்கிறார் தாத்தா.

சாக்கைத் தலையில் போட்டபடி, எச்சிலைக் காறித் துப்பிவிட்டு, தூக்குவதற்காகக் கால்களைத் தொட்டு, அப்பா நிமிர்ந்து தாத்தாவின் முகத்தைப் பார்த்தபோது, உதடுகளைச் சுற்றி ஈக்கள் மொய்த்துக் கொண்டிருந்தனவாம். பேச்சிமுத்துவின் காதுப்

பொந்தை விட்டுவிட்டு, மழைக்குக் கதகதப்பாய் வண்டிக்குள் ஒளிந்து கொண்டிருந்தன போலும். சந்தேகம் கொண்டு கன்னத்தைத் தட்டிப் பார்த்த பிறகே சாவு உறைத்திருக்கிறது அவருக்கு. இடித்தாலும் உறைக்காதளவிற்கு இறுகியிருக்கிறது கன்னம்.

தாத்தாவிடமிருந்து விலகி, “பேச்சிமுத்து என்னாச்சுலே” என அவனைக் கட்டிக் கொண்டு, மழையை மீறி அப்பா அழுத சத்தம் கேட்டு, அக்கம் பக்கத்தினர் ஓடி வந்திருக்கின்றனர். “மழை மட்டும் இல்லாம போயிருந்துச்சுன்னா பேச்சிமுத்து அழுதது தெரிஞ்சிருக்கும். அடுத்த ஆறேழுநாள் அவன் இரையெடுக்கலை. பார்க்கச் சகிக்காம வண்டியோட பதினாறாம் நாள் காரியத்துக்கு முன்னாடியே வித்துத் தொலைஞ்சேன்” எனச் சொல்லி விட்டு அப்பா கண்கலங்கியதைப் பார்த்த போது எனக்குமே அவனைப் பார்க்கவேண்டும் போலவிருந்தது. அதற்கப்புறம் எனக்கு வண்டியோட்டுகிற குதிரைகளெல்லாம் பேச்சிமுத்துகளே.

தலைமாட்டில் கூடப் படுத்திருப்பவளைப் போலக் கிடந்த கணேஷ் சாராய பாட்டிலைத் தூக்கி அந்தச் சமயத்தில் சுக்குநூறாக உடைத்த அப்பாவைப் பெத்த ஆச்சி, தாத்தாவை காடு போய்ச் சேர்த்துவிட்டு வந்தபிறகும்கூட ஒருசொட்டுக் கண்ணீர் இடவில்லையாம். இந்தக் காட்சியைச் சொல்லும் போதெல்லாம், “போதையில தலைதடுமாறினவன் எவனையும் எந்தப் பொம்பளையும் மதிக்க மாட்டா. கீழயிருக்கிற மயிருக்குச் சமானமானவன் அவன்” என்பார் அப்பா. எதற்காக இந்த வார்த்தைக்கு அதிகப்படியான அழுத்தம் தருகிறார் என நிறைய தடவை யோசித்திருக்கிறேன். சின்ன வயதில் பிடியே கிடைத்ததில்லை அதற்கு. கீழே மயிர் வந்தபிறகே அர்த்தமும் புரிந்தது.

அப்புறம் அசோகனை நடத்துகிற விதம் கண்டே அவ்வார்த்தைகளுக்கான வீரியத்தையும் உணர்ந்தேன். அந்தச் சம்பவத்திற்கு முன்புவரை அப்பாவிற்கு அசோகன் மீது,

தென்னையின் மீது படர்ந்திருக்கிற செடியில் தொங்குகிற பூசணியைத் தாங்கிப் பிடித்திருக்கிற சிறு காம்பைப் போலப் பிடிப்பு இருக்கத்தான் செய்தது. தன் மனதளவில், அக்காயைப் போலப் பழுத்துப் பருத்துத் திரண்ட அசோகனைத் தாங்கிப் பிடித்திருக்கவும் செய்தார். தன்னுடைய சகலையான தியாகராஜனுடன் சேர்ந்து போதாத சமயமொன்றில், அசோகனுடன் தெரியாத்தனமாகக் குடிக்கப் போய் விட்டார் அப்பா.

அன்றைக்கு வீட்டில் சொந்தங்கள் எல்லாம் நிறைந்திருந்ததால், தாத்தா என்னைத் தூக்கி சைக்கிள் முன்கம்பியில் அமர வைத்து ஆட்டுக்கறியெடுக்கக் கிளம்பினார். தாத்தாவிற்கு உணவு விஷயத்தில் எல்லாமும் நூல் பிடித்த மாதிரி இருக்க வேண்டும். தொங்குகிற வெள்ளாட்டின் நுனிவாலைப் பிடித்து இழுத்துச் சோதிப்பார். “நவரத்தினம் அண்ணே, கோந்து போட்டு வாலை ஒட்டியெல்லாம் வைக்க முடியாது. அப்புறம் சின்ன மைனர் சந்தைக் கடைப் பக்கம் நைட்டெல்லாம் ஒரே சலம்பலு. காலா காலத்தில கல்யாணத்தைப் பண்ணி வைங்க. தறிகெட்டலையிற எம்மாம்பெரிய யானைக்கும் அடக்கி ஆள்ற ஒரு அங்குசம் இருக்கத்தான் செய்யும்” என்றார் கறிக்கடைப் பெரியப்பா. ஆட்டு ரத்தம் பிடிக்கப்பட்ட குவளையொன்றின் வாய்ப் பகுதியைச் சுற்றி ஈக்கள் வரிசையாய் ராணுவ ஒழுங்கில் அமர்ந்திருந்தன அப்போது.

“தனக்கான குண்டித் துணிக்கே இன்னும் உழைக்கலை. பாவாடைய விலக்கிட்டுக் கவட்டைக்குள்ள தலையை நொழைச்சு படுக்க ஆசையோ” என்றார் தாத்தா. அசோகனையெல்லாம் திருமண விஷயத்தில் ஒரு ஆளாகவே அவர் மதித்ததில்லை. “கறிய நாய்க்குப் போட்டாகூட தின்னுட்டு நன்றிக்கடனா வீட்டுக்குக் காவல் நிக்கும். இவனுக்கு கறியைக் கண்ணுல காட்டினா பொண்டாட்டிய கூட்டிக் குடுத்திட்டு வந்திருவான்” என்பார் அசோகனை ஆராதிக்கும் ஆச்சியிடம்.

சொந்தங்கள் குவிந்துவிட்டால், வீட்டில் ஒரே நேரத்தில் மட்டன், கோழி, மீன், முட்டை என எல்லா வகைகளையும்

எடுப்பார்கள். நவர மீனைக் கருகுகிற மாதிரி வறுத்தெடுக்க வேண்டும் தாத்தாவிற்கு. “மூஞ்சில அடிக்கிற மாதிரி சோறு தின்னாலே வெளங்காது. உடம்பில மெதப்பு வந்திடும்” என்பார் தாத்தாவின் ஒன்று விட்ட அண்ணன் சீனிச்சாமி. பால் வியாபாரம் பார்க்கிற அவர் மீது பால்கோவா வாடை எப்போதும் நிறைந்திருக்கும்.

வெள்ளை பைஜாமா போட்டு, திண்ணையில் அமர்ந்து எந்நேரமும் கோழி இறகால் காதுகளைக் குடைந்து கொண்டிருப்பார் அவர். அவருக்குமே ராசு மாமா என்கிற தறுதலையொன்றும் மகனாகப் பிறந்திருந்தது. அசோகனையும் ராசுவையும் அவர் ஒன்றாகப் பார்க்கும்போது, சின்னப் பையன் போலக் கல்லை விட்டு எறிந்து விரட்டுவார்.

இருவரும் நேக்காகக் குனிந்து தப்பிப்பார்கள். இருவரும் வெங்காய வெடியைத் தூக்கி அவர் அமர்ந்திருக்கும் திண்ணைக்கு மேலேயிருக்கிற சுவற்றில் எறிந்து வெடிக்கச் செய்து வேடிக்கை காட்டுவார்கள். அன்றைக்கு ராசு மாமாவும்கூட அவர்களோடு இணைந்து குடிக்கப் போயிருந்திருக்கிறார். குடி சம்பந்தமான ஆழமான குற்றவுணர்வு கொண்ட அப்பா, கடைக்குள் இரண்டு நிமிடத்திற்கு மேல் நிற்க மாட்டார். கையில் கொஞ்சம் அவித்த கடலையை மடக்கி வைத்துக் கொண்டு, கண்ணாடித் தம்ளரைத் தூக்கி ஒரே மடக்கில் முடித்துவிட்டு, அதை வாயில் போட்டவுடனேயே வெளியேறி விடுவார். ஒன்றுமே நடக்காத மாதிரி, மென்றபடி சாலையை வேடிக்கை பார்த்துக் கொண்டிருப்பார்.

நிறைய தடவை நானே அவர் இப்படி நிற்பதை வெளியில் இருந்து பார்த்திருக்கிறேன். அசோகன் அடுத்த ரெண்டு மணி நேரத்திற்குக் கடையைவிட்டு வெளியேறவில்லையாம். ராசு மாமாதான் உடனிருந்து கால்கள் தள்ளாடிக் கரைச்சலிட்ட அசோகனை அழைத்து வந்திருக்கிறார். அவர்கள் வருவதற்கு முன்னர் திருவிழாக் கூட்டம் போல இருந்த வீடே வட்டமாக அமர்ந்து சாப்பிடத் தயாராக இருந்தது.

குடிக்கிற இடத்தில் அசோகனுக்குப் பெண் பார்க்கிற விவகாரத்தில் தாத்தா எல்லோரிடமும் எடுத்தெறிந்து பேசிக் கொண்டிருப்பது ஒரு பேச்சாக ஓடியிருக்கிறது. அங்கேயே பாட்டிலை உடைத்துக் காட்டி, தாத்தாவை குத்தப் போவதாக அசோகன் சொன்னதாக ராசு மாமா வீட்டிற்குள் நுழைந்தவுடன் சத்தமாகச் சொன்னார்.

எல்லோரும் நிமிர்ந்து பார்ப்பதற்குள், தடுமாறி நடந்து வந்த அசோகன், வட்டத்தின் நடுவில் இருக்கிற மட்டன் குழம்புச் சட்டியை ஓங்கி உதைத்தான். தரையில் சிதறிய சிவப்பு நிற எண்ணைப் படலத்தில் கொழுப்புகள் நாள்பட்ட மஞ்சள் சளியைப் போல ஒட்டிக் கிடந்தன. எனக்குப் பிடித்த அதை, தரையிலிருந்து ஒருகையால் எடுத்து வாயில் வைப்பதைக் கண்ட சித்தி தலையில் அடித்தாள்.

அதுவரை என்னுடைய அப்பா இப்படிக் கோபப்பட்டுப் பார்த்ததேயில்லை. “அவந்தான் வெங்கம் பயன்னு தெரியுதுல. சேராத ஆள்களோட சேந்து குடிச்சிட்டு மொத்தப் பயல்களும் நல்ல நாளும் பேரும் தெரியாம எளவெடுத்து அலையறானுகளே” எனத் தலையில் ஓங்கியடித்து அழத் துவங்கினாள் அம்மா. பீமபுஸ்டி அல்வாவில் கத்தியைத் தட்டும்போது வருகிற ச்ச்சொத்தென்கிற சத்தம் மாதிரி ஒரு ஒலி எழுந்தது அவள் தலையிலடித்தபோது.

எழுந்து நின்ற அப்பாவின் வேட்டி அவிழ்ந்து கட்டம் போட்ட ஊதாநிற அண்ட்ராயர் தெரிந்தது. வலதுகாலைத் தூக்கி ஓங்கி அம்மாவின் முதுகில் மிதித்தார். பஞ்சு மெத்தையில் விழுவதைப் போலச் சாய்ந்தமர்ந்து அழுவதை நிறுத்தி அப்பாவை வெறித்துப் பார்த்தாள். அப்பாவின் சகலையான என்னுடைய சித்தப்பா தியாகராஜனும் எழுந்து கொண்டார்.

இருவரும் சேர்ந்து அசோகனை என்னவோ செய்யப் போகிறார்கள் என எனக்குத் தோன்றியது. நிமிர்ந்து ஆச்சியைப் பார்த்த போது, அவள் பட்டணம் பொடியை மூக்கிற்குள் திணித்து மோட்டு வளையை நோக்கிக் கொண்டிருந்தாள்.

ஆச்சியைத் தள்ளி நின்று சற்று நோட்டமிட்ட அப்பா, ஓடிப் போய் அசோகனின் நெஞ்சில் மிதித்தார்.

வாசலுக்குப் பின்னால் இருந்த பழைய காயலான் சாமான்களின் மீது போய் விழுந்தான் அசோகன். "ஏட்டி அசோகனைக் கொல்றாங்கடி. நீ காப்பாத்தாம குத்துக் கல்லாட்டம் உக்காந்திருக்கீயே" என ஆச்சியின் மடியில் விழுந்து புரண்டு அழுதேன். அவள் தலையை நிமிர்த்தி, "அய்யோ என் புள்ளைய கொல்றாங்களே" என்றதும் தாத்தா அவளை அடிக்க ஓடி வந்தார்.

அப்பாவின் சகலையும் போய் மல்லாக்க விழுந்து கிடந்த அசோகனின் வயிற்றில் மிதித்தார். எழுந்து பறந்து இருவரையும் அசோகன் அடித்து வீழ்த்துவான் எனக் காத்திருந்தேன். கையில் சிராய்த்த காயத்தில் வழியும் ரத்தத்தைப் பார்த்து அழுது கொண்டிருந்தான் அசோகன். அவனோடு போய் அமர வேண்டும் போலலிருந்தது எனக்கு.

எல்லோரும் தூங்கிய பின் என்னைத் தட்டியெழுப்பிய ஆச்சி, அடுப்பாங்கறைக்குள் அழைத்துப் போய் கவிழ்த்து வைத்திருக்கிற போணியொன்றைக் காட்டினாள். அதற்குள் சுக்கா ஒளித்து வைக்கப்பட்டிருந்தது. நானும் அசோகனும் பனி பெய்து கொண்டிருந்த அந்த இரவில் சிதறிக் கிடந்த காயலான் தட்டுமுட்டுகளுக்கு நடுவிலமர்ந்து மட்டன் சுக்காவைத் தின்றோம். "சொந்த வீட்டுக்கு எதிரா பாயக்கூடாது மாப்பிள்ளை. அதான் புலி பொறுமையா சுக்கா தின்னுது" என்று சொல்லிவிட்டுக் கோணிச் சிரித்தான். "வெண்ணை ரொட்டி வாங்கித் தர்றீயா" என்றேன் நானும் அழுகையை அடக்கிப் பதிலுக்குச் சிரித்து. அப்போதும் கண்ணீர் கோடாய் என் கன்னத்தில் வழிந்தது. டவுண் ஹால் ரோட்டில் இரும்புக் கரண்டியொன்று காய்ந்த கல்லைத் தட்டுகிற சத்தம் கேட்டது. எங்களிருவரையும் வெண்ணையையும் சீனியையும் மசித்த வாடை பனியைப் போலச் சூழ்ந்தது.

அத்தியாயம் 2

அசோகனைப் பொறுத்தவரை வெண்ணை ரொட்டியை எனக்கு ஊட்டுவதென்பது சேணை வைப்பதற்குச் சமம். அக்காவின் முதல் பையன் என்பதற்காகவும் அப்பெரிய குடும்பத்தின் முதல் ஆண்பிள்ளை ஆகையாலும், அச்சடங்கைச் செய்வதற்கு ஆவலாய்ப் பறந்திருக்கிறான். நான் பிறப்பதற்கு முன்னமே தன்னுடைய நண்பர்களிடமும் "எங்கையால எம்மாப்பிள்ளைக்கு என் உசிர உருக்கி மொத சீனிப்பாலா ஊட்டணும். இல்லாட்டி ஆஸ்பத்திரி மேல வெங்காய வெடியை வீசிருவேன்" எனச் சொல்லிக்கொண்டு அலைந்திருக்கிறான்.

ஆனால் அம்மா அச்செயலை அண்டங்கத்திரியைப் போல விஷமானதாகக் கருதி மூர்க்கமாக மறுத்து விட்டாள். அம்மா எப்போதும் அசோகனைக் கசப்பாக மட்டுமே நினைவுகூர்ந்தாள். அவனது பெயரை உச்சரிக்கும்போது வெறுப்பைக் காண்பிக்கும் விதமாக முகத்தைச் சுருக்கியாட்டிச் சிலிர்த்துக் கொள்வாள். வீம்புக்கு எல்லோரையும் மீறித் திமிறிச் சீனித் தண்ணியைக் கொண்டு வந்து வாயில் அப்பி விடுவான் என்பதற்காக என்னைச் சுற்றி ஒரு பாதுகாப்பு வளையம் அமைத்திருக்கிறார்கள். அப்போதும் சுவருமுட்டி அடித்து

விட்டுத்தான் அசோகன் மருத்துவமனைக்கே வந்திருக்கிறான். ஆனால் யாரிடமும் வம்பு வளர்க்கவில்லை. தூரத்தில் படுத்துக் கொண்டிருந்த என்னைப் பார்த்தபடி, அறைச் சுவற்றில் முட்டி முட்டி நீண்ட நேரம் அழுததாக ஆச்சி சொன்னாள்.

நர்ஸ் ஒருத்தி தூக்கும்போது அவளுடைய டாலர் செயின் என் கையில் மாட்டியதைப் பார்த்துவிட்டு, "சேணை வைக்கறத தடுத்திருக்கலாம். ஆனால் குணத்தில எனக்குத் தப்பாது. இப்பயே நர்ஸ் செயினை பிடிச்சு இழுக்கறான் பாருங்க என் மாப்பிள்ளை" என்றானாம் குலுங்கிச் சிரித்தபடி. அது சந்தோஷக் கூக்குரல் என்பதையறியாமல், "குடிகார நாயி அந்தால போறீயா. குளுக்கோஸ் பாட்டிலை ஒடைச்சுக் குத்தவா" எனத் தாத்தா பெருங்குரலெடுத்து கத்திய போது, மருத்துவமனை ஊழியர்கள் கெஞ்சிக் கூத்தாடி அசோகனை அப்புறப்படுத்தியிருக்கிறார்கள். "இன்னைக்கு நெறஞ்ச கார்த்திகைல சவால் விடறேன். எவன் கைல இருந்தாலும் சிங்கக்குட்டி எப்டீயும் என்னைத் தேடி ஓடிவரும்ல. எழுதி வச்சுக்கோங்க, எத்தனை நேர்த்தி போட்டாலும் அவனை எண்ட்ட இருந்து நீங்க பிரிக்கவே முடியாது" எனக் கத்தினானாம்.

அம்மா வெலம் கொண்டு, "நல்லா இருப்ப என் பிள்ளைய விட்டுரு. எங்களோட நெருப்பு வளையத்துக்குள்ளேயே அவனை வாழ விட்டிரு" எனக் கையெடுத்துக் கும்பிட்டு, பிரசவ வலியையும் மீறிக் கத்தி அவனை வெளியே அனுப்பி விட்டாள். அதற்கடுத்து தன் காலம் முழுக்க அம்மா சுட்டிய வளையத்திற்கு வெளியே நிற்பதாகப் பாவனை காட்டியே வாழ்ந்தான். அந்தவகையில் அவன் அக்காவின் சொல்பேச்சை மீறவில்லை என தனக்குத்தானே போலிச் சமாதானமடைந்தான் போல?

மூன்று மாதக் குழந்தை வெண்ணை ரொட்டியை நக்குகிற பழக்கத்தைத் தற்செயலாகக் கண்டுபிடித்தான் அசோகன். அவனுடைய தன்முனைப்பைத் திருப்திப்படுத்த, என்னை நோக்கிக் குனிந்து முழங்கால் போட்டமர்ந்து, ரொட்டியைச்

சேணை வைப்பதைப் போலப் பிட்டுப் பிட்டு வைத்துக் கொண்டிருப்பானாம். அப்போதெல்லாம் படுத்துக் கிடப்பது பொம்மையை ஒத்ததுதானேவென ஒன்றும் சொல்லாமல் அம்மா விட்டேத்தியாய்ச் சிரிப்பாளாம். அவனை மீட்டெடுக்கிற ஒருவழியாகக்கூட அம்மா கருதியிருக்கலாம் அதை என அசோகனே சொன்னான் ஒருதடவை.

சொல்லப்போனால் என்னை முன்னிறுத்தி அக்காலத்தில் குடியும் அவனுக்குக் கொஞ்சம் மட்டுப்பட்டிருந்தது. “தூக்கிக் கொஞ்சறப்ப மாப்பிள்ளை கொஞ்சம் முகம் சுழிக்கிறான்” என அவனுடைய நண்பர்களிடம் சொன்னானாம். அவனைத் திருத்தும் பொருட்டு என்னைத் தூக்கி அவன் கையில் ஒப்படைத்தாள் ஆச்சி. தாத்தா உட்பட யாருமே அதை அப்போது மறுத்தெதுவும் சொல்லவும் இல்லை. “பேரன் பொறந்த பெறகு கொஞ்சம் மாற்றம் தெரிது. மறுக்கா பழைய குருடி கதவைத் தெறக்காம இருந்தா சரிதான்” என அக்கம்பக்கத்தினரிடம் தாத்தாவும் கொஞ்சம் இறங்கி வந்து சொன்னாராம்.

வேலியில் போகிற கரட்டாண்டியை வேட்டிக்குள் விட்ட கதையாக, அவனே இவனே என என்னை அழைக்கச் சொல்லிப் பழக்கப்படுத்தியதும் அசோகனே. இரண்டு மூன்று வார்த்தைகளைக் கோர்த்துப் பேசப் பழகியதுமே அவனைப் பார்த்து, “எடுபட்ட பயலே” என்றேனாம். யாரிடமிருந்து இவ்வார்த்தையைக் கற்றுக் கொண்டிருந்திருப்பேன்? வீட்டில் தவழ்ந்ததைவிட அசோகனின் கருப்பு புல்லட்டின் வயிற்றில்தான் அதிகமும் உருண்டிருக்கிறேன். அக்கருப்புக் குதிரையின் வயிற்றுச் சூடு நினைவில் இருக்கிறது இன்னமும். “உன்னோட பேச்சிமுத்து மாப்பிள்ளை அது” என்பான்.

அசோகன் அப்போது டி.வி.எஸ் கம்பெனியில் வேலை பார்த்தான். புதிய வண்டிகள் வரும்போது அதை எடுத்துக் கொண்டு டயர் தேய ஊர் ஊராக ஓட்ட வேண்டும். வண்டியின் ஓடும் கொள்திறனைப் பரிசோதிக்கிற ஓட்டுநர் வேலை. நாலு

காசு கையில் புழங்குகிறது என்பதற்காகச் சில காலம் அந்த வேலையிலும் இருந்தான்.

வேலை முடிந்ததும் என் வளரிளம் பருவத்தைக் கொஞ்ச ஓடோடி வந்து விடுவான். எங்களிருவரையும் சுமந்து கொண்டோடியது பேச்சிமுத்து. டவுண்ஹால் சாலையின் தடத்தில் எங்களது ஞாபகங்களைப் பதித்தபடி அலைந்தோம். அந்த வண்டி உறுமுறுகிற சத்தத்தைத் தூக்கத்தில்கூட நினைவில் வைத்திருப்பேன்.

புல்லட் சத்தம் கேட்டு, விழிக்கும்போது மெதுசூடான வெண்ணை ரொட்டி பார்சலை கன்னத்தில் வைக்கையில், ஆச்சியின் உச்சி குளிர்ந்து விடுமாம். என்னை மார்பில் படுக்கப் போட்டுக் கொண்டு தூங்கும் அசோகனின் வியர்வை வாடை இப்போதுகூட எழுகிறது. குளிர் காய்ச்சல் ஒன்றின்போது அசோகனின் உடல் வெப்பத்தைக் கட்டிப் பிடித்துப் படுத்துக் கொண்டிருந்த ஞாபகம் எப்போதும் அகலாது.

அசோகனின் நண்பர்கள் உலகமும் என்னை ஏந்தித் தூக்கிப் போட்டு விளையாடியது. கிளிப்பச்சை நிறக் கூண்டுக் கடையில் ஜிஞ்சர் குடிக்கிற கூட்டமது. கொஞ்சம் வளர்ந்த பிறகு விடுமுறைக்கு வருகையில் அசோகனுடன் போய்ப் பார்த்திருக்கிறேன். தங்கம் தியேட்டர் வாசலுக்கு எதிர்புறம் நிறுத்தி வைத்திருக்கிற அக்கடையில் விற்பார்கள் அதை.

இரண்டு மூடி கெமிக்கல் திரவம் ஒன்றைக் கண்ணாடி டம்ளரில் ஊற்றி, சொம்பொன்றில் இருந்து தண்ணீரை ஊற்றித் தருவார்கள். ஒரேமடக்கில் குடித்து விட்டு, சீனி அவரைக்காய் வத்தலை வாயில் போடுவான் அசோகன். அப்படியொரு தடவை ஜிஞ்சர் குடித்துவிட்டு வண்டியோட்டிய போதுதான், மீள்வதே கடினம் என்கிற நிலையில் விபத்தாகி வீட்டில் வந்து படுத்திருந்தான். அதற்கப்புறம் அசோகன் அலுவலக வேலையென எதற்கும் போகவேயில்லை.

முழு நேரமும் ஜிஞ்சர் இல்லாவிட்டால் சுவர் முட்டி. வண்டியைச் சாலையில் எந்நேரம் வேண்டுமானாலும் விழுந்து

விடுகிற மாதிரிச் சாய்த்து ஓட்டி வருவான். வீட்டுச் சுவரில் விடாமல் முட்டி, தனியாக அழுதுகொண்டிருக்கையில் உள்ளே எல்லோரும் சாப்பிடுவார்கள். சாராயம் வாங்குவதற்கு அவ்வப்போது ஆச்சி காசு தருவதைப் பார்த்திருக்கிறேன். "குடிக்கணும்னு ஆயிடுச்சு. முச்சந்தில நின்னு அசிங்கப்படாம நீ நிறுத்த மாட்ட. குடலை கொஞ்சமா அறுக்கிற வேற எந்த சனியனையாவது வாங்கிக் குடி" என்பாள். இதைச் சொல்லும் போது, யாரிடமும் சொல்லி விடாதே என்பதைப் போல என்னிடம் சைகை காண்பிப்பாள் ஆச்சி. அடிக்கடி நடக்கிற இயல்பான செயல் அது.

அசோகனைக் கெடுத்தது முழுக்கவே ஆச்சிதான் என்பதைக் காக்காதோப்பு பிராந்தியமே அறிந்திருந்தது. முதல் பிள்ளை பெண்ணாய்ப் பிறந்ததால், நொந்திருந்த ஆச்சிக்கு அடுத்த மூன்று வருடத்தில் பிறந்த மகன் என்பதால் கூடுதல் செல்லம். அந்தளவிற்குத் தன் மாமியார்க்காரியிடம் பேச்சு வாங்கியிருந்தாள் ஆச்சி. தடித்த உடம்புக்காரியான அவளுடைய மாமியார், அதைவிட தடித்த அமிலத்தை ஆச்சியை நோக்கித் துப்பியபடியே இருப்பாளாம்.

அசோகன் பத்தாம் வகுப்பு போவதற்கு முன்பே அத்தனை போதைகளையும் பழக்கப்படுத்திக் கொண்டான். அவன் அணியும் சொட்டு நீலம் போட்டு நிறம் பாரித்திருந்த பனியனைப் போல போதை அசோகனுக்கு அநிச்சையாகி விட்டது. எப்போதும் உடலை ஒட்டிக் கொண்டிருக்கும் அது இல்லாமல் போனால், தன்னம்பிக்கைக் குறைவு ஏற்படுவதைப் போல.

இடையில் சிறுவயதில் என்னோடு இருந்த சில காலங்களைத் தவிர அசோகன் போதையடிக்காத நாளே இல்லை. சாராயம் எனக்கு ஒத்துக் கொள்ளாது என்பதற்காகத்தான் வாடை வராத ஜிஞ்சர் குடிக்கப் பழகினேன் என அசோகன் பிற்பாடு நான் நன்றாக வளர்ந்த பிறகு சொன்ன போது, ஓங்கி மூக்கில் குத்தப் போனேன். "போதையிருக்கும் என்று சொன்னால்

சாக்கடையைக்கூட குடிக்கிற ஆள்தானே நீ” என்றபோது, அதற்கும் சிரித்து வைத்தான்.

வாய்ஜாலம் காட்டுவதில் அசோகனை அடித்துக் கொள்ள ஆள் அந்தச் சுற்று வட்டாரத்திலேயே இல்லை என்பதை எல்லோருமே ஒப்புக் கொள்வார்கள். ஆச்சியை எதைச் சொல்லியாவது ஒப்பேற்றி விடுவான். வியாபாரத்தில் காசு நன்றாகப் புழங்கியதால் தாத்தா அசோகனைத் தலை முழுகிவிட்டு அவர் தோதைப் பார்க்கத் துவங்கினார்.

தாத்தா ஏழு குழந்தைகளில் மூத்தவராகப் பிறந்து ஆரம்பத்தில் சோற்றுக்கே கஷ்டப்பட்டவர். அதனாலேயே நன்றாக வேர் விட்ட பிறகு தன்னுடைய டாம்பீகத்தை சோற்றில் காட்டினார். எந்நேரமும் வீட்டில், ஏதோ வள்ளலார் கோவிலைப் போல உலை வெந்து கொண்டிருக்கும். பூனைக்கு முன்னால் போய் அமர்ந்து வாலை ஆட்டும் எலியைப் போல வலியப் போய் ஆட்களை விருந்திற்கு அழைப்பார்.

விருந்தாளி வீட்டிற்குள் காலைத் தூக்கி வைத்ததும் இவர் மஞ்சள் பையோடு படியிறங்குவார். கறிக்குச் செத்த குடும்பம் என்பதைப் போல, ஆவலாதியாகப் பறப்பார். “அரைக்கிலோ கறியெடுத்து எட்டு பேர் சாப்புடற குடும்பமாடா நானு” எனத் தன் கௌரவத்தைக் கறி விருந்து காட்டி நிலைநாட்டுவார் தாத்தா. இதில் சொந்தப் பிள்ளைகளை எல்லாம் பார்க்க அவருக்கு நேரமேயில்லை.

இந்தக் கறி விருந்துகளினூடாகத்தான் நாக்கைச் சப்புக் கொட்டி வளர்ந்த அசோகன், பத்தாம் வகுப்புக்கு மேல் படிக்கப் போகவில்லை. இடையில் மூன்று வருடங்கள் மெக்கானிக் தொழில் கற்ற அசோகனை, “நல்ல தொழில்காரனுப்பா அவரு. சாதிக் குதிரைய குளிப்பாட்டுற மாதிரி நேர்த்தியா செய்றாரு” என வீடு தேடிவந்து சொன்னவர்களெல்லாம் இருக்கிறார்கள்.

மிகையான தீனி அசோகனை வீட்டைச் சுற்றியே இருத்திப் போட்டது. ஆரம்பத்தில் தாத்தாவின் சட்டைப் பையில்

கைவைத்துச் சாராயம் குடிக்கப் பழகினான். எவருக்கும் தெரியாமல் தனியாக மீன் துண்டுகளை ஒளித்து வைக்க, தட்டிக் கேட்க வேண்டிய ஆச்சி தயாராக இருந்தாள்.

அசோகன் வளர்கிற வேகத்தைப் பார்த்த தாத்தா பெரும் பணத்தை வீட்டில் வைக்கத் தயங்கினார். கருத்துக் கொழுத்த பூனையைப் போல தாத்தாவின் உடமைகளுக்குள் பணத்தைத் தேடுவான். அதை உணர்ந்த தாத்தாவும் எவ்வளவோ அடித்து உதைத்துப் பார்த்து விட்டார். நடுமுதுகில் தும்மென சத்தம் வருகிற அளவிற்கு அவர் ஓங்கி மிதித்ததை நானே பார்த்திருக்கிறேன்.

எதனோ ஒன்றின் மீது பெய்த பெருமழையைப் போல எடுத்துக் கொண்டான் அசோகன். “போறாம் பாரு எருமை மாட்டு சாடையில. பூமிக்கு பாரமா. வளர்ந்த மாட்டை அடிக்கறதுக்கு நமக்கே கை கூசுது” என்பார் தாத்தா. வீட்டில் பணம் தேறாது என்பதை உணர்ந்தவுடன், காசுக்காக சின்ன அளவிலான ரௌடித்தனங்களைச் செய்வதாகப் பேச்சு வந்த பிறகு, தொழில் செய்கிற இடத்தில் கெட்ட பெயர் வந்துவிடக் கூடாதென்பதற்காக தாத்தா கொஞ்சம் காசு கொடுக்க ஆரம்பித்தார்.

அந்த நேக்கை கப்பெனப் பிடித்துக் கொண்டான் அசோகன். ஜிஞ்சரைப் போட்டுவிட்டு, தாத்தாவின் இரும்புக் கடை முன் நின்று அவன் சலம்பும்போது, ரூபாய்த் தாள்களை யாரிடமாவது கொடுத்து அனுப்பி விட்டு தாத்தா, “வாக்கரிசி போடற மாதிரி நெனைச்சுக்கறேன்” என்பார்.

வீட்டிற்குப் போனால் வக்கனையாய்ச் சமைத்துப் போட ஆச்சி காத்திருந்தாள். போதையில் ஒரு பன்றியைப் போல உறுமிக்கொண்டே, வெறி பிடித்துச் சாப்பிடுவான் அசோகன். தட்டிற்குப் போன பிறகு எல்லாமே அவனுக்கு வயிற்றுக்குப் போகிறவைகயே. வயிறு புடைக்க அள்ளிப் போடுவானே தவிர நிதானமாக அவன் மென்று ருசித்துத் தின்றதில்லை.

போதையில் இல்லாத நேரத்தில் அசோகன் சாப்பிட்டு நான் பார்த்ததே இல்லை. விடுமுறைகளின் போது, கண்காணிப்பின் எல்லைக்குள் நின்றபடி, அசோகனின் வால்பிடித்தே அலைவேன். ஒவ்வொரு போதையும் என்னென்ன செய்யும் என யாருமறியாத மொழியில் எனக்கு விளக்கியபடி நடப்பான். ஒருநாள் நிறை போதையில் எனக்கு ஒரு ஸ்பூன் சாராயத்தை ஊற்றி உறிஞ்சக் கொடுத்தான். நல்லெண்ணையைக் குடிக்கிற மாதிரி தொண்டைக்குள் கசப்பாய் வழுக்கிக் கொண்டு ஓடியது. ஓமட்டிக் கொண்டு ஓங்கரித்த போது, வெண்ணை ரொட்டியை வாய்க்குள் திணித்தான் சேணை மஹாராஜாவான அசோகன்.

அத்தியாயம் 3

அதற்கப்புறம் எனக்கு அசோகன் தேனைப் போல இனிப்பாய்த் தித்திக்கத் துவங்கினான். யாருக்கும் தெரியாமல், தெருமுனைக் கடைக்குப் போய்விட்டு வருவதாகச் சொல்லிவிட்டு, அவ்வப்போது சாராயம் குடிக்கப் போவோம். அந்தக் காலகட்டத்தில் அசோகன் எனக்காகத் தலைகுப்புற விழுகிற அளவிற்குக் குடிக்கவில்லை என்பதால், யாருக்கும் சந்தேகமும் மேலேறி வரவில்லை. வீடுமுனையில் இருக்கும் கொய்யா மரத்திலிருந்து கொழுந்தைக் கசக்கி வாயில் போட்டு மென்றுவிட்டுத் திரும்புவோம் இருவரும். அவன் குடிக்கும் போது, அரை மூடி மட்டும் எனக்கு ஊற்றித் தருவான். நாக்கை அதனுள் துழாவி சொட்டுச் சொட்டாய் நக்கிக் குடிக்கப் பழகிக் கொண்டேன்.

அவித்த முட்டையை எடுத்துப் பாதி கடித்துவிட்டு, மீதியை எனக்கு ஊட்டுவான். நான் கையில் அதை வாங்கிக் கொறிக்கையில், என்னுடைய சட்டையில் உதிர்ந்திருக்கிற மஞ்சள் கரு பொக்குகளைப் பொறுக்கித் தின்று கொண்டிருப்பான். நண்டு சாப்பிட எனக்கு அசோகன்தான் சொல்லித் தந்தான். நுனிப் பற்களால் நறுக்கென கடித்து நொறுக்கிவிட்டு, இரு உதடுகளையும் கூப்பிச் சத்தம் வர உறிஞ்ச வேண்டும்.

சின்ன வயதில் அவன் வேளாங்கண்ணி போனபோது அக்காட்சியைப் பார்த்திருக்கிறான் போல. தூரத்துக் குடிலொன்றினுள் அமர்ந்து, சீமைச் சாராயத்தோடு நண்டு காலை எடுத்துக் கடித்துக் கொண்டிருந்தார்களாம். அந்தக் கறுக் முறுக்கென்ற சத்தம் அவனை ரெம்பவே ஈர்த்து விட்டது.

வயக்காட்டு நண்டைத் தேடி நாவைத் தொங்கப் போட்டலையும் நாயைப் போல அவன் தேடியலைந்தான். தன்னுடைய சுவை மொட்டுகளைச் சாணை பிடிக்கிற கருவியில் வைத்து ஒரு அரிவாளைப் போலத் தேய்த்துக் கொண்டே இருப்பான். எந்நேரமும் எதையாவது குடித்தபடி, எதையாவது தின்றபடி இருக்கும் அசோகனின் கழுத்திற்குக் கீழேயிருந்த உடல், பருத்த சவ்சவ் காயைப் போல உருண்டையாக மாறிக் கொண்டிருந்தது.

திறந்துவிட்டதும் கஞ்சித் தொட்டியைத் தேடியோடி வரும் வெண்பன்றிகளைப் போல, உணவின் மீது உருளும் அவனுடைய குணம் என்னையும் பீடிக்கத் துவங்கியது. ஆனால் அவன் சாப்பிடும் விதத்தை மட்டும் வாழ்நாள் முழுக்க வெறுத்தேன். ஆரம்பத்தில் இந்த விஷயத்தில் அவனுக்கு சற்றே நாசுக்கு இருக்கத்தான் செய்தது.

ஆனால் தன்னை மீறின நிலையால், மூளை வீங்கி விட்டது அவனுக்கு. கோழி வறுவல், மட்டன் வறுவல், சாம்பார், ரசம் கூட்டு எல்லாவற்றையும் போட்டுக் குழப்பி, உருண்டையாக்கி, மீனாட்சி அம்மன் கோவில் யானை வாயில் உருட்டிப் போடுவதைப் போல, சோற்றை விழுங்குவான். அதில் கொஞ்சத்தை எடுத்து என் தட்டிலும் போடுவான்.

அறியாத வயதில் பொறுக்கிச் சாப்பிட்டிருந்தாலும், அறிந்த பிறகு மனம் ஒப்பவில்லை. பெரும்பாலும் அவன் சாப்பிடுவதை வளர்ந்த பிறகு வேடிக்கை பார்க்க மாட்டேன். “எல்லா கழுதையும் தனித் தனியா உள்ளே போனாலும் கடைசியா ஒண்ணாத்தான ஆகப் போகுது” என அவன் இளிக்கும் போது ஓமட்டிக் கொண்டு வரும் எனக்கு.

வாயைத் துடைக்கக் கூட நிதானம் இல்லாமல் சாப்பிட்ட பின் சரிந்து விழுவான் தரையில். எனக்கு ஊற்றிக் கொடுக்கையில் அவன் கண்ணில் மின்னியது என்ன என நீண்ட காலமாக யோசித்திருக்கிறேன். ஆளை அடித்துச் சாய்க்கிற, காய்ந்த துத்தநாகம் கலந்த பசையைப் போல கொஞ்சமேனும் அவனுள் ஒட்டியிருக்கிற அது என்னவென்பதைப் பிற்பாடுதான் உணர்ந்தேன்.

அபூர்வமாக என் விஷயத்தில் மட்டுமே குற்றவுணர்வு கொள்கிற அசோகன், மற்றபடி யார் தாலியறுத்தாலும் கலங்க மாட்டான். ஆச்சி செத்தால் என்ன செய்வான் என்றுகூடப் பல நேரங்களில் யோசிப்பேன். இரண்டாம் வகுப்பு படிக்கிற வரை அசோகனோடு இவ்வாறே அலைந்து திரிந்து கொண்டிருந்தேன்.

பிள்ளை அடிக்கடி மந்தமாகிறதே எனப் பயந்து மருத்துவரிடம் அழைத்துப் போனார்கள். "திருச்செந்தூரின் கடலோரத்தில் செந்தில் நாதன் ராஜாங்கம்... தேடித் தேடி வருவோர்க்கெல்லாம்... தினமும்" எனப் பாடிக் கொண்டே, ஸ்டெதஸ்கோப்பை எடுத்து நெஞ்சில் வைத்து, "பொய் சொன்னா இந்த மிஷினு கண்டு பிடிச்சுடும்லே. அப்புறம் பெரிய ஊசிதான்" என்றார் நெற்றியை நிறைத்து விபூதிப் பட்டையணிந்த சதாசிவம் டாக்டர்.

பயந்து போய் அசோகன் ஊற்றிக் கொடுத்த கதைகளைச் சொல்லி விட்டேன். குடும்பமே கெடா வெட்டுகளில் ஜுவாலை வீசியெரியும் தீயைப் போலக் கொதித்தது. "குடும்பமா திட்டம் போட்டுதான் எம்புள்ளையோட வாழ்க்கைய முடிக்க பாக்குறீங்க" என்று அம்மா, ஆச்சியையும் தாத்தாவையும் பார்த்துச் சொன்ன போது அப்பா இடைமறித்துக் கைகாட்டி விட்டு, "இதென்ன சின்னப் புள்ள காரியமா. அவன் பேயை கொண்டுவந்து எம்புள்ளை மேல எறக்கிருக்கான். தொட்டில் பழக்கத்தை சுடுகாடு வரைக்கும் கொண்டு போயிடக்கூடாதுன்னு நாங்க தெனமும் இனிமேல் செத்து செத்து பிழைக்கிற மாதிரி இருக்கும்" என்றார்.

அப்பா சொன்னபோது அந்த அர்த்தம் எனக்கு விளங்கவில்லை.

அவர்கள் எதிர்பார்த்த மாதிரி என் விஷயத்தில் அவ்வாறே பிழைத்தார்கள். தாத்தா வீட்டில் இருந்து என்னைப் பிரித்து தேனிக்குப் போவதெனத் தீர்மானித்தார்கள். அசோகன் நாங்கள் கிளம்புகிற வரை வீட்டுப் பக்கமே எட்டிப் பார்க்கவில்லை. ராசு மாமாதான் கூடமாட இருந்து எல்லா உதவிகளையும் செய்தார்.

என் காதுக்கருகில் கிசுகிசுத்த ராசு மாமா தங்க மூடி போட்ட ஹீரோ பேனாவொன்றைத் தந்தார். மாட்டுக் கொட்டகையில் அமர்ந்து தடிமனான நோட்டு ஒன்றில் கவிதைகள் எழுதிக் கொண்டிருப்பவரான அவர், “இந்தா மாப்பிள்ளை. அசோகண்ணன் வாங்கிக் குடுத்து விட்டார் உனக்கு. நீ கலெக்டராகி கையெழுத்து போடணுமாம்” என்றார்.

என்ன சொல்வதென்று தெரியாமல் குனிந்து அழுது கொண்டிருந்தேன். ஆச்சி வந்து நின்று முந்தானையால் முகத்தைத் துடைத்து விட்டு, "என்ன பெரிய தூரம். மாமனும் ஆச்சியும் ஒரு மணி நேரத்தில தங்க ரீகல் அல்வாவ வாங்கிட்டு வந்து நிப்போம்" என்றாள். “அதுக்கு கொஞ்சம் சாணி பவுடர வாங்கிட்டு வந்து நில்லுங்க. குடும்பத்தோடு குடிச்சிட்டு செத்துப் போறோம்” என்றாள் அம்மா.

நான் தினமும் தங்க ரீகல் அல்வாவை எதிர்பார்த்து, பள்ளியில் இருந்து வீட்டுக்கு மாலையில் நடந்து போவேன். ஆச்சி மட்டும் ஒருதடவை வந்திருந்தாள். ஆனால் கொய்யாப் பழம் வாங்கி வந்திருந்தாள். ஓட்டைப் பல்லுக்குள் கொட்டை சிக்கிக் கொள்ளும் என்பதால் அதை நான் தொடுவதே இல்லை. அன்றைக்கு ஒரு பிடிக்காத பண்டத்தைப் போல அன்னியமாக வீட்டினுள் அமர்ந்திருந்த ஆச்சி, பிறகு நான் தூங்கிய பிறகு சொல்லாமல் கொள்ளாமல் கிளம்பிப் போய்விட்டாள்.

கூரை வேய்ந்து, டியூப்லைட்டைச் சுற்றி நீல நிற ஜிகினா கட்டியிருக்கிற, நாகர் புரோட்டா கடைக்கு அப்பாவோடு போன போது, அசோகன் அந்தச் சாலையில் நடந்து போனது போலத் தெரிந்தது. பிடித்திருந்த கையை உதறிவிட்டு, அசோகாவெனக்

கத்திக்கொண்டே அந்தாளைப் பார்த்து ஓடினேன், அங்கிருந்து வந்தபிறகு ஒருதடவை.

கப்பென என் கைகளைப் பிடித்துக் கொண்ட அவர், நான் ஏதோ தப்பு செய்துவிட்டு ஓடி வந்ததைப் போல நினைத்துக் கொண்டார். பின்னாலேயே ஓடி வந்து நின்ற அப்பா, "இவன் மாமனொருத்தன் குடிகார தாயோளி. அவங்க மாமனைப் போல நீங்க இருந்ததா நெனைச்சுக்கிட்டான்" என்றார்.

பெருங்குடியோ எனச் சைகையில் கேட்டார் அந்தாள். ஆமாம் என்பதைப் போலத் தலையசைத்த அப்பா, "சின்னப் புள்ளைக்கும் ருசியைப் பழக்கி விட்டுட்டான்" என்று முணுமுணுத்துத் தலையிலடித்துக் கொண்டார். அங்கிருந்து வந்த பிறகும் அசோகனின் மணம் என் நினைப்பிலேயே இருந்தது. அதைக் குடித்தபோது வயிறு புஸுபுஸுவென்று எரிந்தது மாதிரித் தோன்றியது பிடித்தும் இருந்தது.

எதைக் குடித்தால் அப்படியாகும் என்பதை நீண்ட காலமாகச் சிந்தித்துக் கொண்டும் இருந்தேன். இருமலுக்கென வாங்கி வைத்திருந்த டானிக்கை எடுத்துக் குடித்தபோது, அதில்லை இது என்பதை உணர்ந்தேன். தங்க ரீகல் அல்வா சாப்பிட வேண்டும் போல இருந்தது. ஆனால் வீட்டில் சொல்வதற்குப் பயமாகவும் இருந்தது.

அசோகன் எங்கேயாவது டீக் கடைகளில் நிற்பான் என நினைத்து வெறித்துப் பார்த்துக் கொண்டே வருவேன். அவனைப் பற்றிய செய்திகளிடம் இருந்து வலுக்கட்டாயமாகத் துண்டிக்கப் பட்டிருந்தேன். இடையில் ஒருதடவை எனக்குப் பிடித்தமான ஊதா நிற கோடு போட்ட சட்டை போட்டு, தாத்தா எங்கள் வீட்டிற்கு வந்திருந்த போது, அம்மாவும் அவரும் அசோகன் குறித்துக் குசுகுசுவெனப் பேசிக் கொண்டிருந்ததை தூரத்திலிருந்து ஒட்டுக் கேட்டேன்.

அம்மா நங்கெனத் தலையில் கொட்டுவாள் என்பதற்காக, அங்கே போய் நிற்கப் பயந்து விட்டேன். கல்யாணம் என்கிற மாதிரி பேசிக் கொண்டிருந்தார்கள். அசோகனின் கல்யாணத்துக்குப்

போகலாம் என்று நினைக்கையில் மட்டுப்படுத்த முடியாத சந்தோஷம் வந்தது. தாத்தா கிளம்பிப் போகையில், கூட்டிப் போய் பைனாகுலர் வாங்கித் தந்தார்.

வீட்டு மாடியில் உட்கார்ந்து கொண்டு, கையில் பத்திரிகையோடு தெருவில் அசோகன் நுழைகிறானா என பைனாகுலர் வழியாகப் பார்த்துக் கொண்டிருப்பேன். என்னை காக்கா தோப்பிற்கு அழைத்துப் போவதையும் நிறுத்தி இருந்தார்கள் அப்போது. அவ்வப்போது வீட்டிற்கு வரும் வள்ளிக்கண்ணு பெரியம்மாவிடம் ஆச்சி வீடு குறித்து விசாரித்துக் கொள்வேன்.

அதற்கடுத்துச் சில ஆண்டுகள் அசோகன் என் பக்கம் தட்டுப்படவே இல்லை. ஆச்சி வீட்டில் நடக்கும் எதுவுமே சரியில்லை என்பதைப் போலச் செய்திகள் வந்தன. அசோகனை முன்னிட்டு தாத்தா வீட்டில் இருந்து வெளியேறி விட்டதாகச் சொன்னார்கள். எல்லோரும் பூடகமாகவே பேசிக் கொண்டார்கள்.

எட்டாவது படித்துக் கொண்டிருந்த போது, போதையென்றால் என்ன என்பதை முழுக்கவே புரிந்து கொள்ளத் துவங்கினேன். ஆனால் அப்பா அந்தப் பகுதியில் பெரிய பலசரக்குக் கடை வைத்திருப்பவர் என்பதால், எல்லோரையும் தெரிந்திருந்தது அவருக்கு. தவிர எங்கே போய் வாங்க வேண்டும் என்பதும் எனக்குத் தெரியவில்லை. அசோகனுடன் இருந்தால் நன்றாக இருக்கும் என அப்போதெல்லாம் அவனை வெறிகொண்டு தேடினேன். இரவுகளில் கனவில் அவன் தள்ளாடியபடி கையிலொரு பொட்டலத்தோடு நடந்து வந்தான்.

முனியாண்டி சேர்வை வீட்டுத் தோப்புக்குப் பக்கத்து வீட்டு ஆட்களுடன் துவைக்கப் போனபோது, கால் வலிக்கிறதென்று சுடுகாட்டுச் சமாதியொன்றில் அமர்ந்தேன். காலுக்குக் கீழே பாதி உடைத்த பிளாஸ்டிக் பாக்கெட் ஒன்று கிடந்தது. பாக்கெட் சாராயம் என எழுதியிருந்தது அதில். கைக்கு அடக்கமான வெள்ளை நிறத்திலிருந்த அந்தப் பாக்கெட்டைப் பார்த்ததும் உள்ளுக்குள் நமநமவென ஊறியது.

கவனமாக கருநாகப் பாம்பு, குட்டி முயலைக் கவ்வித் தூக்கிக் கொண்டு போவதைப் போல, பாக்கெட்டை பக்குவமாக ஏந்திப் போய், அருகிலிருந்த சுடலை மாடன் சிலைக்கு அருகில் வைத்தேன். கவட்டையை வைத்துத் தேன் சிட்டொன்றை அடித்து உறித்து, கல்லைத் தூக்கி நெருப்பை மூட்டி, அதை வாட்டினேன்.

அசோகனை நினைத்துக் கொண்டு, தேன் சிட்டுக் கறியோடு, அந்த பாக்கெட் சாராயத்தைக் குடித்து முடிக்கையில், அசோகனின் வியர்வை மணம் ஞாபகத்திற்கு வந்தது. "போதைங்கறது விரும்பின பொண்ணை விரும்பற மாதிரி நெனைச்சுப் பாக்கறது மாப்பிள்ளை. லயம் கூடித் தெரியணும். அதான் ராஜபோதை" என அசோகன் எப்போதோ சொன்னது நினைவிற்கு வந்து அதன் அர்த்தம் புரியத் துவங்கியது.

என்னோடு படித்த தங்க மலரை அப்போது யோசித்துப் பார்த்தேன். என்னைவிட உயரமாக இருக்கும் அவளது இரு கன்னங்களிலும் பருக்கள் இட்லிப் பூக்களைப் போலச் சிவப்பாய் விசிறிக் கிடக்கும். நீளமான விழிகளை அகட்டி அவள் என்னைப் பார்க்கும் காட்சியை நினைத்ததும் உடல் வியர்த்தது. யாராவது பார்க்கிறார்களாவென திரும்பிப் பார்த்தேன். தங்கமலரை தரதரவென இழுத்துப் பக்கத்தில் கொண்டு வைத்துக்கொள்ள வேண்டுமெனத் தோன்றியது. இடுப்பைச் சுற்றி வளைத்து அவளது கன்னத்தில் முத்தமிடத் துடித்த நான், கால்சட்டைக்குள் கையை நுழைத்து அழுத்திப் பிடித்துக் கொண்டு அமர்ந்திருந்தேன்.

சிவப்பும் மஞ்சளும் கலந்து பளபளவென பெயின்ட் அடித்த முகத்தைக் காட்டிச் சுடலை மாடன் வெறித்துப் பார்த்த போதும் பயமில்லை எனக்கு. அந்த நேரத்தில் மிதப்பதைப் போலத் தோன்றிய உணர்வு மட்டுப்பட்டுவிடக் கூடாதென்பதால் அங்கேயே நெடுநேரம் அமர்ந்திருந்தேன். இந்நேரம் அசோகன் எங்கே இருப்பானோ? அசோகனுக்குப் பதில் சுடலை மாடனை சாட்சியாய் வைத்து மிதந்து கொண்டிருந்தேன் அப்போது.

அத்தியாயம் 4

அசோகன் இரண்டு இடங்களில் தொழில் படித்தான். வேலையில்லாமல் வெட்டியாகச் சுற்றிய அசோகனுக்கு அவனுடைய அண்ணன் அர்ஜுனன்தான் படியளக்கிற பெருமாள். அவருடைய பெயரைச் சொல்லித்தான் அசோகன் காக்கா தோப்பிற்குள் ஒரு முக்கிய குறு ரௌடியாகச் சுற்றியலைந்தான். அவ்வப்போது அசோகன் சிறு வியாபாரிகளை மிரட்டிக் காசு பிடுங்கவும் துவங்கியிருந்தான். அர்ஜுனன் மாமாவிற்கு இது தெரிந்திருந்தாலும், அவரும்கூட இன்னொரு தரப்பிடம் இதையேதான் செய்தார் என்பதால் கண்டுகொள்ளவில்லை.

தாத்தாவின் அண்ணன் பையனான அர்ஜுனன் மாமா பன்னிரெண்டாவது படித்து முடித்ததுமே ரௌடியிசத்தில் இறங்கினார். சாதிக்காக நிறைய கொலைகள் செய்தார். சந்தைப்பேட்டைக்குள் வியாபாரம் பெருகுகையில் சாதிச் சண்டைகளும் துவங்கின. தாத்தா சார்ந்த சாதிக்காரர்கள் பழைய இரும்பு வியாபாரத்தில் கோலோச்சியதால், ஏலம் எடுப்பதில் வம்பு வழக்குகளும் இருந்தன. இந்தத் தரப்பு வியாபாரிகளுக்குப் பற்றிக்கொள்ள ஒரு துடுப்பு தேவைப்பட்டது.

எதிர்த்தரப்பு ஆட்களிடம் தடிதடியாக ஏகப்பட்ட ரௌடிகள் இருந்தனர். சந்தைப் பேட்டையும் நெல்பேட்டையும் அவர்களின் கைவசமே இருந்தன. பன்னிரெண்டாம் வகுப்பு இறுதியில், நண்பனொருத்தனின் தங்கையின் கையைப் பிடித்து இழுத்தான் எனச் சொல்லி ஒருத்தனைக் கொன்றார் அர்ஜுனன் மாமா. முடியைக் கொத்தாகப் பிடித்து ஆட்டுத் தலையைத் தூக்கி வருவதைப் போலக் கையில் மனிதத் தலையை ஏந்தி எல்லோரும் பார்க்கும்படி நடந்துவருவதைக் கண்ட ஊர், இன்னொருத்தன் உருவாகி விட்டானென குறி சொல்லி விட்டது. சொல்லி வைத்த மாதிரி கொலையுண்டவன், அந்தப் பகுதியில் ஆதிக்கம் செலுத்துகிற சாதியைச் சேர்ந்தவன்.

இந்தப் பக்கமும் அந்தப் பக்கமும் ஆட்கள் வகையாகத் திரண்டனர். பிள்ளைப் பூச்சிகள் மாதிரிச் சுற்றியலையும் சாதியில் கொலை வரை போனவர் அர்ஜுனன் மாமா மட்டுமே என்பதால், அவர் பின்னால் மற்றவர்கள் வயது வித்தியாசம் பார்க்காமல் அணி சேர்ந்தனர். “அந்தச் சின்னப் பயல்ட்ட ஒரு துடிப்பு இருக்கு. தூக்கின அரிவாளை யோசிக்காம, எதிரே இருக்கறது கல்லோ கடலோ உடலோ சட்டுன்னு எறக்கிடணும். கடைசி நொடில யோசிக்கவே கூடாது. அவன் முதல் சம்பவத்தையே நூல்பிசகாம சிறப்பா செஞ்சிருக்கான். பிறவிக் கொலைகாரந்தான் அவன். ஒழுக்கமா இருந்தா ஒரு சுத்து வருவான். ஆளும் பாக்க பீம மகராசன் மாதிரி ஓங்குதாங்கா இருக்கான்” என எதிர்த்தரப்பே அர்ஜுனன் மாமா குறித்து இப்படிச் சொன்னதாம்.

முதல் கொலையின் போது போன மத்திய சிறைச்சாலைக்குள் மாமாவைப் பாதுகாப்பாகப் பார்த்துக் கொள்ள யாவாரிகள் எல்லோரும் சேர்ந்து கைமுதல் போட்டார்கள். உள்ளேயே தனியாகச் சமைத்துப் போட கையூட்டு கொடுத்துச் சாதித்தார்கள். மாமா தான் ஒரு முக்கியமானவனாக அந்தச் சிறு வயதிலேயே அடியாழத்தில் இருந்து உணர்ந்தார்.

அவருடைய உடல் தோரணைகளும் அதற்குத் தோதாய் இருக்கும். சட்டி சட்டியாய்ப் பால் குடித்து வளர்ந்த

உடம்பென்பதால், தேக்குக் கட்டையைப் போல இறுகியுருண்டு இருப்பார். உடற்பயிற்சிக் கூடத்திற்குப் போன வகையில் ரெளடிகளோடு சங்காத்தம் ஏற்பட்டு விட்டது. மாமா மூச்சையடக்கி நெஞ்சை விரித்தால், அகலமாக அளவெடுத்துச் செதுக்கப்பட்ட மரக் கட்டையொன்றைப் போல, புடைத்து விடைக்கிற உறுதி தெரியும். அசோகனைப் போல அட்டைக் கரியில்லாமல், அவரது வயதையொத்த பெண்பிள்ளைகள் எல்லோரும் நிமிர்ந்து பார்க்கிற மாதிரி கொஞ்சம் மாநிறம்.

அசோகனிடம் இல்லாத ஒன்று அர்ஜுனன் மாமாவிடம் இருந்தது. அர்ஜுனன், அசோகனைவிட அதிகம் குடிப்பார் என்றாலும், தினமும் குடிப்பதில்லை. தலைதடுமாறி அலைவது ரெளடித் தொழிலில் தீண்டத்தகாதது என்பதைப் புரிந்து வைத்திருந்தார். நல்ல தொழில்காரனிடம் போதையென்பது கையில் வைத்திருக்கிற கூர்தீட்டப்பட்ட அரிவாளைப் போல, எப்போது வேண்டுமானாலும் உருவத் தயாராக இருக்கிற நிலையிலேயே தன்னை வைத்துக் கொள்வது. ஆனால் குடித்து விட்டால், போதையே இல்லாமல் வேண்டுமென்றே அவர் செய்கிற சேட்டைகள் விஷயத்தில் அசோகனெல்லாம் எம்மாத்திரம்?

அர்ஜுனன் மாமா, நிலை தடுமாறியவனைப் போல நடித்து உடனிருப்பவர்கள், பார்வையில் தட்டுப்படுகிறவர்கள் என எல்லோரையும் இம்சிப்பார். “அவன் நடிக்கிறான்னு எனக்குத் தெரியும் மாப்பிள்ளை. சைக்கிள்ள போற வயசான ஏட்டையாவ பாத்தாகூட சட்டுன்னு அவனுக்கு அப்புறம் எப்படி விழிப்பு வருது. அவர் கடந்து போற வரைக்கும் பம்முவான்” என்றான் அசோகன். ஒருநாள் சந்தைப் பேட்டை வியாபாரம் முடிந்து ஆட்கள் கலைந்த பிறகு, வடைக் கடை போட்டிருந்த ஒருத்தனைப் போட்டு நெஞ்சில் மிதித்துக் கொண்டிருந்தார் அர்ஜுனன். "அப்புராணியான ஒருத்தனைப் போட்டு மாட்டை அடிக்கிற மாதிரி அடிக்கிறான். நடுரோட்டில சாகப் போறான்" எனப் பார்த்தவர்கள் சாபம் விட்டார்களாம்.

அர்ஜுனனைப் பொறுத்தவரை, அடித்து விட்டுத்தான் மேலே பேசவே ஆரம்பிப்பார். “வாயில இருந்து சொல்லு வர்றதுக்குள்ள கைலருந்து செயல் சப்புனு வெளீல வந்திரணும்” என்று சொல்கிற, அவரது அந்த வேகம் எதிர்த்தரப்பை அச்சுறுத்தியது. கூடவே பணம் படைத்த வியாபாரிகள் தரப்பு ரௌடி என்பதால், அவர் மீது கூடுதல் கவனமாக இருந்தவர்கள், சமயம் பார்த்தும் காத்திருந்தனர்.

எந்த வம்பு வழக்கிற்கும் போகாத தாத்தாவே அர்ஜுனனை வழியில் பார்த்தால், “காசு வேணும்னா சொல்லி அனுப்புல” என்பாராம். மாமாவை முக்கியப் பிரமுகராக அவருடைய ஆட்கள் வம்படியாக வளர்த்துக் கொண்டிருந்தனர். ஒருவகையில் மாமா அவருடைய சாதிக்கான பாதுகாப்பு வளையமாக மாறி இருந்தார்.

குறுகிய காலத்திற்குள்ளாகவே அர்ஜுனன் மாமா பதினான்கு கொலைகளைச் செய்திருந்தார். காசு இருக்கிற தரப்பு என்பதால், எந்த வழக்கிலும் தண்டனை கிடைக்கவில்லை. அவருக்குப் பதில் யார்யாரோ ஆஜரானார்கள். அலுமினிய வியாபாரி ஒருத்தரைக் கொன்ற வழக்கு ஒன்றிற்காக சாத்தூர் சப் கோர்ட்டில் மாமா ஆஜராகும் போது பெரிய தாத்தாவோடு நானும் போயிருந்தேன். “போலீஸ் காரியத்துக்குச் சின்னப் பிள்ளைகளை கூட்டு வரலாமா. சீக்கிரம் கிளம்புங்க. போலீஸ் பயம் போயிருச்சுன்னா, அப்புறம் இந்தச் சொகம் கண்டிரும். போற வழியில பிரியாணி கிரியாணி வாங்கிக் குடுங்க” என்ற மாமா இடுப்பில் சொருகி வைத்திருந்த பணத்தை எடுத்துக் கொடுத்தார். “எண்ட்ட இருக்குடா அர்ஜுனா” எனத் தாத்தா சொல்லியபோது, “மருமவனுக்கு என் கையால வாங்கிக் குடுத்தாதான் திருப்தி” எனச் சொல்லிவிட்டு என் கன்னத்தைத் தட்டிச் சிரித்தார்.

சின்னப் பிள்ளையாக இருக்கையில், என்னைத் தூக்கிக் கொண்டு அசோகன் போகும் போதும், இதையே வேறு வார்த்தைகளில் சொல்வாராம். “இந்தச் செடியை வேற எங்கயாச்சும்தான் நடணும். எங்க நடறோமோ அங்கத்தைய

இயல்புதான் வரும். அவனை இடுப்பில சுமந்துக்கிட்டு திரியாத. எறக்கி விட்டிரு" என்பாராம்.

அக்னி நட்சத்திர வெயில் காலமொன்றில் விளையாடி விட்டு, வியர்த்து விறுவிறுத்து வீட்டில் நுழையும்போது, மர நாற்காலியில் அமர்ந்திருந்தார் அர்ஜுனன் மாமா. வெட்கப்பட்டுக் கொண்டு ஒதுங்கி நின்றவனை அழைத்து, "வெயில்ல இருந்து வீட்டுக்கு வந்தவுடனேயே மூஞ்சிய கழுவிடணும். எப்பவும் மாமா மாதிரி ஜொலிப்பா இருக்கணும்" என்றார். அன்றைக்கு அம்மா பருப்பு ரசமும் அதலைக்காய் பொறியலும் வைத்திருந்தாள். அம்மா ஏனோ அர்ஜுனன் மாமாவை மட்டும் ஒத்துக்கொண்டாள். "தப்போ சரியோ அவனாச்சும் நாலு பேருக்கு உபயோகமா இருக்கான். இவன் வெறும் பய மாதிரி எச்சி சோறுக்கு அலையிறவன்" என்றாள்.

மாமாவுடன் வந்தவர்கள் நாகர் புரோட்டா கடையில் சாப்பிட்டுக் கொள்வதாகச் சொல்லிச் சென்றார்கள். இலைபரப்பி சோற்றைப் போடும் நேரத்தில், வெளியிலிருந்து ஒருசத்தம் கேட்டவுடன் மாமா பதறிக்கொண்டு எழுந்து கத்தியை உருவியதும் அம்மா பயந்து விட்டாள். வெளியே பஞ்சாரக் கூடையை கோழி தட்டிவிட்டு ஓடிய சத்தமே அது.

அர்ஜுனன் மாமா போன பிறகு அம்மா, "உசுருக்கு பயந்திட்டான். இனி நிம்மதியா சோத்தில கைவைக்க முடியாது" என்றாள் அப்பாவிடம். ஒருகட்டத்திற்கு மேல், அர்ஜுனன் மாமா அதைப் போலத்தான் ஓடிக் கொண்டே இருந்தார். அசோகனும் அந்த ஓட்டத்தில் தன்னை இணைத்துக் கொண்டான். குடிக்கும் கறிக்கும் பிரச்சினையில்லாமல் போனதால், அசோகனுக்கும் அதில் எந்த விலக்கமும் இல்லை.

அசோகனைப் பொறுத்தவரை மிரட்டிக் கொண்டிருப்பானே ஒழிய, யாரையும் அவன் அடித்து நான் பார்த்ததே இல்லை. தெருவில் திருவிழா சமயத்தில் நடந்த சண்டையின் போதுகூட மிரட்டலாக வந்து நின்றானே தவிர, யார் மீதும் கைவைக்கவில்லை. அர்ஜுனனின் தம்பி என

மற்றவர்கள் இயல்பாகவே பயந்ததால், அசோகன் அந்தப் பயத்தைத் தக்கவைக்கிற மாதிரி, முகத்தைக் கடுமையாக்கிக் கொண்டலைந்தான்.

எனக்கு ஐந்து வயது இருக்கையில், “ரோட்டில வச்சு டேய் அசோகான்னு கூப்ட மாட்டேன்னு எண்ட்ட சத்தியம் பண்ணுடா மாப்பிள்ளை” என்றான் என்னிடம். “போடா என் டொரினா” என்றேன் பதிலாய். அதற்கப்புறம் நான் இப்படிக் கூப்பிடுவதைக் கண்டு யாராவது சிரித்தால், “மாப்பிள்ளைக்கு இப்பருந்தே டிரெயினிங் குடுக்கறேன்” எனச் சொல்லிச் சிரிப்பான். “யாரைச்சும் நீ அடிச்சிருக்கீயா” என்ற போது, “இந்தக் கையப் பாரு. எப்படிக் காய்ப்பு காய்ச்சிருக்குன்னு. கன்னத்தில அறைஞ்சே வந்த காய்ப்பு இது. உனக்கு செல்லம் குடுத்ததால வந்த வினை” என்றான்.

அர்ஜுனன் மாமாவோடு பசை போட்டு ஒட்டித் திரிகிற போதும், எதிர்த்தரப்பு ஆட்கள்கூட அவனை ஒரு பொருட்டாகவே எடுத்துக் கொள்ளவில்லை என்பதில் அசோகனுக்குமே வருத்தம்தான். அதுகுறித்த பெரிய கவலைகள் ஏதுமில்லாமல், மிரட்டிச் சாப்பிடுகிற வித்தையை மட்டும் அத்தொழிலில் இருந்து கற்றுக்கொண்டான் அசோகன்.

அதற்கு நேரெதிராய் மனப் பதற்றம் கொண்ட அர்ஜுனன் மாமா, திடீரென அத்துமீறல்கள் அத்தனையையும் தன் வாழ்வில் நிகழ்த்திப் பார்க்கத் துவங்கினார். நல்லதொன்றை எடுத்துச் சொன்ன அசோகனைக்கூட ஒருதடவை அடிக்கக் கை ஓங்கியிருக்கிறார். அசோகன் நிமிர்ந்து முறைத்ததும் கையைத் தணித்துக் கொண்டாராம்.

“அவனுக்கு அஷ்டம சனி தலையைப் பிடிச்சு உலுக்குது” என்றாளாம் ஆச்சி. அர்ஜுனன் மாமா ஒரு இடத்தில் நிலையாகத் தங்க முடியாது என்கிற மாதிரியான உக்கிரம் கூர்தீட்டப்பட்ட குத்தீட்டியைப் போல அவரைச் சூழத் துவங்கியது. உயிரைக் காத்துக்கொள்ள ஊர் ஊராக ஓட எத்தனித்தார் மாமா.

கன்னியாகுமரி போகிற பேருந்தில் ஏறித் தனியாகப் படுத்து விடுவார். காலையில் அங்கே எழுந்து இன்னொரு ஊருக்கு மறுபடியும் வேறொரு பேருந்தைப் பிடிப்பார். மாமாவோடு சில நேரங்களில் அசோகனும் போயிருப்பதாகச் சொன்னான். கையில் இருக்கிற காசைப் போட்டு அம்பாசிடர் கார் ஒன்றை வாங்கியிருக்கிறார்கள்.

“தலைக்கிருமம் பிடிச்ச பயல்க. முத வாங்குற காரை கறுப்பு கலர்ல வாங்குவாங்களா” என்றாராம் பெரிய தாத்தா. அம்பாசிடர் வந்த பிறகு அசோகன் அதன் ஓட்டுநர் ஆனான். கூடவே நாலைந்து பேரைத் தூக்கிப் போட்டுக்கொண்டு சுற்றத் துவங்கினார் மாமா.

கையில் காசு புழக்கத்திற்குக் குறைவில்லை என்றாலும், நிச்சயமற்ற காலத்தைக் கையில் பிடித்துக்கொண்டு ஓட வேண்டும். எதிர்த்தரப்பில் நிறையத் தலைகள் உருண்டு விட்டதால், இந்தத் தரப்பில் ஒற்றைப் பெரிய தலையைத் தூக்கி விடுவது என்பதில் தீர்மானமாக இருந்தார்கள்.

அர்ஜுனன் மாமாவோடு பள்ளியில் படித்த ஒருத்தர் டென்மார்க்கில் வேலை பார்க்கிறார். விடுமுறையில் ஊருக்கு வந்த அவரையும் அழைத்துக்கொண்டு எல்லோரும் திருவண்ணாமலை போயிருக்கிறார்கள். போகையில் மாமா செய்த கொலைகள், உருண்ட தலைகள் குறித்து விவரித்து, தன்னிலை உணர்ந்தவனைப் போல கலக்கமாகப் பேசி இருக்கிறார். உடனிருந்த நண்பர், மாமாவின் பதற்றத்தைத் தணிக்கும் பொருட்டு, டென்மார்க்கில் உள்ள இடமொன்றைக் குறித்துச் சொல்லி இருக்கிறார்.

போர்கள் நடக்கும்போது காலை ஆறு மணி துவங்கி மாலை ஆறு மணி வரை சண்டை. அதற்கப்புறம் குண்டுகள் துளைத்து மண்ணில் வீழ்ந்து கிடக்கும் உடல்களின் நடுவே நின்று மதுவருந்திக் கொண்டாடுவார்களாம். இந்தக் கதையைக் கேட்டு முடித்ததும், “அந்த சிவாஸ் ரீகலை எடுடா அசோகா” என்றாராம் மாமா.

அன்றைக்கு உண்மையிலேயே நிலை தடுமாறுகிற அளவிற்குக் குடித்திருக்கிறார் மாமா. அவருடன் பாளையம் கோட்டை சிறையில் இருந்த பிளேடு பாட்ஷா, அப்போது திருவண்ணாமலை கோயிலொன்றில் இருக்கிற சைக்கிள் ஸ்டேண்ட் ஓனர் ஒருத்தருக்குப் பாதுகாப்பாக இருந்திருக்கிறார். அவரைப் பார்க்கத்தான் எல்லோரும் போயிருக்கிறார்கள். "ப்ளேட துண்டு துண்டா ஒடைச்சு வாயில அதக்கி வச்சிருப்பான். எதிராளி மூஞ்சில ஒரே துப்பு. எச்சிலோ என்னவோன்னு தெரியாத்தனமா தொடைச்சா மூஞ்சு முழுக்க ரத்தம் வந்திரும்" என விவரித்தான் அசோகன்.

கிரிவலமெல்லாம் புகழ் பெறாத காலம் அது. அப்போதுதான் மலையைச் சுற்றி விளக்குகள் பொருத்த ஆரம்பித்திருந்தனர். அம்பாசிடர் காரில் சாய்ந்து ஒருகையை அதில் ஊன்றி நின்றிருந்த மாமா, தன்னைக் கடந்து போன ஒருத்தரின் உச்சந்தலையில் ஓங்கி அடித்தாராம். திரும்பிப் பார்த்த அவரைப் பார்த்து, "தட்டான் சாமி" என்று சொல்லிக் கையெடுத்துக் கும்பிட்டாராம். அசோகனும் வேண்டாமெனச் சொல்லி மாமாவின் கையைப் பிடித்து இழுத்திருக்கிறான்.

மாமாவிற்குள் மூண்ட சனிச் சுழி கேட்கவில்லை. திரும்பி நின்று அமைதியாக உற்றுப் பார்த்த தட்டான் சாமியின் கன்னத்தில் அறைந்த மாமா, "என்னைக் கும்பிடுலே பன்னிப் பயலே" என்று கத்தியிருக்கிறார். தட்டான் ஒரு அடிகூட முன்னே நகராமல், தலையை ஆட்டியபடி நின்றிருந்திருக்கிறார்.

எல்லோரும் சேர்ந்து மாமாவை இழுக்கும்போது, இடுப்பிலிருந்து கத்தியை உருவி தட்டானை நோக்கிக் காட்டி மிரட்டியிருக்கிறார். தூரத்தில் ஒரு காவலர் இதைப் பார்த்துக் கொண்டிருந்ததும், ஆளைத் தூக்கி காரின் பின்புறம் போட்டுத் தப்பித்து ஓடியிருக்கிறார்கள். "அந்தச் சாமியை அவன் தொட்டிருக்கக்கூடாது" என பின்னொருநாளில் அசோகன் சொன்னான்.

பத்தாவது பரீட்சை அப்போது நடந்து கொண்டிருந்தது. நான்

கிளம்பிக் கொண்டிருந்த போது, அப்பா "அர்ஜுனனை சிங்கந்தூர் சாவடியில வச்சு..." எனச் சொல்ல ஆரம்பித்து நான் போகிற வரை சொல்லாமல் வார்த்தைகளைக் கடித்து விழுங்கினார். பரீட்சையில் மனம் போகவில்லை எனக்கு. சாயந்திரம் வந்ததும் அம்மாவிடம் கேட்டேன். "கத்தியெடுத்தவனுக்கு கத்தியால்தான் சாவு" எனச் சொல்லி என் கண்களை உற்றுப் பார்த்தபடி அந்தக் கதையைச் சொன்னாள்.

சிங்கந்தூர் சாவடியில் படம் பார்த்து விட்டு, தனியாகப் புல்லட்டில் வந்து கொண்டு இருந்திருக்கிறார் மாமா. படத்திற்குப் போகவில்லை, அவருடைய தொடுப்பு வீட்டிற்குத்தான் தனியாகப் போய்த் திரும்பினார் என்று சொல்கிறவர்களும் இருக்கிறார்கள். தூரத்தில் இருந்து பார்த்தவர்கள் இப்படியொரு கொலையை அந்த ஊர் வரலாற்றில் பார்த்ததில்லை என்றார்கள்.

மாமாவின் உடலை பதினாறு இடங்களில் கூறு போட்டிருந்தார்கள். முகத்தில் சின்னக் காயம்கூட இல்லை. ஆனால் உச்சந்தலையில் ஆழமான ஒரு வெட்டிருந்தது. நடுவழுக்கை விழத் துவங்கியிருந்த அவ்விடத்தில் இரண்டு விரல்கள் போகுமளவிற்கு குழியிருந்தது. ஜீவசமாதி நிலையைப் போல அமரவைத்து நடுவகிட்டில் அரிவாளின் கூர்முனையை வைத்துக் கொத்தினால்தான் அது சாத்தியம் என்றார்கள். மாமாவின் கண்ணில் மிளகாய்த் தூள் தூவியதால் வலுவாகச் சிக்கிக் கொண்டார். ஊர்க் கழிவு தண்ணீரெல்லாம் கலந்து சாக்கடையாக மாறிப்போன அந்தக் கால்வாயில் மாமாவின் உடல் கிடந்த இடத்தில் பன்றியொன்றும் படுத்திருந்ததாம். "அத்தா தண்டி ஈயை என் வாழ்நாள்ள பாத்ததே இல்லை மாப்பிள்ளை. ஒரு ஒத்தை ஈ அவனோட நெத்திப் பொட்டில ஒட்டிக்கிட்டு ஆஸ்பத்திரி வரைக்கும் கூடவே வந்திச்சு" என்றான் அசோகன்.

அத்தியாயம் 5

அசோகன், தனபாக்கியத்தைக் காதலித்த விஷயம் எனக்கும் தெரியும். கொஞ்சம் விபரம் தெரிந்த வயதில் அவனோடு உடன் போகையில், அத்தைடா அது என்பான். கறுப்பு நிற நைலான் சேலையணிந்து மஞ்சள் நிற ஒற்றை ரோஜாவை வகிடெடுத்துச் சீவிய தலையில் சூடி நின்றாள் முதல்தடவை பார்க்கையில்.

அந்தக் காலத்தில் நான் பார்த்த அத்தனை பெண்களும் ஒத்தை ரோசாக்களாகத்தான் இருந்தார்கள். “அவ பேரென்ன” என்றேன். “மாப்பிள்ளை யாருக்காச்சும் தலை குனிஞ்சு போடா” என்ற அசோகனைப் பார்த்து இவனே என்பதைப் போல விரலைக் காட்டிச் சைகை செய்தேன்.

அந்தப் பிள்ளை நன்றாக ஐஸ் போட்டது என்னை. வரும் போதெல்லாம் நெல்லை லாலா கடையிலிருந்து கலர் பூந்தி வாங்கிக் கொண்டு வரும். ஒருநாள் மீனாட்சியம்மன் கோவிலுக்கு இருவரும் போனபோது, நானும் போனேன். ஒல்லியாய், களையாய், மாநிற வட்ட முகத்தோடு இருந்த தனபாக்கியம் அசோகனுக்கு விபூதி குங்குமம் வைத்து, கண்ணை மறைத்து ஊதிய போது, அவன் அவளது இடுப்பைப் பிடித்ததைப் பார்க்கையில் எரிச்சலாக இருந்தது எனக்கு.

முகம் சுழித்ததை அசோகன் கவனித்தும் விட்டான். அதைச் சாக்கிட்டு காலேஜ் ஹவுஸ் கூட்டிப் போய் குலோப்ஜாமூன் வாங்கித் தந்தான். வீட்டில் போடுகிற சின்ன பூரி போல இருந்த ஒரு குழித்தட்டில் சீனித் தண்ணீரோடு கரண்டி போட்டுக் கொண்டு வந்து வைத்தார்கள். அந்தப் பிள்ளை அந்த டவராவை தன் பக்கம் இழுத்து, கரண்டியை வைத்து அந்தச் செவளை உருண்டையைச் சுக்குநூறாக உடைத்து நசுக்கி சீனித் தண்ணீரில் நனைத்து கரண்டியில் எடுத்து எனக்கு ஊட்டியபோது, அவளை எனக்குப் பிடித்து விட்டது.

அசோகனை நச்சரித்து நானே அழைத்துப் போகத் துவங்கினேன். தனபாக்கியத்தைப் பார்க்காத நேரங்களில் மட்டும் அசோகன், அளவாகப் பட்டும் படாமல் குடித்துக் கொண்டிருந்தான் அப்போது. வீட்டிலுமே தனபாக்கியம் குறித்து அரசல் புரசலாகத் தெரிந்து அதற்கு ஆதரவாகத்தான் இருந்தனர். எப்படியோ அவன் தப்பித்துக் கரை சேர்ந்தால் போதும் என்கிற மனநிலை எல்லோருக்கும் இருந்தது.

தாத்தா வீட்டிற்கு வந்த போதுகூட அம்மா அதைச் சொன்னதாகத்தான் எனக்கு ஞாபகம். ஆனால் கல்யாணத்தை இவர்கள் எடுத்துச் செய்துவைக்க விரும்பவில்லை. "நாளபின்னைக்கு இந்தத் திருவாத்தான் எதாவது இழுத்துட்டு வந்து நிக்கறப்ப நாம ஜாமீன் குடுக்கணும். அதெல்லாம் நமக்கு கட்டுப்படியாகாது. காசு பணம் கொடுத்திடலாம். அவங்களே எடுத்து கல்யாணத்தை நடத்திக்கட்டும். விருப்பம் இருக்கறவங்க போய்ட்டு வாங்க. என்னால தெருவில அசிங்கப்பட முடியாது" எனத் தாத்தா உறுதியாகச் சொல்லிவிட்டார் என்று சொன்னார்கள்.

இந்தத் தகவலைக் கேள்விப்பட்டு, சுவர் முட்டி அடித்து விட்டு, வாசலில் இருந்த கதவில் வழக்கம் போல முட்டி அழுது கொண்டிருந்தானாம் அசோகன். அவன் ஏதோ சொல்ல வாயெடுத்திருக்கிறான். ஆனால் அந்தப் போதை அவனை வார்த்தைகள் இல்லாமல் சுவரை மட்டும் முட்டச் செய்திருக்கிறது. யாரும் அவன் அருகிலேயே போகவில்லையாம்.

இதைக்கூட வள்ளிக்கண்ணு பெரியம்மாதான் எங்கள் வீட்டிற்கு வந்தபோது சொன்னாள். “என்ன கெரகத்தைக் குடிச்சானோ? அந்த எடத்தை விட்டே நாலு மணி நேரமா நகரலை. அசோகன் போற போக்கே சரியில்லை. அந்தப் பிள்ளை தங்கமானவ” என்றாள்.

“அவனை எதக் கொண்டு அடிக்கணும்னு தெரியலை” என்றாள் அம்மா. எல்லோருமே அன்றைக்கு அவன் குடித்து விட்டு, பைத்தியக்காரனைப் போல நாள் முழுவதும் சுவரில் முட்டியதைத்தான் பேசிக் கொண்டிருந்தார்களே தவிர, அவன் எதற்காக அப்படிச் செய்தான் என்பதைப் பேசவேயில்லை. தான் கைவிடப்பட்டதற்காக அவன் கதறியது யாருக்கும் பொருட்டாகவே அமையவில்லை.

அசோகனை அவர்கள் இப்படித்தான் முக்கியமான நேரங்களில் எல்லாம் கைவிட்டிருக்கிறார்கள். இந்த விஷயம் தனபாக்கியம் வீட்டிற்குத் தெரிந்து, அவர்கள் பங்கிற்கு முறுக்கிக் கொண்டனர். “சொந்த வீட்லயே மரியாதை இல்லாதவனுக்கு நான் உக்கார வச்சு ஆக்கிக் கொட்டணுமா” என்றாளாம் தனபாக்கியத்தின் அம்மா.

மாமியாரின் சுடுசொல் அசோகனைக் கடுமையாகப் பாதித்து, அதைக் கேட்ட நிமிடத்தில், கோபத்தில் அவனுடைய உடல் நடுங்கியதாகச் சொன்னான். புல்லட்டின் கண்ணாடியை தடக்கெனப் பிடுங்கி அவள் முன்னால் எறிந்து விட்டு, வண்டியைக் கிளப்பிக் கொண்டு போயிருக்கிறான். அவளைப் போட்டு நாலு மொத்து மொத்தியிருந்தால்கூட பரவாயில்லை. அசோகன் திரும்பப் போய்ப் பெருங்குடியில் வீழ்ந்து, விட்ட இடத்திலிருந்து மறுபடியும் காற்றில் படபடக்கிற ஒரு சிலந்தியைப் போல மேலேறத் துடித்தான்.

கால்கள் பின்ன நடந்து போய், அந்தப் பிள்ளையின் அம்மாக்காரியை அவள் வீட்டு முன் நின்று திட்டிவிட்டு, அப்புறம் நேரே எங்கள் வீட்டுக்கு வந்து விடுவானாம். இந்தச் சமயத்தில் இழவு காரியமொன்றிற்காகத் தாத்தா வீட்டுக்குப்

போயிருந்த போது, பகல் முழுக்க அசோகனைக் காணவில்லை.

ஏழு மணிக்கே கதவை இழுத்துச் சாத்தி எல்லோரும் வீட்டுக்குள் ஒளிந்து கொண்டார்கள். எனக்கு அப்போது வயிற்றில் புழுத் தொல்லை இருந்ததால், ஆய் போகிற இடத்தில் ஆச்சி சாம்பலைத் திணித்தாள். உருண்டு பிரண்டு கால்களைத் தூக்கி ஆச்சியின் மேல் போட்டு புழுக்கடியால் அரற்றிக் கொண்டிருந்தேன்.

கழிவறையில் போய் அமர்ந்தால் நன்றாக இருக்கும் என்று தோன்றியது. ஆனால் வெளியே விட மறுத்து விட்டனர். பதினைந்து அடி உயரத்தில் இருந்த ஜன்னலில் யாரோ ஏறுவதைப் போலத் தெரிந்தது. தாடியில் அசோகன் முகத்தை இதற்கு முன் நான் பார்த்ததே இல்லை. ஜன்னல் கம்பியில் தொத்தி வெளியே இருக்கிற ஸ்லாபில் அமர்ந்து உள்ளே இருக்கிற எங்களை நோக்கி, “நான் உள்ளுக்குள்ள சக்ரவர்த்தி. ஆனா உண்மையில மெழுகுவர்த்தி. பெத்தெடுத்தவ யாரோ” எனப் பாடினான்.

தாத்தா திரும்பிக்கூடப் பார்க்காமல் நோட்டு புத்தகம் ஒன்றை மடியில் வைத்து எதையோ எழுதிக் கொண்டிருந்தார். ஒருகட்டத்திற்கு மேல் விளக்கணைத்து விட்டு எல்லோரும் படுக்கப் போய் விட்டனர். வெளியே தெருவிளக்கு வெளிச்சத்தில் ஜன்னலுக்கு கீழே இருக்கிற ஸ்லாபில் அசோகன் தனித்துவிடப்பட்ட குரங்கைப் போல அமர்ந்திருப்பதைப் பார்த்து, ஆச்சியிடம் சுட்டிக் காட்டி, “அசோகன் சாப்பிட்டிருப்பானா” என முணுமுணுத்தேன். “ஆச்சி நிறையக் காசு குடுத்திருக்கேன். பத்திரமா வச்சிருப்பான்” என்றாள். அன்றைக்கு படுக்கையிலேயே ஒண்ணுக்குப் போனபோது யாரும் ஒன்றும் சொல்லவில்லை.

விடிந்த பின் சிறைச்சாலையைத் திறந்து விட்டதும் ஓடிப் போய்ப் பார்த்தபோது அசோகனை அங்கே காணவில்லை. அடுத்த நாளே அம்மா எங்களது வீட்டுக்கு அழைத்து வந்து விட்ட பிறகும் எனக்கு அவனைப் பற்றிய நினைப்பாகவே

இருந்தது. நெல்லிக்காயைச் சப்பிப் பார்த்தும், எவ்வளவோ தண்ணீர் குடித்தும் விக்கல் நிற்கவில்லை.

பள்ளிக்கூடம் விட்டு வருகையில், வீட்டில் நிறைய செருப்புகள் கிடந்தன. ரோஸ் நிறத்தில் கிடந்த குட்டிப் பெண் செருப்பை எங்கோ பார்த்தது போலத் தெரிந்தது. வீட்டுக்குள் தனபாக்கியத்தின் அம்மாவும் அப்பாவும் உக்கார்ந்து அழுது கொண்டிருந்தார்கள். பின்னர் கண்களைத் துடைத்துவிட்டு, "எங்க பிள்ளைக்கு வேற எடத்தில பாத்துக்குறோம். உங்க பையனை கொஞ்சம் ஒதுங்கிக்க சொல்லுங்க. டெய்லி படியேறி வந்து இல்லாத அக்குருவமெல்லாம் பண்றாரு. வேலைக்குப் போகிற எடத்தில வந்து எடக்கு பண்றாரு. எங்க ஆட்களும் தூக்கிரலாமான்னு துடியாத்தான் இருக்காங்க. பிள்ளை காரியத்தில சுணக்கம் வந்திடக் கூடாதின்னு பாக்கறேன்" என்றார் அவளுடைய அப்பா.

வாசலில் நின்று எட்டிப் பார்த்துவிட்டு உள்ளே போனபோது, அழுக்குக் கூடையின் மேல் பட்டும் படாமல் காலை ஊன்றி உரசி நின்று தனபாக்கியம் அழுகையை அடக்கிக் கொண்டு, செயினில் தொங்கிய தாமரைப்பூ டாலரை எடுத்துக் கடித்தாள். வெளியே ஓடி கழிவறைக்குப் பக்கத்தில் இருக்கிற திண்ணையில் வந்தமர்ந்து அசோகனைப் பற்றி யோசித்தபோது கோபம் வந்தது. எதற்காக தனபாக்கியத்தை அழ வைக்கிறான் அவன்? கையில் கிடைத்தால் நெஞ்சில் குத்த வேண்டுமென நினைத்துக் கொண்டேன்.

"நல்லவர்தான். ஆனா குடிக்குக் கழுத்தைக் கொடுத்திட்டார். குடிச்சா மிருகமா ஆயிடறார். திருந்தி வந்திர மாட்டாரான்னுதான் காத்துக்கிட்டு இருக்கேன்" என என் பின்னால் நின்று பெரிய மனுஷனைப் போல என்னைக் கருதி, தனபாக்கியம் சொல்லிவிட்டு, ஒரு காகிதத்தில் முடிந்து வைத்திருந்த தேன் மிட்டாயை எடுத்து என் கையில் கொடுத்தாள். பின் என்னை இழுத்து வயிற்றோடு சேர்த்துக் கட்டிக்கொண்டாள். அவள் கட்டியிருந்த சேலையில் முகம் பொதித்துக் கொண்டபோது எலுமிச்சை வாடையை உணர்ந்தேன்.

பின்னால் தனபாக்கியத்தின் அப்பாவும் அம்மாவும் படியிறங்கிச் செருப்புகளை அணிகிற சத்தம் கேட்டதும், விலகி என் கன்னத்தைப் பிடித்துக் கிள்ளிவிட்டு அவர்களின் பின்னால் நடந்தாள். போகிற வரை அவள் முதுகையே வெறித்துப் பார்த்துக் கொண்டிருந்தேன்.

யார் சொல்லியும் எதையும் கேட்பதில்லை என்கிற முடிவிற்கு வந்து சேர்ந்திருந்தான் அசோகன். இங்கு வந்து போனது தெரிந்த பிறகு மேலும் வண்டை வண்டையாக வைதிருக்கிறான் அவர்களை. சைக்கிளில் போன அவளுடைய அப்பாவை புல்லட்டை கொண்டு இடிக்கப் போயிருக்கிறான். கிளம்பி வந்துவிடு என தனபாக்கியத்தை போதையில் இல்லாத சமயங்களில் கெஞ்சியும் கொண்டிருந்திருக்கிறான். அப்போதும் அவன் மீது நம்பிக்கை இழக்கவில்லை தனபாக்கியம். ஒருவாரம் தொடர்ச்சியாகக் குடிக்காமல் இருந்தால், கிளம்பி வருகிறேன் எனச் சொல்லியிருக்கிறாள்.

நண்பர்களிடம் எல்லாம் அசோகன் இதைச் சொல்லவும் செய்திருக்கிறான். “மாப்பிள்ளை இந்நேரம் இருந்தா தைரியமா இருந்திருக்கும்” என்று அவன் சொன்னதாக மாமா ஒருத்தர் பின்னாளில் சொன்னார். பல்லைக் கடித்து ஒரு வாரத்தைத் தாண்டி விட்டான். அந்தப் பிள்ளைக்குத் தகவல் சொன்னவர்களும் இதை உறுதிப்படுத்தினார்கள். தனபாக்கியமும் நடுச்சாலையில் தறிகெட்டு ஓடுகிற, கோவிலுக்கு நேர்ந்துவிட்ட கெடாவிற்கான பிடிகயிறு கிடைத்த திருப்தியில் அசோகனை நம்பிப் படியிறங்கினாள். இருக்கன்குடியில் வைத்துக் கல்யாணம் செய்து கொள்வதாக ஏற்பாடு.

அதன் படி தனபாக்கியம் அவளுக்குத் தெரிந்தவர்கள் சிலரோடு வந்து விடுவதாகச் சொல்லியிருக்கிறாள். அசோகன் நண்பர்களோடு அங்கே போய்ச் சேர்ந்து விட வேண்டும். திட்டத்தின்படி தனபாக்கியத்தோடு சென்றவர்கள் முன்னமே போய்க் காத்திருந்திருக்கின்றனர். அசோகன் ஆட்களோடு போய்ச் சேராததால், நேரில் போய் என்னவானது என

பார்க்கிறேன் எனக் கிளம்பிய அவளது தூரத்து உறவினர் ஒருத்தர் பேருந்து நிலையத்தில் இருந்து மீண்டும் கோவிலை நோக்கி ஓடி வந்திருக்கிறார்.

தனபாக்கியத்தோடு எல்லோரும் சேர்ந்து ஓடிப் பேருந்து நிலையத்தை அடைந்தபோது, அங்கே அசோகனைப் பேருந்தில் இருந்து இறக்கக்கூட முடியாமல் தூக்கிக் கொண்டு வெளியே வந்திருக்கின்றனர். சட்டையெல்லாம் வாந்திக் கறையோடு தரையில் பொத்தெனக் கிடத்தியிருக்கிறார்கள், ஒரு பிணத்தைப் போல. கல்யாணத்திற்காக தனபாக்கியம் கைக்காசு போட்டெடுத்துக் கொடுத்த சட்டையது.

அதைப் பார்த்து துளிகூட அழாத தனபாக்கியம், யாரிடமும் ஒருவார்த்தை பேசாமல் அடுத்து வந்த பேருந்தில் ஏறிப் போய் அமர்ந்து கொண்டாளாம். உடன் வந்தவர்களும் அதைப் புரிந்து கொண்டு, அவளுடன் பேச்சுக் கொடுக்காமல் திரும்பிப் பார்க்காமல் கிளம்பிப் போயினர். இருக்கன்குடி பேருந்து நிலையத்தில், அதிகாலை தனியாக விழித்த அசோகனுக்கு, முந்தைய இரவில் தனபாக்கியம் தூக்கிட்டு இறந்த விஷயம் அப்போது தெரியாது.

இந்த விஷயத்தை அசோகன் என்னிடம் சொன்னபோது, அவன் முகத்தில் கோபத்தில் துப்பியபோது, தலையைக் குனிந்துகொண்டே, "நீ ஒருத்தியாச்சும் தெரியாம வந்து எங்கூட நில்லுன்னு எங்கம்மாட்ட போயி நின்னேன். காச தந்தாளே தவிர, எனக்காக அவளும் படியிறங்கலை. வெறுப்பில குடிக்க ஆரம்பிச்சேன். அப்றம் என்ன நடந்திச்சுன்னு எனக்குத் தெரியலை" என்றான். அதற்கப்புறம் கொஞ்ச நாள் எலுமிச்சை வாடை வரும்போதெல்லாம் தனபாக்கியம் இனிப்பும் புளிப்புமாய் நினைவிற்கு வந்தாள். குலோப்ஜாமூனை போல அவள் சீக்கிரமே சர்க்கரைப் பாகில் கலந்து மறைந்தும் போனாள்.

அத்தியாயம் 6

தனபாக்கியத்தின் அப்பா தனது மகள் செத்த வீட்டில், "ஆம்பளைங்க நாய்க மாதிரி. அடிச்சித் திருத்தி பழக்கத்துக்கு ஆரம்பத்திலயே கொண்டு வந்திடணும். மீறி சாக்கடைக்கு போச்சுன்னா, கைவிட்டறணுமே தவிர, இடுப்பில தூக்கி சுமக்க கூடாது. இப்படி தன்னை மாய்ச்சுக்க கூடாது. ஆனா ஒண்ணு எழுதி வச்சுக்கோங்க. அவனோட அண்ணன்காரன் மாதிரி ரோட்டிலதான் சாவான்" என்று சொன்னாராம்.

கல்யாண வயதில் இன்னொரு பெண் பிள்ளை இருந்ததால், அந்தத் துயரத்தை அவர்கள் தரப்பு மறைக்கவே விரும்பியது. சொந்தக்காரர்கள் சிலர் சொன்னபோதுகூட, காவல் நிலையத்துக்குப் போகவில்லை. திடீர் சாவு என்பதைப் போல, அதிகாலையில் தூக்கில் தொங்கிய உடலை பொழுது சாய்வதற்குள் எரித்தும் முடித்தார்கள். தனபாக்கியம் சின்னக் குறிப்பைக்கூட எழுதி வைத்துப் போகாதளவிற்கு நெஞ்சழுத்தக்காரி.

சுடுகாட்டிற்குக் கொண்டு போவதற்கு முன் குளிப்பாட்டுகையில் அவளது மார்பில் அவனது பெயர் பச்சை குத்தப்பட்டிருந்ததைச்

சில பெண்கள் பார்த்திருக்கிறார்கள். கொத்து மஞ்சளை எடுத்து அப்பச்சையை மறைத்துப் பூசியிருக்கிறார்கள். சுற்றிப் பிடித்திருந்த சேலைப் படுதாவை மீறி அந்தச் செய்தி வெளியே போகவேயில்லை. எங்களது வீட்டுக் கதவை மட்டும் அச்செய்தி ரகசியமாய் வந்து தட்டிவிட்டும் போனது.

இருக்கன்குடியில் இருந்து திரும்புகையில், அவள் பேருந்தில் யாரோடும் ஒருவார்த்தைகூடப் பேசாததை எல்லோரும் சுட்டிக் காட்டியிருக்கிறார்கள். வீட்டிற்குப் போய்க் கதவைச் சாத்தும் போதுகூட யாருக்கும் சந்தேகம் வரவில்லையாம். அவளது சடங்கிற்கு அவளுடைய மாமா எடுத்துக் கொடுத்திருந்த ஊதா நிற நைலான் சேலையில் சுருக்கிட்டதால், நைந்து தொங்கிய அவளது எடையற்ற உடலை அதிகாலையில்தான் பார்த்திருக்கிறார்கள். காளியைப் போல நெஞ்சு வரைக்கும் நாக்கு வெளியே நீண்டு டாலர் செயினைத் தொட்டுக்கொண்டு தொங்கியதாம்.

அவள் இருக்கன்குடி சென்று திரும்பிய விவரங்கள் எல்லாம் அவள் வீட்டுக்குத் தெரியாது என்பதால் அது சார்ந்த வம்புகள் எதுவும் எழவில்லை. "இவன் கையால சாகறதுக்கு அவளே சுருக்குப் போட்டுக்கிட்டா. இருந்து சித்திரவதை படறதுக்கு ஒருவகையில இது நல்ல சாவுதான்." என்றார் தாத்தா பொறுப்பற்று. "நல்ல வேளை. வம்பு வழக்குன்னு அவுங்க குடும்பம் எறங்கலை" என்றார் அப்பா. சோழிகளைத் தங்களுக்குத் தோதாய் உருட்டி விசிறினர்.

தனபாக்கியம் குடும்பம் கடவுள் மேல் பாரத்தைப் போட்டு, அதன் போக்கில் இயங்கத் துவங்கியது. அசோகன் அதற்கப்புறம் எதற்குமே கட்டுப்படாமல் தறிகெட்டு அலையத் துவங்கினான். மனசாட்சியைத் தூக்கி தனபாக்கியம் எரிந்த சிதையில் போட்டு விட்டான்போல என்றுகூடத் தோன்றியதாக ஆச்சியே சொன்னாள்.

அதற்கடுத்து அவன் எல்லோரையும் பழி வாங்கும் முனைப்பிலேயே அலையத் துவங்கினான். அதில் அவனையுமே

விட்டு வைக்கவில்லை. மற்றவர்களைவிட தன்னைப் பழிவாங்குவதில்தான் அவனுக்கு அதீத ஆர்வம். ரசித்து ருசித்துச் செய்தான் அதை. போதை ஏறும் என்று சொன்னால் எதைக் கொடுத்தாலும் குடிக்கிற நிலைக்கு நகர்ந்தான். காசு தீர்ந்தால் ஆச்சியின் முன், ஈட்டிக்காரனைப் போல போய் நிற்பான். வியாபாரத்தில் நன்றாகப் பணம் வந்து கொண்டிருந்ததால், ஆச்சி பீரோவில் கைவைப்பதைத் தாத்தா கண்டுகொள்ளவும் இல்லை. அசோகனை வேறு எங்காவது இடம் மாற்றலாம் எனக் குடும்பமே கலந்து பேசியது. சந்தைப் பேட்டைக்குள் அசோகன் உருண்டு புரள்வதைத் தாத்தாவே பல நேரங்களில் மௌனமாய் நின்று வேடிக்கை பார்த்திருக்கிறார்.

வியாபாரிகள் சிலர், “அண்ணாச்சி பாத்துச் செஞ்சு விடுங்க. நம்ம தம்பிங்கறதால பொறுத்துப் போக வேண்டியிருக்கு. வேணுமின்னே நம்ம தட்டி போர்டையெல்லாம் எட்டி உதைக்கிறாரு. அர்ஜுனன் மாதிரி பாதுகாப்பா இருந்தாகூட சகிச்சுக்கலாம். இவரு புரோட்டா சுக்காவுக்காக ரௌடித்தனம் பண்றாரு” என்றனர். வேறு வழியில்லாமல் தாத்தாவே ஒரு சமாதானத்திற்கு இறங்கி வந்தார்.

“கம்பத்தில எனக்குத் தெரிஞ்ச பெட்ரோல்பங்கு ஓனர் இருக்காரு. இப்ப எம்.எல்.ஏக்கு நிக்கப் போறார். கூட மாட நிக்க பசங்க வேணும்னார். அரசியல் சங்காத்தம்ங்கறதால எப்டீயும் குடியும் கறியும் இருக்கும். பகல்ல மட்டும் குடிச்சிடாத. பேரைக் காப்பாத்தி விடு” என அசோகனை நோக்கிக் கையெடுத்துக் கும்பிட்டு அனுப்பி வைத்தார்.

சோக்கு காட்டுகிற வாய்ப்பென்பதால், அந்த வேலையை உடனடியாகவே ஒப்புக் கொண்டான் அசோகன். அந்த வேலையில் அவன் மகிழ்ச்சியாகவே இருந்ததாகச் சொன்னான். அவன் என்னோடு சேர்ந்து குடித்த போதெல்லாம் அந்த வேலையை எச்சில் ஒழுக வர்ணிப்பான். “அந்த கொஞ்ச நாள் தனபாக்கியம் ஞாபகம் வராம இருந்துச்சு மாப்பிள்ளை. எல்லார் மேல இருந்த வெறுப்பும் மட்டுப்பட்டிருந்துச்சு” என்றான். பெட்ரோல் பங்க் உரிமையாளர் வேதாச்சலத்திற்கு,

ஓங்குதாங்காக நின்று போலி பவ்யம் காட்டும் அசோகனைப் பார்த்தவுடனேயே பிடித்து விட்டது. "குடி மட்டும் கொஞ்சம் தூக்கலா இருக்குன்னு மூஞ்சி சொல்லுது. மத்தபடி ரௌடித்தனத்தை எல்லாம் மூட்டை கட்டி வச்சிட்டு ஒழுக்கமா இருக்கணும். குடிக்கும் கறிக்கும் குறைவில்லை இங்க. ஆனா நைட் நான் சொன்ன பெறகுதான் குடில கைவைக்கணும்" என்றிருக்கிறார்.

அசோகனுக்குப் பிடித்த மாதிரி புல்லட் ஒன்று கொடுத்திருக்கிறார்கள். வேதாச்சலம் ஜீப்பிற்கு முன்னால் வெள்ளை உடையில், எஸ்கார்ட் மாதிரிப் போக வேண்டும். அந்த நேரத்தில் வேதாசலத்திற்கு எம்.எல்.ஏவாக நிற்பதற்கு வாய்ப்பும் கிடைத்திருக்கிறது. தேர்தல் பிரசாரத்திற்கு காங்கிரஸில் பெரிய பொறுப்பில் இருக்கும் தலைவர், ஒருவாரம் வந்து தங்குவதாக வேதாசலத்திற்குத் தகவல் வந்ததும் கொண்டாடித் தீர்த்து விட்டார். அசோகனுமே அப்போது அதிகாரத்திற்குப் பக்கத்தில் இருந்ததால் ஆட்டம் போடாமல் அமைதியாக இருந்தான். ஆடினாலும் வாலை ஒட்ட நறுக்கி விடுவார்களே அங்கே? பொம்மை ரௌடிக்குத் தெரியாத விஷயமா அது?

அசோகனைத் தூக்கி பிரச்சாரத்திற்கு வரும் தலைவருக்கு முழுநேரப் பாதுகாப்பு கொடுக்கிற வேலையில் போட்டார்கள். சுற்றி இருக்கிற கூட்டத்தை மிரட்டி உருட்டி வேலை வாங்குகிற அசோகனின் சாமர்த்தியம் அங்குள்ளவர்களுக்குப் பிடித்தும் விட்டது. அவனது இன்னொரு முகத்தை அவர்கள் யாரும் பார்த்ததேயில்லையே? பிரச்சாரத்திற்கு வந்த அந்தத் தலைவருக்கும் அசோகனின் வாயால் வடை சுடும் வித்தை பிடித்து விட்டது. "நைட் தண்ணியடிக்கையில, எங்கூட மெட்ராஸுக்கு வந்திடறியான்னு பலதடவை கேட்டிருக்கார்" என்பான் அசோகன். அசோகன் பெருந்தீனிக்காரன் என்பதால், வந்த தலைவரை அசைவத்தில் குளிப்பாட்டினான். அவர் இருந்த ஒரு வாரத்திற்குள், வைகை ஆற்றில் நீந்திக் கொண்டிருந்த அத்தனையையும் சமைத்துப் போடச் சொல்லித் தானும் மூழ்கிக் குளித்தான்.

“கண்மாய் கெளுத்திய எல்லாம் அவரு சாப்பிட்டிருக்கவே மாட்டார் மாப்பிள்ளை. அந்த மீனுக்கு எண்ணை விடக்கூடாது பாத்துக்க. குழம்பு கொதிக்கறப்ப அந்த மீன்ல இருக்க கொழுப்பு அதுவாவே உருகும். சாப்பிட்ட பெறகுகூட கைல எண்ணை ஒட்டும். கெளுத்தில கம்மாய் வாடை இருக்கணும் மாப்பிள்ளை. விராலுல்லாம் என்ன சைஸுங்கற. சும்மா மலைப்பாம்பு கணக்கா ஓங்குதாங்கா கெடக்கு. துண்டு துண்டா வெட்டி எடுத்து வளையல் போட்டுக்கலாம். விரால் மண்டையத் தின்னுட்டு ஆகா ஓஹான்னார். அயிரைய எப்டீ சமைக்கணும்னு மொத நாள் சொன்னேன். பால்ல அயிரையைப் போட்டா பாலைக் குடிச்சிட்டு மண்ணைக் கக்கிடும். அப்புறம் தூக்கி உப்புப் போட்டு அலசி குழம்பில போட்ட பெறகும் துள்ளும்ணு சொன்னத அவர் நம்பவே இல்லை. கொண்டு போயி குடுத்தப்ப, “இந்தப் பொடி சனியந்தான் அத்தனை சேட்டை பண்ணுச்சா” அப்படீன்னு கேட்டார். ரெம்ப முள்ளு இருந்ததால ஜிலேபி கெண்டை மட்டும் அவருக்கு செட்டாகல. எட்டூருக்கு மணக்கிற ஜிலேபியோட அருமை அவருக்குத் தெரியலை. எவ்ளோணாலும் சாப்பிட்டுக்க, ஆனா என் முன்னால மட்டும் குடிக்காதன்னார். குடிக்காட்டி நமக்கு எப்டீ சாப்பாடு எறங்கும். எடுத்து வச்சி தனியா உக்காந்து சாப்பிட்டுக்குவேன்” என எப்போதும் ஒருவரியைக்கூட மாற்றாமல் விலாவரியாக விவரிப்பான் அசோகன். சோறு விஷயத்தில் மட்டும் அசோகன் என்றைக்கும் பொய்யுரைக்க மாட்டான்.

கம்பம் மெட்டிற்கு பிரச்சாரம் செய்யத் திட்டமிட்டு, மலை என்பதால், நன்றாக ஓட்டத் தெரிந்த அசோகனை ஜீப் ஓட்டச் சொன்னார்கள். இரவு திரும்பி விடுவதாகத் திட்டம். "மொத நாள் நைட்டே பெரியவரு, அவரோட சென்னைக்கு கிளம்பி வரச் சொன்னாரு. எங்க பெரியவர்ட்டயும், இந்தத் தம்பிய எனக்கு உதவியா கூட்டு போயிக்கிறேண்ணார். எங்க ஆளு முடியும் முடியலைண்ணு சொல்லாம அமைதியா இருந்தாரு" என்றான் அசோகன்.

கம்பம் மெட்டில் பகல் முழுக்க சுற்றியிருக்கிறார்கள். மதியம் சாப்பிட்டு ஓய்வெடுக்க கட்சிக்கார, வசதியான வீடொன்றிற்குப் போயிருக்கிறார்கள். ஏலக்காய் தோப்பொன்றினுள் ஒரு முழு ஆட்டை உரித்துச் சமைத்துக் கொண்டிருந்திருக்கிறார்கள். அசோகனுக்கு நமநமத்து விட்டது மனம். ஜீப்பை சல்லடை போட்டு துழாவியதில், வெளிநாட்டு மது பாட்டில் ஒன்று ப்ளாஸ்டிக் கவரில் சுற்றப்பட்டு கால்வைக்கிற இடத்திற்குக் கீழே கிடந்திருக்கிறது. "கொஞ்சத்தை குடிச்சிட்டு மறுபடி கொஞ்சம் தண்ணி ஊத்தி வச்சிரலாம்னு மூடியைத் தெறந்தா அது குண்டு சோடா மாதிரி மூடியிருக்கறது மாப்பிள்ளை. கவுத்திப் பார்த்தா ஒரு சொட்டு சரக்கு வெளியே வரலை. நிதானத்தை தொலைச்சிட்டேன் அப்ப. அந்த பாட்டிலை காட்டுக்குள்ள தூக்கிட்டுப் போயி அதோட தலைப்பாகத்தை ஒடைச்சேன். ஒடைஞ்ச சில்லுகள சட்டையில தொடச்சிட்டு அப்படியே வாயில கொஞ்சத்தைக் கவுத்தேன். தேவாமிர்தம் மாப்பிள்ளை. நெஞ்சே குளிர்ச்சியா இருந்துச்சு. பாரின் சரக்குன்னா அதுக்கு ஒரு மரியாதை இருக்குல்ல. அப்புறம் என்ன நடந்திச்சுன்னு சத்தியமா நான் உணரலை மாப்பிள்ளை. மறுநாள் குளிரடிக்கின்னு எந்திச்சு பாக்கையில ஒரு கோழிக்கடை திண்டில தூங்கிட்டு இருந்தேன். அந்தக் கடை ஓனர்தான் மிச்ச வெவரத்தை வெளக்கமா சொன்னான்" என்று சொல்லிவிட்டு, நான் பொடணியில் அடிப்பேன் எனப் பயந்து தலையைப் பின்னுக்கு இழுத்தான்.

அசோகன் தர்மசக்கரம் தன்னைத் தானே சுழற்றிக் கொள்வதைப் போல, போதையில் அந்தப் பகுதி முழுக்க உருண்டிருக்கிறான். விருந்தில் வேதாசலம் அமர்ந்த நாற்காலிக்குப் பக்கத்தில் அமர்ந்து கால்மேல் கால் போட்டிருக்கிறான். வந்த இடத்தில் அடித்துக் காயப்படுத்தி விடக்கூடாது என்பதற்காகத் தூக்கி வெளியே போட்டவர்களின் சட்டையைக் கிழிக்க முயன்றிருக்கிறான்.

"எங்கண்ணனுக்கு அப்புறம் காக்கா தோப்புக்கே நாந்தாண்டா ராஜா. உங்க எச்சி எலையில நான் சாப்பிடணுமா" எனக் கர்ஜித்து மண்ணில் தலைகுப்புற விழுந்திருக்கிறான்.

அசோகனுக்குச் சோறே போடாமல், கோழிக்கறிக் கடை வாசலில் தூக்கிப் போட்டு விட்டனர். சட்டையெல்லாம் கோழிப் பீயோடு அமர்ந்திருந்த அசோகனுக்கு ஐம்பது ரூபாய் கொடுத்து கீழே போவதற்கு பேருந்து ஏற்றி, அக்கம் பக்கம் இருந்தவர்கள் அனுப்பி விட்டிருக்கின்றனர்.

“நிலைதடுமாறி தலைதாழ்ந்திட்டா தெருத் தெருவா இப்படி கையேந்துற நிலை வந்திடும்ணு அந்தக் கோழிக்கடைக்காரன் எண்ட்ட அப்பவே சொன்னான்” என்றான் அசோகன். திரும்பவும் வேதாசலத்தைப் போய்ப் பார்க்க வெட்கப்பட்டுக் கொண்டு அசோகன் அந்த மலையடிவாரத்தில், எங்கே போவதெனத் தெரியாமல் நின்றிருக்கிறான். வீட்டிற்கும் திரும்பப் போக முடியாத இக்கட்டிலும் சிக்கிக் கொண்டான்.

பட்டிவீரன் பட்டி என்கிற போர்டைப் பார்த்ததும் அவனுக்கு அங்கே மரம் வெட்டுகிற வேலையில் இருக்கும் அப்பிபட்டி தாத்தாவின் மகன்கள் குறித்த ஞாபகம் வந்திருக்கிறது. எனக்கும் அவர்கள் மாமா முறைதான். ஒரேமாதிரி இருக்கிற ரெட்டைப் பிள்ளைகளான அவர்களிருவரும் ஒரே இடத்தில்தான் வேலை செய்தார்கள். ராமர் காதல் திருமணம் செய்து மனைவியோடு மலையில் இருந்தார். அவர்களோடிருந்த லட்சுமணனுக்குப் பெண் தேடிக் கொண்டிருந்தார்கள். கயத்தாறுக்கு குலசாமி கோவில் பொங்கலுக்குப் போகையில் மட்டும் அவர்களைப் பார்ப்பேன்.

மேகமலைக்குப் போகிற வழியில் இருக்கும் சின்னமனூரில் இருக்கிற பூர்வீக வீட்டில் அசோகனுக்கும் பாத்தியதை இருந்தது. தாத்தா வேண்டாமென்று விட்ட சொத்து அது. நான் பிறந்த வருடத்தில் மேகமலையில் விமானம் ஒன்று விழுந்ததாம். ராமரை அழைத்துக்கொண்டு அசோகன் மலைமேல் ஏறி, உடைந்து கிடக்கிற விமானத் துண்டுகளுக்குள் சிதறிக் கிடக்கிற மனித உடல்களின் பைகளில் பணம் இருக்கிறதா என்று தேடியதாக என்னிடம் சொல்லியிருக்கிறான்.

அந்த மலையில் இப்போது ஏலக்காய்த் தோப்பு துரவென

வாழ்பவர்கள், அந்த விமான விபத்தில் இறந்தவர்களின் கழுத்தில் காதில் கிடந்தவற்றைக் கழற்றியவர்கள்தான் என அசோகன் என்னிடம் சொன்னான். அசோகனுக்கும் ராமருக்கும் நாலணா காசுகூடக் கிடைக்கவில்லை. “போனப்ப எல்லாத்தையும் ஊர்க்காரங்க ஒண்ணா சேந்து தொடச்சு வச்சிருந்தாங்க. வெளியூர்காரனுக்கு ஒத்த பைசா கெடைச்சிடக்கூடாதுன்னு ஊரே ஒண்ணுகூடி நின்னாங்க. போலீஸ் வந்தப்ப, ப்ளைன்ல வந்தவங்கல்லாம் கழுத்திலயும் காதிலயும் மூளியா இருக்கற பஞ்ச பராரிங்கன்னு சாதிச்சிட்டாங்க. நம்பற மாதிரியா இருக்கு? வந்த போலீஸுக்கு நொச்சி கள்ளும் காட்டுக் கோழியும் சமைச்சுப் போட்டு அனுப்புனாங்க. வந்ததுக்கு என்ன பண்ணன்னு நாங்களும் உக்காந்து சாப்பிட்டுட்டு மலையிறங்கிட்டோம்” என்றான் பெருமூச்சு வாங்கியபடி.

பட்டி வீரன் பட்டிக்குப் போய் ராமருடன் ஓட்டிக் கொள்ளலாம் என முடிவெடுத்த அசோகன், அங்கே மலையில் மரம் வெட்டிப் பிழைப்பவர்களை அதட்டி உருட்டிக் காலத்தை ஓட்டலாமென மலையேறினான். உயர்ந்து நின்ற அப்பாவி மலையொன்று விடாது கருப்பை வாவாவென அழைத்தது.

அத்தியாயம் 7

மஞ்சள் பைகூட இல்லாமல் போய் நின்ற அசோகனைப் பார்த்ததும் அதிர்ச்சிக்குப் பதில் ஆச்சரியமே அடைந்திருக்கிறார் ராமர் மாமா. செருப்புகூட இல்லாமல் வந்து நின்ற அசோகனைப் பார்த்ததும் ராமருக்குக் கண்கள் கலங்கி விட்டன. எப்பேர்பட்ட ஆள் பெரியப்பா, அவர் பிள்ளையா இது என்கிற கலக்கமே அவருக்குள் முதலில் வந்ததாக சொந்தக்காரர்களிடம் சொல்லியிருக்கிறார். அசோகன் சில நேரங்களில் நவரசக் காட்சிகளில், உலகில் இருக்கிற அத்தனை நடிகர்களையும் மிஞ்சி விடுவான் என்பதை அறியாத பாவப்பட்ட ஜனங்கள் அவர்கள்.

"தம்பி ராமர் கண்ணுக்குள்ளேயே நின்னான். இருக்கறது ஒரு வாழ்க்கை. ஒரு எட்டுக் கிளம்பி வந்து பாக்கணும்னு தோணுச்சு. கொஞ்சம் அசந்தாப்பில பஸ்ல தூங்கிட்டேன். வச்சிருந்த காச அடிச்சிட்டாங்க" என்ற அசோகன் சகஜமாக வீட்டிற்குள் நுழைந்திருக்கிறான். வெள்ளந்தியான ராமர் மாமா, அசோகனை வாரியணைத்து தன் மனைவியிடம் காட்டி, "விண்கலத்தில இருக்கற நட்டு போல்ட்டகூட அண்ணன் கழட்டி மாட்டிருவாரு. தரமான மெக்கானிக்" என்றிருக்கிறார்.

ராமருடைய பொண்டாட்டி சரியாக நிமிர்ந்து பார்க்காததால் அசோகனின் கோலம் உறைக்கவில்லை. சட்டென வீட்டிற்குப் பின்புறம் போய்க் கொடியில் காய்ந்து கொண்டிருந்த சட்டையொன்றை உரிமையாக எடுத்துப் போட்டுக் கொண்டான். இதைப் பார்த்தவுடன் ராமர் பூரிப்படைந்து, “இன்னமும் யதார்த்தமா இருக்கியேண்ணே” என்றாராம். அன்றைக்கு ராமரின் வீட்டில் நாட்டுக்கோழி அடித்தார்கள். இரண்டு பேரையும் போய்க் குடித்துவிட்டு வரச் சொல்லி ராமரின் பொண்டாட்டியே காசு கொடுத்து அனுப்பியிருக்கிறாள். லட்சுமணன் குடிப்பதில்லை என்பதால் உடன் போக மறுத்து விட்டான்.

மலைக்கிராமத்திற்கே உரிய அமைதியில் லயித்திருந்தனர் ஊர்க்காரர்கள். ரொம்ப தூரம் தள்ளியிருந்த டீக் கடையில் கம்பளி போர்த்தி பீடி குடித்தபடி அமர்ந்திருந்தவர்கள், அசோகனை யாரது புதிய ஆள் என்பதைப் போல ஏறிட்டுப் பார்த்திருக்கிறார்கள். ஊர் தாண்டி தென்னந்தோப்புகளின் வழியாக ஓடைக் கரையோரத்துக்கு நடந்து போனபோது, அரச மரம் ஒன்றின் அடியில் கூட்டம் தெரிந்திருக்கிறது. மண்ணெண்ணை கேனில் அடைத்து சாராயம் விற்றுக் கொண்டிருந்தார்கள். பணம் இருக்கிறதா, இல்லயா என்கிற யோசனையே இல்லாமல் ஓடிப்போய் ஊத்து எனக் கைநீட்டியிருக்கிறான் அசோகன்.

ராமர் அதைத் தவறாக எடுத்துக் கொள்ளாமல், சிரித்துக் கொண்டே சட்டைப் பையில் கையை விட்டிருக்கிறார். ராமர் மாமாவும் லட்சுமணனும் இப்படித்தான், எங்கே பார்த்தாலும் பாக்கெட்டில் கையை விட்டு, “ஏதாச்சும் வேணுமால” என்பார்கள். நாடார் சரஸ்வதி பள்ளியில், படித்துக் கொண்டிருந்த போது பள்ளிக்கூட வாசலில் நின்று கொண்டிருந்தேன். தூரத்தில் “மாப்பிள்ளை” எனக் குரல் கேட்டதும் உற்றுப் பார்த்தால், ராமர் மாமா. அவருக்குப் பின்னே நடந்து வந்த லட்சுமணன் சிரித்தார்.

என்னை நோக்கி ஓட்டமும் நடையுமாய் வந்த ராமர் மாமா, ஓடி வந்து பையைத் துழாவிக் காசை எடுத்து என் கையில் கொடுக்கப் போவதற்கு முன் யோசித்தார். கையைப் பின்னுக்கு இழுத்து, பக்கத்தில் உள்ள தீனிக் கடைக்கு ஓடினார். சீனிச்சேவு பொட்டலமொன்றை என் கையில் திணித்துவிட்டு, "அக்காவ கேட்டதா சொல்லு. பஸ்ஸு புறப்பட்டிருச்சு" எனச் சொல்லிவிட்டு அவ்வழியே கடந்து ஓடின பேருந்தில் தவ்வி ஏறினார். பின்னாலேயே ஓடிப்போய் ஏறின லட்சுமணன் மாமா சாலைமுக்கு திரும்புகிற வரை பேருந்தின் படியில் நின்றபடி என்னைப் பார்த்துக்கொண்டே போனார்.

அசோகனைவிட வயதில் மிகச் சிறியவர்களான, இரட்டைப் பிள்ளைகளான அவர்களிருவரும் அதிர்ந்து பேசி யாரும் பார்த்ததேயில்லை. கோவில் கொடைகளுக்கு வருகிற அவர்கள், சண்டை சச்சரவுகளில் இருந்து ஒதுங்கியே இருப்பார்கள். உதட்டைப் பிரிக்காமல் எல்லோரையும் நோக்கிச் சிரித்துக் கொண்டே திரிவார்கள். "படுக்கைக்கும் ஒத்த பொண்டாட்டிதான் கேட்பாங்க போல" என மச்சினன்மார்கள் கிண்டலடிப்பார்கள்.

லட்சுமணனுக்கு அசோகனின் வருகை பிடிக்கவில்லை போல. அதனால்தான் எப்போதும் ஒட்டிக் கொண்டு திரியும் அவர் அன்றைக்கு வீட்டிலேயே இருந்திருக்கிறார். வீடு என்றால் என்ன பெரிய வீடு? சமையலறையை ஒட்டினாற் போல இன்னொரு கூடு. தோதுக்குத் தகுந்த மாதிரி, பக்கத்தில் இருக்கிற அரசாங்கப் பள்ளிக்கூடத்தில் படுத்துக் கொள்வார்கள்.

"லட்சுமணா போர்வை தலகாணி எடுத்து வச்சிருக்கேன். ஸ்கூலுக்கு போயிடு" என்றால், புரிந்து கொள்ள வேண்டும். அடைமழை பெய்கிற காலங்களில் மூவரும் ஒரே வீட்டில் படுத்துக் கொள்வார்கள். மரம் வெட்டத் தனியாக வேற்றூர்களுக்குப் போகையில் வீட்டில் என்ன நடக்கும் என்பதை அதுவரை ராமர் யோசித்ததே இல்லை.

சாராயக் கடையில் எடுத்த எடுப்பிலேயே அசோகன் அதற்கான

தூபத்தை ஏற்றியிருக்கிறான். "நாலும் பாத்த அண்ணன் சொல்றேண்டா. சூதானமா இருந்துக்கோ" என்றிருக்கிறான். யோசனையோடு வாயைத் துடைத்துக் கொண்ட ராமர் அப்போது அதைப் பெரிதாக எடுத்துக் கொள்ளவில்லை. அசோகன் கொஞ்சம் சலம்பத்தான் செய்திருக்கிறான் என்றாலும் வழக்கம் போல தலைகுப்புற விழவில்லை.

இருவரும் வீட்டுக்குப் போகையில், ராமர் பொண்டாட்டியும் லட்சுமணனும் வெளிச்சத்தை நோக்கிப் பூச்சி படையெடுக்கிறது என்று சொல்லிக் கதவை அடைத்துக் கொண்டு, உள்ளே உட்கார்ந்து பேசிக் கொண்டிருந்திருக்கின்றனர். "என்னல வீட்டுக்குள்ள முட்டை கிட்டைய அடை காக்குறீயா" என கதவைத் திறந்ததும் ராமர் கேட்டவுடன் லட்சுமணனின் முகம் சுண்டி விட்டது. பொண்டாட்டிக்காரியுமே அசோகனை ஏறிட்டுப் பார்த்திருக்கிறாள்.

அசோகன் அடுத்த மூன்று மாதங்கள் எந்த வேலைக்கும் போகாமால் அங்கேயே இருந்தான். சென்னையில் தனக்குத் தெரிந்த அரசியல்வாதி ஒருத்தரிடம் சொல்லி, காரியங்கள் முடித்துத் தருவதாக எல்லோரிடமும் கதையளந்தான். அவனுக்குத்தான் மத்திய அமைச்சராக இருக்கும் அவரை நன்றாகத் தெரியுமே? அவன் கையால் சாப்பிட்டவர்தானே அவர்? "பூரா பயலும் வாயைப் பிளந்து கேட்டுக்கிட்டு இருந்தப்ப, எனக்கே என்னை நெனைச்சா அப்ப பெருமையா இருந்துச்சு மாப்பிள்ளை" என்றான் அசோகன்.

ஆழமாகப் பதிந்து போன, அதிகார போதைக்குப் பக்கத்தில் இருந்த கதையல்லவா அது? அவனை பெரிய மனுஷனாகப் பார்க்கும் மலைகிராமத்து ஆட்களிடம், கொஞ்சம் பதவிசாகவே நடந்து கொண்டான். "நம்மளையும் ஒரு ஆளா நெனைச்சதே பூரிப்பா இருந்துச்சு" என்றான்.

எப்போதும் சாராய வாடையுடன் யாரிடமாவது கதையளந்தபடி அலைவான் அசோகன். போதாக்குறைக்குத் தட்டுப்பாடில்லாமல், அவனுக்கு குடி வாங்கிக் கொடுக்க

ஆட்கள் இருந்தபடியே இருந்தார்கள் என்கிற வகையில் ராமருக்கும் பிரச்சினையில்லை. ஊரில் எல்லோரும் பெரிய ஆள் என்று அண்ணனைச் சொல்கிறார்கள் என அவன் புளகாங்கிதமும் அடைந்திருந்தானாம்.

அதற்கு முன் அவர்களை அந்த ஊரில் யாரும் அவ்வளவாக மதித்ததில்லை. அசோகன் போன பிறகு, அவர்கள் வீட்டிற்கும் ஆட்கள் தேடி வரத் துவங்கினர். அசோகனுக்காக ஒருத்தர், தனது வீட்டின் ஒரு அறையை ஒதுக்க முன் வந்தார். ஆனால் அசோகன் காற்றோட்டமாக லட்சுமணனுடன் பள்ளிக்கூடத்திலேயே படுத்துக் கொள்வதாகச் சொல்லி விட்டானாம்.

இரவுகளில் லட்சுமணன், அசோகனுடன் ஒருவார்த்தைகூடப் பேசுவதில்லை. அசோகன் பேச்சுக் கொடுத்தாலும் தூங்கின மாதிரி நடிப்பாராம் லட்சுமணன். “அண்ணே நீ அரசியல் வேலை முடிச்சுத் தர்ற அழகெல்லாம் எனக்கு நல்லா தெரியும். தீனியோட முடிச்சுக்கோ. காச ஆட்டையப் போட்டு எங்க சங்க அறுத்திராத” என ஆரம்பத்திலேயே அசோகனிடம் சொல்லி விட்டார் லட்சுமணன். இப்படி முகத்திற்கு நேராகப் பேசிய வகையில் அசோகனுக்கு அவன் மீது அளவுகடந்த ஆத்திரமும் உருவாகி விட்டது.

லட்சுமணன் மாமா எப்போதும் இப்படித்தான். அமைதியாக இருந்தாலும், எதையும் வெட்டு ஒண்ணு துண்டு ரெண்டெனப் பேசி விடுவார். கேட்டதும் அசோகனுக்குத்தான் முகம் கறுத்து விட்டது. அவன் வீட்டு வாசலில் கையேந்தி நின்ற சின்னப் பையனின் பேச்சது. தன்நிலை தாழ்ந்தது குறித்து அசோகன் அந்த நேரத்தில் யோசித்துப் பார்த்திருக்கிறான். அதற்கடுத்து அவன் லட்சுமணனைக் குறி வைத்து சொற்களைச் சோழிகளாக்கி உருட்டத் துவங்கினான். இடையில் ராமரோடு தேனிக்கு இரண்டு நாள் வந்திருக்கிறான் அசோகன்.

அசோகனின் நண்பர்களிடம் அழைத்துப் போயிருக்கிறான். இருவருக்கும் தலைகுப்புற விழுகிற அளவிற்குக் கவனிப்பு

நடந்திருக்கிறது. பட்டி வீரன் பட்டிக்குத் திரும்பும் போது ராமர் முழுவதும் அசோகன் வசப்பட்டு விட்டார். தனியாக மரம் வெட்டுகிற லைசென்ஸை அரசியல் தலைவரிடம் கேட்டு வாங்கி தொழில் நடத்தலாம் என இருவரும் திட்டம் போட்டார்கள். கூடவே லட்சுமணனின் போக்கு குறித்து ஒருகண் வைப்பதாகவும் ராமர் அசோகனுக்கு வாக்குறுதி தந்திருந்தார்.

ஊருக்குப் போன பிறகு ராமரின் கண்கள் லட்சுமணனை வேற்றாள் மாதிரியாகப் பார்க்கத் துவங்கின. ஒட்டிப் பிறந்த கண்களில், நிலவின் கறையைப் போலப் புரை விழுந்தது. “நான் நெஜமாவே சும்மா அவன்கூடயே டேரா போடறதுக்கு சொன்னேன் மாப்பிள்ளை. ஆனா அவன் லட்சுமணனை உண்மையிலயே வேற மாதிரியா பாக்க ஆரம்பிச்சிட்டான்” என்றான் அசோகன். இதுதான் என்றில்லை, ஒரு ராஜநாகத்தைப் போலத் தன்னை விரித்துக் காட்டுகிற விஷயத்தில் எதையுமே அசோகன் என்னிடமிருந்து மறைத்ததில்லை.

ராமர் வீட்டுக்குள்ளேயும் வெளியேயும் குத்தல் பேச்சுகளைத் குருவிகளுக்குப் போடுகிற குருணை அரிசியைப் போலத் தூவி விட்டுக் கொண்டிருந்த போது, பல்லைக் கடித்துக்கொண்டு கடந்தார் லட்சுமணன். ராமரின் பொண்டாட்டிக்காரிக்கும் இது அசோகனின் வேலை என்றும் தெரிந்துவிட்டது. ராமர் கசப்பான வேம்பிலிருந்து வடியும் பிசினைப் போல அசோகனுடன் ஒட்டியிருந்தார். அண்ணன் தம்பிக்குள் முற்றிலும் பேச்சுவார்த்தை நின்று விட்டது. “நானே கவனிச்சேன். வர்ற போற நேரத்தை கரெக்டா கவனிச்சு வீட்டுக்குள்ள போயிட்டு வர்றான்” என ராமர் அசோகனிடம் ஒருநாள் சொன்னாராம்.

குளிரான மலை விஷக் காற்று அடித்த காலத்தில், லட்சுமணனுக்கு கடுமையான காய்ச்சல் வந்திருக்கிறது. கதகதப்பாய் இருக்கட்டும் என்று சொல்லி வீட்டிற்குள் போய்ப் படுத்துக் கொண்டார் லட்சுமணன். அசோகன் மட்டும் தனியாகப் படுத்திருந்த போது,

தொழிலுக்குப் போய்விட்டு டார்ச் விளக்கை அடித்தபடி தள்ளாடி நடந்து வந்திருக்கிறார் ராமர் மாமா. “இல்லைண்ணே நீ சொன்னது சரிதான். பின்னாடி இருந்து கையைப் பிடிச்சு இழுத்திட்டு, நான் பார்த்தத கவனிச்சிட்டு, அய்யய்யோ அவர்னு நெனைச்சேங்குறா ஒருநா. கூடப் படுத்தவளுக்கு தெரியாதா” என்று மட்டும் சொல்லியிருக்கிறார். பதிலுக்கு அசோகன், “அரண்டவனுக்கு இருண்டதெல்லாம் பேய். மனசப் போட்டு ஒலட்டிக்காத. பேசாம தூங்கு. எதையும் பேசித் தீத்துக்கலாம்” என்றானாம்.

எதையும் பேசித் தீர்த்துக் கொள்ளலாம் என லட்சுமணனை அழைத்துக் கொண்டு காட்டுக்குள் போயிருக்கிறார் ராமர் மாமா. தலை சிதறி லட்சுமணன் செத்துக் கிடந்த செய்தியை ஊருக்குள் வந்து ஆட்கள் சொன்னபோது, ஊர் முனை பேருந்து நிறுத்தத்திற்கு அருகில்தான் அசோகன் நின்று கொண்டிருந்தான். எதுவோ நடந்து விட்டது என்பதைக் கணித்த அசோகன் நின்ற பேருந்தில் ஏறி உடனடியாகக் கிளம்பி விட்டான். என்ன நடந்தது என அந்த இழவிற்கு வந்தவர்கள் பேசிக் கொண்டார்கள். அண்ணன் தம்பிக்கு இடையில் நடந்த கடுமையான வாக்குவாதத்தின் போது, ராமர் கோடாலியால் லட்சுமணனின் தலையை ஒரு வாகை மரத்தைப் போல வெட்டிப் பிளந்து விட்டதாகச் சொன்னார்கள். தரையில் அமர்ந்து ரத்தம் தோய்ந்த உடலை எடுத்து மடியில் போட்டுக் கொண்டு கதறி அழுதாராம் ராமர் மாமா.

வீட்டுப் பத்திரத்தை வைத்து வட்டிக்கு வாங்கி, வழக்குப் போடாமல் பார்த்துக் கொண்டார்கள். ராமரின் பொண்டாட்டியை, இனிமேல் இவனோடு வாழமுடியாதெனச் சொல்லி, அவள் வீட்டில் இருந்து வந்து அழைத்துக்கொண்டு போயினர். “எம்மவன் மாதிரி இருந்தவனோட ரெத்தம் சிந்தின பூமியில, என் கையால கஞ்சி குடிச்சு ஒடம்பு வளர்த்தவனும் புழு பூச்சியை விட கேவலமா கெடந்து சீக்கிரமே சாவான் பாருங்க” என மண்ணை வாறித் தூற்றிவிட்டுக் கிளம்பிப் போனாளாம். ராமர் மாமா அதுகுறித்து வாயையே திறக்காததால், இந்தக்

கொலைக்குப் பின்னால் அசோகனின் கையிருக்கிறது என்பதை அப்பிப்பட்டியில் இருக்கிற பெரியவர்கள் இதைக் கொண்டு யூகித்துக் கொண்டார்கள்.

அந்தச் செய்தி எங்களது குடும்பத்தின் காதுகளையும் வந்தடைந்தது. கேதம் கேட்க அம்மா அங்கே போனபோது நானும் போயிருந்தேன். வெள்ளைச்சாமி தாத்தாவின் ரெண்டாவது சம்சாரம் சின்ன வயசான மணிமேகலை ஆச்சி அம்மாவைக் கட்டிப் பிடித்துக் கொண்டு அழுதாள். "அசோகன் செஞ்சு வச்சிருக்க வேலையைப் பார்த்தியா. மனசில கள்ளம் இல்லாட்டி வந்து எழவில நின்னுருக்கணும்ல" என்றாள் இடையில். அம்மா மார்பில் அடித்து அழுதபடி அசோகனைத் தூற்றத் துவங்கினாள்.

அங்கிருந்து தப்பித்து அப்பிப்பட்டி பெரிய வீட்டைச் சுற்ற ஆரம்பித்தேன். திண்ணையில் தவ்வி அமர்ந்து, லட்சுமணன் மாமா குறித்து யோசித்தேன். "அவன் சங்காத்தம் மட்டும் வச்சீன்னு வை. தூங்கறப்ப கல்லத் தூக்கி தலையில போட்டுட்டு, இருக்கறத சுருட்டிட்டு ஓடிடுவான்" என்றாள் அம்மா பேருந்தில் திரும்பி வருகையில். இந்தக் கொலை சம்பந்தமாக அசோகன் என்ன சொல்வான் என நீண்ட காலமாக யோசித்துக் கொண்டிருந்தேன்.

அப்பிப்பட்டி வீட்டுத் திண்ணையில் என்னை அமர வைத்து எனக்கு லட்சுமணன் மாமா கருப்பட்டி பனியாரம் ஊட்டிய காட்சி பேருந்து சன்னலோரத்தின் வழியாக நினைவிற்கு வந்தது. அந்த இனிப்புச் சுவை நாக்கில் படர்ந்தபோது, சாவு ஊர்வலமொன்று எங்களைக் கடந்து போனது. உடன் போகிறவர்கள் எறிந்த சாமந்திப்பூ என் இருக்கைக்குப் பக்கத்தில் வந்தமர்ந்தது.

அத்தியாயம் 8

கருவேல மரங்களடர்ந்த காட்டுச் சாலையின் வழியாக இரண்டு கிலோமீட்டர் நடந்தால், யானை மேல் சாஸ்தா கோவில் வரும். ஆச்சி என்னை மட்டும் அழைத்துக் கொண்டு பதினெட்டாம் பொங்கல் கொடைக்குக் கிளம்பிப் போனாள். பறவைகள் மரங்களில் சத்தம் போடத் துவங்குகிற ஆறு மணி வாக்கில் நடைச் சுமையாய் ஆச்சி அவளுடைய அண்ணனுக்குச் சமைத்துக்கொண்டு வந்தவற்றுடன் போய்ச் சேர்ந்தோம். ஆச்சியின் அண்ணனுக்குப் பாத்தியப்பட்ட கோவில் அது.

மீன் துள்ளிக்காரர்கள் கைப்பக்குவத்தில்தான் கோவில், விபூதி போட்டு விளக்கிய குத்துவிளக்காய்த் துலங்கிக் கொண்டிருந்தது. ஆச்சியின் அண்ணன் சண்முகம்தான் அப்போது தர்மகர்த்தாவாக இருந்தார். சண்முகம் தாத்தாவின் வீட்டில் லீவு விட்ட போது நான்கு நாட்கள் போய்த் தங்கி இருந்திருக்கிறேன். கிளம்புகிற நாளன்று மட்டும் அங்கே சோளப் பனியாரம் செய்து கொடுத்தது இப்போதும் ஞாபகத்தில் இருக்கிறது. சண்முகம் தாத்தா சொன்னது எதையுமே காது கொடுத்துக் கேட்கவில்லை அந்த ஆச்சி. என்னைக்கூட காலுக்கடியில் சுற்றும் பூனையைத் தாண்டுகிற மாதிரி ஒதுக்கியே

நடத்தியது. கிளம்புகிற நாளின் காலையில்தான் அந்த ஆச்சியின் முகத்தில் சிரிப்பையே பார்க்க முடிந்தது.

ஞாபகங்களாக அந்த வீடு எந்தப் பரிசையும் எனக்குக் கொடுக்கவில்லை. கோவிலில் நுழைவதற்கு முன் சீரியல் லைட் போடுகிற இடத்தில் சண்முகம் தாத்தா நின்றிருந்தார். “வா பிச்சம்மா. பேரன் கறுத்து ஒல்லியாயிட்டானே” என்றார். சண்முகம் தாத்தா முற்றிலும் மாறிப்போய், நெற்றியை மறைத்து விபூதி குங்குமப் பட்டையடித்து மீசையை முறுக்கிவிட்டு ஒடிசலான உருவத்தோடு ஒரு வெள்ளை பனியன் அணிந்து நின்று கொண்டிருந்தார். கழுத்தில் தொங்கிய சந்தன மாலையை விரலால் வருடி விட்டபடியே இருந்தார்.

ஒருகாலத்தில் பத்து ரூபாய் சண்முகம் என ஊரே கிண்டலடிக்கும் அவரை. “ஒரு பத்து ரூபா இருந்தா குடுங்க” என வந்து பேசுபவர்களிடம் அடுத்த ஒரு நிமிடத்தில் கேட்டு விடுவாராம். தாத்தாவினுடைய மகள்கள் தலையெடுக்கும் வரை, ஊரில் கையேந்திதான் வாழ்ந்து கொண்டிருந்தார். அரசியல் தொடர்புகள் கொஞ்சம் இருந்ததால், ஊர் ஆட்களுக்கு வேலை வாங்கித் தந்து கமிஷன் வாங்கிக் கொள்வார். அப்படியான வேலைகள் அமைந்து வராதபோது, வாய்ப் பந்தல் போட்டு ஆட்களை நோட்டம் விடுவார். அது சம்பந்தமாக எத்தனையோ அசிங்கங்களைப் பட்டதெல்லாம் ஊருக்கே தெரியும். அந்த ஆச்சிதான் தாட்டியமாய் நின்று பிள்ளைகளை வளர்த்தாள்.

சண்முகம் தாத்தாவின் பங்கென்று கமிஷன் ஏதாவது கிடைத்தால், ஒரு பைசாவைக்கூட கையில் எடுத்து வைக்காமல் அப்படியே கொண்டுபோய்க் கொடுத்து விடுவார். அதேமாதிரி அவர் அசிங்கப்படும் செய்திகளும் முறை தவறாமல் வீட்டுப் படியேறும். இந்த மாதிரி அசிங்கங்களுக்கு நடுவே அவர் வேலை வாங்கித் தந்த ஆட்கள் அவரைச் சாலையில் கண்டால் கையெடுத்துக் கும்பிடுகிறவர்களாகவும் இருந்தார்கள். புளித்தால் மட்டுமே கசக்கிற சோளப் பனியாரமாகவும் இருந்தார். ஆனால் வீட்டைப் பொறுத்தவரை தங்களைப் பீடித்த துயரம் என்றே அந்த ஆச்சி உணர்ந்தாள்.

தாத்தாவின் ரெண்டு மகள்களும் தலையெடுத்தார்கள். ஆச்சியின் வழியில், அப்பன் இல்லாத வீடொன்றில் இருந்து நல்ல மாப்பிள்ளைகள் அண்ணன் தம்பியென ஒரே வீட்டில் அமைந்து வந்தார்கள். மாமனாரை, அவருடைய பெண்களைப் பார்த்துக் கொள்வதைப் போலவே கையில் தாங்கிக் கொண்டார்கள். பூஞ்சையாகவே வளர்ந்த குடும்பத்துப் பையன்களான அவர்கள், சண்முகம் தாத்தா மீசையை முறுக்கி உறுமுவதை உண்மையிலேயே மிரட்டலாகக்கூட எடுத்துக் கொண்டனர்.

மருமகன்களுக்கு ஏதோ அவரின் மீது விட்டகுறை, தொட்டகுறையென பிடிப்பு இருந்திருக்கிறது. “எங்கண்ணனை கைவிட்ராதீங்க ராசா. ஒங்களுக்கு தொணையா அனுசரணையா இருப்பான்” என்றிருக்கிறாள் என் ஆச்சி. அந்தப் பையன்களும் சரியென்று தலையை ஆட்டியிருக்கிறார்கள்.

சண்முகம் தாத்தாவின் பெண்கள் தங்களது நிலையை உணர்ந்து கணவர்களோடு பக்குவமாக இருந்ததோடு, போன இடத்தில் நன்றாக வளைந்து கொடுத்தும் போனார்கள். கொட்டிக் கிடக்கிற பணத்தைப் பார்த்து, தலைகால் புரியாமல் ஆடி விடவில்லை. ஆள் பார்த்து பதவிசாக நடந்து கொண்டார்கள். அதனால்தான் “மாமாவுக்கு ஏதாச்சும் செய்யணும்” என அந்த மருமகன்கள் கிளம்பியபோது, அவர்களுடைய வீட்டில் தடை போடவில்லை. பேரப் பிள்ளைகளை எல்லாம் பார்த்து முடித்து, ரத்தம் சுண்டிய பிறகு, நிதானத்திற்கு வந்துவிட்ட தாத்தாவிற்கு இன்னொரு வாழ்வு துவங்கியது.

மாமனாருக்கு ஊர்ச் சந்தையில் ஒரு கடை போட்டுக் கொடுத்தார்கள். அந்தக் கடைப் பேரைப் பார்த்து ஊர் ஜனமே வியந்து விட்டது. “எதையெடுத்தாலும் பத்து ரூபா கடை”. தாத்தாவின் கடையில் ப்ளாஸ்டிக் பொருட்கள் குவிந்து கிடக்கும். மருமகன்கள்தான் நிர்வாகம் என்ற போதிலும், தாத்தாவைக் கொண்டு போய் கல்லாவில் அமர வைத்தார்கள்.

இந்தச் செய்தியைக் கேள்விப்பட்டதும் அந்த ஆச்சி வீல் என்று கத்தியிருக்கிறார். “அடேய் ஆமையைத் தூக்கி கல்லாவில

வைக்காதீங்க. அந்த ஆள் என்னோட கடுகு டப்பாவுக்குள்ள போட்டு வச்சிருக்க காசையே திருடுவான்" எனத் தன் மகள்களிடம் அந்த ஆச்சி சொல்லியிருக்கிறாள்.

ஆனால் சண்முகம் தாத்தா நயம் ராஜபோகம் அரிசி மாதிரி வெளுத்து நடந்து கொண்டார். இரவில் மட்டும் யாருக்கும் தெரியாமல் போய் குடித்துக் கொள்வார். அதற்குரிய காசை மட்டும் அவர் கல்லாவில் இருந்து எடுப்பதை அவருடைய மருமகன்கள் கண்டு கொள்ளவில்லை. அதேசமயம் அடிக்கடி கல்லாவில் பணத்தை எண்ணுகிற பழக்கத்தையும் வைத்திருந்தனர்.

தனக்குக் கிடைத்த கடைசி வாய்ப்பு இதுவென தாத்தா உணர்ந்து, மருமகன்களிடம் மரியாதையாக நடந்து கொண்டார். ஓடி ஓடியே பழக்கப்பட்ட அவர் ஒரு இடத்தில் உட்கார்ந்து செய்யும் அந்த வேலையை ரசிக்கத் துவங்கினார். நெற்றியில் விபூதிப் பட்டையை ஒருநாள் காலையில் அப்பிக் கண்ணாடியில் பார்த்த போது பாந்தமாக இருந்திருக்கிறது அவர் முகம். அதுவரை துரத்தி வந்த நெற்றிச் சுருக்கம் காணாமல் போயிருந்திருக்கிறது. இனி அதுதான் அவர் முகமெனத் தீர்மானித்து விட்டார்.

ஜொலித்த தன்முகம் கண்டு ஆசுவாசமாக உணர்ந்த தாத்தா, அசைவம் சாப்பிடுவதை அந்தக் கணத்தில் நிறுத்தி இருக்கிறார். அவருடைய மருமகன்கள் பணத்தை வாரியிறைத்து சாஸ்தா கோவிலின் தர்மகத்தாவாக ஆக்கினர். தாத்தா வாசலில் இந்த மாதிரி சீரியல் பல்பு போடுகிறவனிடம் வம்பு வளர்த்துக் கொண்டிருப்பார். மகள்காரிகள் கோவிலே எங்களுத்தான் சொந்தம் என்பதைப் போல நடந்து கொள்வாள்கள்.

இந்த விஷயத்தில் என் ஆச்சி இல்லாத அழிச்சாட்டியமெல்லாம் செய்வாள். விறுவிறுவென சாமி இருக்கிற இடத்திற்குள் நுழைந்து காலடியில் வைத்திருக்கிற வாழைப் பழத்தை எடுத்துக் கொண்டு வந்து என்னிடம் கொடுப்பாள். மருமகன்காரன்கள் கோவிலின் வரவு செலவு விவகாரத்தைக் கவனித்துக் கொள்வார்கள்.

எனக்கு எப்போதும் ராஜ மரியாதை கிடைக்கும் அந்தக் கோவிலில். ஒரு கொடை விழாவின் போது அசோகன் இங்கும் அசிங்கப்பட்டிருக்கிறான். குடித்துவிட்டு கெடா வெட்டில் தகராறு இழுத்ததால், ஊர் திரும்புகையில் வேனில் அவனைக் கட்டிப் போட்டுதான் கொண்டு போனார்களாம். பிணம் போல நினைவின்றி படுத்து வேன் ஓடும்போது உருண்டு கொண்டிருந்தானாம். ஒருவேளை செத்திருக்கலாம் என நினைத்து மதினி ஒருத்தி காலைக் கிள்ளிப் பார்த்திருக்கிறாள். விருக்கென எறும்பு கடித்ததைப் போல அவன் கால்களை உள்நோக்கி இழுத்ததும்தான் ஆசுவாசமடைந்திருக்கிறாள்.

ஐந்து நாள் நடக்கும் அந்தக் கொடைவிழாவில் சாப்பாடு விஷயத்தில் தாத்தாவின் மருமகன்கள் குறையே வைக்க மாட்டார்கள். பக்கத்து ஊரில் வேலை பார்ப்பவர்கள்கூட சாப்பிடக் கிளம்பி வருவார்கள். யாரையும் வராதே என்று தாத்தா தன் வாயால் சொல்லவே மாட்டார். அவரும் ஓசிச் சோறு தின்றவர்தானே? மருமகன்களிடமே இந்த விஷயத்தில் முகத்தைக் காட்டி விடுவார் தாத்தா.

காலையில் பெரும்பாலும் வெண் பொங்கல் போடுவார்கள். பக்கத்துத் தோட்டத்தில் இருக்கிற பம்ப் செட்டில் குளித்து விட்டு, முதல் ஆளாக ஆச்சியை அழைத்துக் கொண்டு போய் அமர்வேன். “அசோகன் நாக்கை உனக்கு கழட்டிக் குடுத்திட்டான். சின்ன வயசில உன் நாக்கை அவன் நக்குவான்” என்பாள் ஆச்சி சிரித்துக் கொண்டே.

மதியச் சாப்பாட்டில் கூட்டும் பொரியலும் இருக்கும். இரவிலும் சோறுதான். கடைசி நாள் எப்போது வருமெனக் காத்துக் கொண்டிருப்பேன். கெடா வெட்டு கடைசி நாளில்தான் நடக்கும். தர்மகர்த்தா பேரன் என்பதால் இலையில் கறியை அள்ளிப் போட்டுக் கொண்டே இருப்பார்கள். “லே சுக்காவை இங்க கொண்டு வந்து வை” என ஆட்களை மிரட்டிக் கொண்டிருப்பாள் ஆச்சி.

மற்றவர்களுக்கெல்லாம் ஒருதடவை வைத்தால், எனக்கு மூன்று

தடவை வைப்பார்கள். மூன்றாவது தடவை வைக்கவில்லை என்று சொல்லித்தான் அசோகன் அந்தக் கெடா வெட்டில் சண்டை வளர்த்திருக்கிறான். நான் போயிருந்த கெடா வெட்டு எந்தச் சண்டை சச்சரவுகளும் இல்லாமல் நடந்து முடிந்தது.

கோவிலில் பிரசாத சாமான்களை ஆட்களுக்கு வழங்கிக் கொண்டிருந்தார்கள். கோவிலுக்குப் பக்கத்தில் இருக்கிற ஆலமர நிழலில் நின்ற மாட்டு வண்டியில் விருந்தை முடித்த அயர்ச்சியில் தூங்கியபோது, என் தலைக்கு மேல் ஆலமரத்தின் விழுதுகள் தொங்கிக் கொண்டிருந்தன. கவிழ்த்து வைக்கப்பட்டிருக்கிற ஒரு பனம் பழத்திற்குள் நிற்பதைப் போல, கரிய இருள் போர்த்தி அந்த ஆலமரம் குடையாய் வளைந்திருந்தது.

அதற்கு அறுபது வயது இருக்கலாம் என ஒருத்தர் சொன்னது நினைவிற்கு வந்தது. அங்கே படுத்திருந்த போது ஆச்சியும் தாத்தாவும் பேசிக் கொண்டிருப்பது காதில் கேட்டது. என்னை வைத்துத்தான் பேச்சைத் துவங்கினார் என்பதால் உற்று ஒட்டுக் கேட்டேன்.

“இந்தப் பயல அசோகனோட சேர்த்திடாத. இவனும் நாக்கு ருசி கண்ட பய” என்றார் தாத்தா. ஆச்சி அதற்கு என்ன பதில் சொன்னாள் என்று தெரியவில்லை. ஒருவேளை ஆமாம் என்பதைப் போலத் தலையை ஆட்டியிருப்பாளோ? நான் யோசித்துக் கொண்டிருந்த போது, ஆச்சி அசோகன் சமீபத்தில் செய்த திருகுவேலைகள் குறித்து தன் அண்ணனிடம் சொல்ல ஆரம்பித்தாள்.

உண்மையைச் சொல்லப் போனால், எனக்குப் பல கதைகள் ஆச்சி அன்றைக்குச் சொன்னபோதுதான் தெரிந்தது. பொறுமையாகக் கேட்ட தாத்தா, இடையில் இரண்டு மூன்று தடவை நெஞ்சில் இருந்து காறி எச்சிலைத் துப்பினார். ஆச்சி ஒருகட்டத்தில் பேசிக்கொண்டே அழத் துவங்கினாள்.

“இந்தாரு பிச்சம்மா. என்னையெல்லாம் தர்மகர்த்தான்னு ஒரு பய அப்ப நினைச்சிருப்பானா. நேர காலம் கூடி வந்தா

அவனுக்குமே நல்ல எடம் அமைஞ்சு வந்திரும். என்ன அதுக்குள்ள பொசுக்குன்னு போயி சேந்திடக்கூடாது. நான் சொல்லி கண்டிக்கிறேன். நல்ல பொண்ணா நம்ம வழில பார்ப்போம். மருமகன்க வழில வேண்டாம். அங்க மரியாதை இருக்காது" என்றார் தாத்தா.

அசோகனுக்கு ஆதரவாக அவர் பேசியதைக் கேட்டதும் வண்டியிலிருந்து இறங்கி அவர்களை நோக்கிப் போன போது, இருவரும் பேசுவதை நிறுத்திக் கொண்டார்கள். சண்முகம் தாத்தா பையில் துழாவி, பல நோட்டுகளில் இருந்து உருவி பத்து ரூபாய்த் தாளொன்றை எடுத்து என் கையில் கொடுத்த போது உரிமையாக வாங்கிக்கொள்ளச் சொல்லி ஆச்சி சைகை காட்டினாள்.

சண்முகம் தாத்தா லட்டு பார்சல் ஒன்றைத் தனியாக என்னிடம் கொடுத்தார். என்னை இன்னொரு தடவை சாஸ்தா சிலைக்கு முன் கொண்டு போய் நிறுத்தி விழுந்து கும்பிடச் சொல்லி, அவளும் விழுந்து கும்பிட்டாள். பச்சை இலையில் சோறு மக்கிய வாடை கோவிலைச் சுற்றி அடித்தது.

கோவிலுக்கு வெளியில் நின்ற தாத்தாவின் காலிலும் போய் ஆச்சி விழுந்த போது, அவள் சொல்லாமலேயே நானும் போய் விழுந்தேன். இருவருக்கும் திருநூறு பூசி விட்டார் சண்முகம் தாத்தா. நாலு ரோட்டுக்கு போய் பேருந்தைப் பிடிக்க நடந்து போய்க் கொண்டிருந்தபோது, "ஊர்ல எங்கண்ணனைப் பத்தி ஆயிரம் சொல்லலாம். ஆனா என்னை ராசாத்தி மாதிரி பாத்து கட்டிக் குடுத்தாரு. இதுவரைக்கும் ஒரு அடிகூட எம்மேல விழுந்ததில்லை. எனக்கு அவர்தான் தர்மதொரை. வெறுங்கையோட அவர் என்னை அனுப்பினதே இல்லை. அசோகனுக்கு நல்ல காலத்தை அமைச்சுக் குடுத்திடுவார். சாஸ்தா கைவிட மாட்டார்" என்று சொன்னபோது அவள் கண்கள் கலங்கின. அவளுடைய கையைக் கெட்டியாகப் பிடித்துக் கொண்டேன்.

மூக்கைச் சிந்தித் துடைத்துவிட்டு என் கன்னத்தைப் பிடித்துக்

கொஞ்சினாள். ஒருதடவை போதையில் என் கன்னத்தைப் பிடித்துக் கொஞ்ச அசோகன் முயற்சி செய்தபோது, அதைத் தட்டிப் புறக்கணித்து விட்டு, "சண்முகம் தாத்தாவைப் போயி அப்புறம் பாத்தியா" என்றேன் அசோகனிடம்.

"அட நீ வேற மாப்பிள்ளை. அவன் சரியான பொண்டுகப் பய. நான் போனப்ப எண்ட்டயே தலையச் சொறிஞ்சு, பலதடவை பத்து ரூபாய் கேட்டு வாங்கிருக்கான். அவன் எனக்கு நாய் மாமா" என்றான். "அப்புறம் நீ என்னடா" என அசோகனிடம் கேட்ட போது, "என் குடியைக் கெடுக்க நீ ஒருத்தன் போதும்டா மாப்பிள்ளை" என்றான்.

அன்றிரவு சுரணையே இல்லாமல் உருட்டிக் குழைத்துத் தின்று விட்டு எனக்கு நன்றாகத் தெரிந்த பன்றியைப் போல உறுமிக் கொண்டு உறங்கினான். அவனைச் சுற்றி சிதறிக் கிடந்த மிக்சரை எறும்புகள் மொய்த்துக் கொண்டிருந்தன. எறும்புக்கடி உறைக்காத அசோகன் திரும்பிப் படுத்தபோது, அவன் சட்டைப் பையில் இருந்து ஒரு பத்து ரூபாய்த்தாள் விழ நேரம் பார்த்துக் காத்திருந்தது.

அத்தியாயம் 9

அசோகனுக்கு நெற்றியில் ஆழமான தழும்புண்டு. "எங் குருநாதர் ஸ்பானர எறிஞ்சதில வந்திச்சு மாப்பிள்ளை. ரெம்ப ஸ்ட்ரிட் அவரு. சின்னதா அசந்தாகூட எறி விழும். ஊருக்குள்ள நெத்தியில தழும்பு இருக்கற மெக்கானிக்கெல்லாம் பிஸ்த்தா இருப்பாங்க. அரசரடி முத்தண்ணண்ட்ட தொழில் கத்தவங்கங்கறதுக்கு இந்த தழும்புதான் அடையாளம்" என்பான் அசோகன்.

அவர் ஒருத்தரிடம் மட்டுமே வாழ்வில் வளைந்து போன அசோகனுக்கு மெக்கானிக் தொழில் இயல்பாகவே கைவந்தது. சின்ன வயதிலேயே எல்லாவற்றையும் பிரித்துப் போட்டு மாட்டிக் கொண்டிருப்பான். ஒருதடவை யாராவது கழற்றி மாட்டிக் காட்டினால் போதும். அடுத்து மாட்டுவதற்கு யாருடைய உதவியும் தேவைப்படாது அவனுக்கு. அரசரடி முத்தண்ணனைப் பற்றிக் கேள்விப்பட்டு யாரிடமும் சிபாரிசு வாங்காமல் போய் அவர் முன் நின்றான் அசோகன். தாத்தாவின் தொழில் குறித்தெல்லாம் கேட்ட அவர், தொழில் மீது உள்ள ஆர்வத்தில் அவன் வந்திருப்பதைப் புரிந்து கொண்டு

சேர்த்துக் கொண்டார். சேட்டைகளில் இருந்து விடுபட்டு எப்படியோ உருப்பட்டால் சரியென வீட்டிலும் இதைக் கண்டு கொள்ளவில்லை.

முத்தண்ணனை அந்தப் பிராந்தியத்தில் எல்லோரும் டாக்டர் என்றழைத்தார்கள். ஓடுகிறவற்றுக்கு உயிர் கொடுப்பவர் என அர்த்தமும் சொன்னார்கள். குத்துக்கால் போட்டு அமர்ந்து எட்டுக்கு எட்டு ஸ்பானரை எடுக்கும் போது அவருடைய உதவி டாக்டர்கள், அடுத்ததைக் கையில் எடுத்து வைத்துக் காத்திருப்பார்கள். புல்லட் ஒன்றைக் கழற்றிக் கவிழ்த்துப் போட்டு அதன் வயிற்றில் அறுவைசிகிச்சை செய்வார்.

"போன ரெண்டாவது நாள் ஒரு விஷயம் சொன்னாரு அவரு. இந்தா பாருடா அசோகா. யார் சொன்னாலும் சொல்லாட்டியும் நாம டாக்டர்தான். ஓடற எல்லாத்துக்கும் உயிர் இருக்கா இல்லையா. நமக்குன்னு ஒரு பொறுப்பும் இருக்கு பாத்துக்க. அம்மாம்பெரிய ரயிலு ஓடுது. அதில இருக்க சின்ன நட் கழண்டாகூட பெட்டி பூராம் இருக்க எல்லா உசிரு போயிடும். நடு ரோட்டில ஓடற வண்டி இன்னொருத்தன் வாழ்க்கைல பாஞ்சிரக்கூடாது. உசிரு சம்பந்தப்பட்ட சமாசாரம் இது. தொழில்ல சுத்த பத்தமா இருக்கணும். உசுரை காக்குற நாமளும் கடவுள்தான்னு சொன்னார்" என்றான் அசோகன்.

அங்கே அவருக்கு உதவியாளர்களாக இருந்தவர்களில் அசோகனை அவருக்குப் பிடித்தும் விட்டது. அசோகனுக்கு இரண்டாவது தடவை எதையும் சொல்லித் தரவேண்டியதில்லை என்பதும் அதற்குக் காரணம். அங்கே இருந்தபோது மட்டுமே அசோகன் அடக்க ஒடுக்கமாக இருந்தான். அப்போதும் குடித்தாலும், குரு கண்ணில் மட்டும் தட்டுப்படவே மாட்டான். அவரைவிட்டு விலகி வந்தபிறகு, அசோகனைப் பற்றிய கதைகள் அவனுடைய குருநாதரின் காதுகளையும் எட்டியிருக்கலாம். ஆனால் அதுகுறித்து அவனிடம் அவர் ஒருவார்த்தைகூட விசாரிக்கவில்லை என்று சொன்னான் என்னிடம்.

இடையில் கொஞ்சம் திருந்த முனைந்து, தனியாகக் கடைபோட

உதவி செய்யச் சொல்லி அவரிடம் போய் நின்றிருக்கிறான். அரசரடி டாக்டர், தாத்தாவை அழைத்து அவனுக்குத் தனியே கடை போட்டுத் தரச் சொன்னார். தாத்தா மறுப்பேதும் சொல்லாமல், அவருடைய பேச்சிற்கு மதிப்பளித்துத் தான் செய்தது மாதிரி இல்லாமல், குருநாதரிடமே பணத்தைக் கொடுத்துக் கடை போட்டுக் கொடுக்கச் செய்திருக்கிறார். அசோகனைப் பொறுத்தவரை குருநாதரின் முதலீடு அது.

சித்திக்குக் கல்யாணம் முடிந்திருந்த நேரம் என்பதால், குடும்பத்தில் அப்போது கொஞ்சம் மகிழ்ச்சியும் நிலவிக் கொண்டிருந்தது. அசோகன் கடையில் தனக்கு உதவியாய் சில ஜூனியர் டாக்டர்களை நியமித்தான். அசோகனின் கைப்பக்குவம் அவனுடைய குருநாதர் வரை போனது. "நாக்கைக் கட்டுப்படுத்திக்கிட்டாண்ணா நல்லா வருவான்" என ஒருவார்த்தையில் வாழ்த்தினாராம்.

கொஞ்சம் சம்பாத்தியம் கூடியதும் நான் பிறந்த நேரத்தில் வாங்கியதுதான் அந்த கருப்பு புல்லட். அவன் வாழ்க்கையில் அதற்கடுத்து நிறைய பொருள்களை விற்றுக் குடித்திருக்கிறானாலும் புல்லட்டை மட்டும் ஏனோ ஆத்மார்த்தமாக நீண்ட காலமாகத் தன்னோடு வைத்திருந்தான். "புல்லட் மேல நீ படுத்துக்கிட்டு வந்த ஞாபகம் இருக்கு மாப்பிள்ளை" என்பான். என்ன ரசவாதம் இவனுக்குள் செய்திருக்கிறேன்?

அந்தப் புல்லட்டை கழற்றிப் போட்டுக் கடையில் எந்நேரமும் மாட்டிக் கொண்டிருப்பான். கடையில் எப்போதும் இருபது வண்டிகளாவது நிற்குமாம். பொறுமையாய் ஒவ்வொரு ப்ளக்காக கழற்றி ஊதி அதைப் பவ்யமாக இன்னொரு முனையில் பொறுத்துவதைத் தள்ளி நின்று ஆட்கள் வேடிக்கை பார்ப்பார்களாம்.

அந்த மகிழ்ச்சியான கதையைத் துளித்துளியாக அவன் சொல்லக் கேட்டிருக்கிறேன். பின்னால் யார் நிற்கிறார்கள் என்பதைக்கூடக் கவனிக்காமல் பிரித்துப் போட்டிருக்கிற வண்டியின் வயிற்றைப் பார்த்து உதட்டைப் பிதுக்குவான்.

யோசனையாய் ஏதாவது ஒரு வயரை இழுத்து, இன்னொரு கையால் மீசையை நீவுவான். மெல்லப் பெருமூச்சு விட்டு, வலது கையை அவன் நீட்டுகையில், சரியான ஸ்பானரை எடுத்து நீட்டாவிட்டால், அசோகனும் அதை எறிந்து நெற்றியைப் பிளப்பானாம். நெற்றியில் காயத்தோடு எப்போது போனாலும் யாராவது ஒருத்தரைப் பார்த்து விட முடியும். அசோகனை நம்பி வண்டியை ஒப்படைப்பதற்கும் ஆட்கள் இருந்தார்கள் அங்கே.

குறுகிய காலத்திலேயே பெயர் பெற்ற மெக்கானிக்காக மாறிப் போன அவனைப் பொறாமையாகப் பார்ப்பதற்கும் ஆட்கள் இருந்தார்கள். தன்னுடைய குருநாதரிடம் இருந்து ஸ்பானரை தூக்கி எறிகிற கலையை நன்றாகக் கற்றுக் கொண்ட அசோகன், அவர் சொன்ன நாக்கை அடக்குவதைக் கடைசி வரை கற்றுக் கொள்ளவே இல்லை.

அசோகன் வீட்டுக்கு வராமல் கடையிலேயே திடீரெனப் படுக்க ஆரம்பித்திருக்கிறான். அதைப் பெரிய விஷயமாகவே வீட்டில் யாரும் எடுத்துக் கொள்ளவில்லை. அந்த நேரத்தில் யாராவது கண்டித்திருந்தால், ஒருவேளை அசோகன் மீண்டிருக்கலாம் அதிலிருந்து. இந்த விஷயத்தைக் கேள்விப்பட்ட முத்தண்ணன், “தொழில் நடத்துற இடத்தில தூங்கினா தரித்திரியம் ஆச்சே” என்றாராம்.

காலையில் கடை திறக்கிற நேரத்தில் பையன்கள் போன பிறகும், பல தடவை போதையில் எழுந்திருக்கவே முடியாமல் படுத்துக் கிடந்திருக்கிறான் அசோகன். குறைத் தூக்கம் வேலையிலும் எதிரொலிக்க ஆரம்பித்தது. தேவையே இல்லாமல் கடைப் பையன்களிடம் எரிச்சல் படத் துவங்கியுள்ளான். பையன்களுக்குமே ஐய்யரவாக இருந்திருக்கிறது.

பையன்கள் யாராலும் கைப்பக்குவம் பார்க்க முடியாத வண்டியொன்று அவசர வேலைக்கு வந்திருக்கிறது. வண்டியின் வயிற்றில் கைவைத்த போது அசோகனின் விரல்கள் மெல்ல ஆடியிருக்கின்றன. பையன்களை அழைத்து வண்டியைப்

பிரித்துப் போடச் சொல்லிவிட்டு வெளியே கிளம்பியிருக்கிறான்.

வந்தமர்ந்த அசோகனின் மீதிருந்து சாராய வாடை வந்ததை அவர்கள் கவனித்தார்கள். அசோகனது விரல்களின் ஆட்டம் நின்றிருந்தது என்ற போதிலும், அவனது உள்வேகம் தணிந்திருந்தது. ப்ளக்கை எடுத்து ஊதுகையில் எச்சில் தெறித்தது. எடுத்ததை மாட்டாமல் இன்னொன்றைப் பிடித்து இழுத்திருக்கிறான். அவனுக்குப் பார்வை கொஞ்சம் மங்கலாக இருந்திருக்கும் போல. “அண்ணே திருப்பி மாட்டிக் கொடுத்திரலாம்ணே. கெட்ட பேர் ஆகிடப் போகுது” என்றொருத்தன் சொன்னதைக் கேட்ட அசோகன் கையில் இருந்ததை எறியப் போனான். எல்லோரையும் மிதிக்கப் போவதைப் போல தூக்கிக் காட்டி விட்டு எழுந்து வெளியே போயிருக்கிறான்.

இந்த முறை அவன் திரும்பி வந்தபோது, கால்களில் தள்ளாட்டம் தெரிந்தது. பிரித்துப் போட்டிருந்த வண்டியின் முன் வந்தமர்ந்த அசோகன் அடுத்த ஒரு மணி நேரம் என்ன செய்கிறான் என்பதே தெரியாமல் கண்டதையும் கழற்றிக் கொண்டிருந்திருக்கிறான்.

பையன்களுக்கு இதனால் கலக்கம்தான் என்ற போதிலும் பக்கத்தில் போகப் பயந்து கொண்டார்கள். வயிற்றின் அடிப்பாகம் கழற்றப்பட்டு நின்று கொண்டிருந்த அந்தக் குதிரையில் தலையை முட்டுக் கொடுத்து தூங்கத் துவங்கியிருக்கிறான் அசோகன்.

நட்டுகளைப் போட்டு வைத்திருந்த பெட்ரோல் சட்டியில் அசோகன் எச்சில் வழியத் தூங்கினான். என்ன செய்வதென்று தெரியாத, பையன் ஒருத்தன் முத்தண்ணனை நோக்கி ஓடினான். அசோகனைத் தூக்கி ஓரமாகப் படுக்க வைத்து விட்டு முத்தண்ணன் பொறுமையாக அந்த வண்டியைச் செப்பனிட்டு முடித்தார்.

கடையில் மிச்சம் இன்னும் இரண்டு வண்டிகள் மட்டுமே இருந்தன. இடைப்பட்ட காலத்தில் வண்டிகள் வரத்தும் அசோகனுக்குக் குறைந்திருக்கிறது. அந்த இரண்டு வண்டிகளையும்

கொண்டு வரச் சொல்லிப் பொறுமையாக அமர்ந்து வேலையை முடித்த முத்தண்ணனை அந்தப் பையன்கள் வைத்த கண் வாங்காமல் பார்த்துக் கொண்டிருந்தார்கள்.

அசோகனைத் தூக்கி மிதிப்பார் என எதிர்பார்த்த இவர், மிச்சமிருக்கிற பாத்திர பண்டங்களைக் கழுவுவதைப் போல அமர்ந்து வேலை செய்கிறாரே எனப் பையன்கள் தங்களுக்குள் சைகை மொழியில் பேசிக் கொண்டார்கள். அங்கிருந்த யாரிடமும் வேலை தவிர்த்து ஒருவார்த்தைகூடப் பேசவில்லை அவர்.

பழுது பார்த்த இரண்டு வண்டிகளையும் உரியவர்களிடம் கொண்டு போய்க் கொடுக்கச் சொன்னார் அவர். மாலை வெயில் மங்குவதை உணராமல் அசோகன் மல்லாக்கப் படுத்திருந்தான். ஈக்கள் சில அவன் முகத்தில் குதியாட்டம் போட்டுக் கொண்டிருந்தன. அசோகனின் புல்லட் மட்டுமே கடைசியாய்க் கடையில் இருந்த வண்டி.

அதை அசோகனின் தலைப்பாகத்தில் நிறுத்திவிட்டு முத்தண்ணன், "என்னடா அவனுக்கு குண்டி கழுவி விட வந்தேன்னு நெனைச்சீங்களா. எம் பேரு கெட்டுரக் கூடாதுன்னு வந்த வேலையை முடிச்சுக் குடுத்தேன். இனிமே அவன் வேற வண்டில கைய வச்சா தேடி வந்து கையை வெட்டிருவேன்னு அவன்ட்ட சொல்லிடுங்க. நான் யாருன்னு அவனுக்குத் தெரியும்" என்றிருக்கிறார்.

பையன்களைத் தள்ளிப் போகச் சொல்லிவிட்டு, கடைக் கதவை அடைத்துப் பூட்டுப் போட்டுப் பூட்டினார். சாவியை எடுத்துத் தன் பாக்கெடில் போட்டுக்கொண்டு, "என்னை வந்து பார்த்து வாங்கிக்கச் சொல்லு" என்று சொல்லி விட்டு வண்டியை எடுத்துக் கொண்டு குறுக்கே ஓடிய தண்டவாளத்தின் மீது ஏற்றிக் கடந்து போனார் முத்தண்ணன்.

இருள் விலகுவதற்கு முன் ரயில் சத்தம் கேட்டு விழித்திருக்கிறான் அசோகன். அவனுக்கு தான் எங்கேயிருக்கிறோம் என்பதே சற்று

நேரம் உறைக்கவில்லை. பின்னோக்கி யோசித்துப் பார்த்தும் உடனடியாகப் பிடி கிடைக்கவில்லை. கடைசியாய் வண்டி முன் வந்தமர்ந்தது மட்டும் ஞாபகத்தில் இருந்திருக்கிறது. “சுத்தி மழைக்காலம்ங்கறதால இருட்டு மாப்பிள்ளை. கடைல வெளிய நிக்கற வண்டிகளைக் காணோம். கடையும் அடைச்சிருந்துச்சு. எந்திருச்சு என்னண்ணு பாக்க முடியலை. அப்படியே தலையைச் சாய்ச்சு மறுபடியும் தூங்கிட்டேன்” என்றான் அசோகன். விடிந்து நீண்ட நேரம் கழிந்தும்கூட கடைப் பையன்கள் யாரும் வரவில்லை. எழுந்து போய் யாரிடமாவது விசாரிக்கக் கூச்சப்பட்டுக் கொண்டு கொஞ்ச நேரம் அங்கேயே அமர்ந்திருந்திருக்கிறான். வழக்கமாக டீ கொண்டு வரும் ஒட்டின கடைப் பையன்தான் நடந்த விஷயங்களை விலாவாரியாகச் சொல்லியிருக்கிறான்.

கடைச் சாவியைக் கேட்டுக் கடைசி வரை அசோகன் முத்தண்ணனைப் போய்ப் பார்க்கவில்லை. அதற்கப்புறம் எந்த வண்டியையும் அவன் கையால் தொடவும் இல்லை. அந்தக் கடையை அவனுடைய சிஷ்யன் ஒருத்தன் முத்தண்ணன் மேற்பார்வையில் நடத்துவதாகப் பின்பு கேள்விப்பட்டான்.

கடைக்குக் கொடுத்திருந்த முன் பணத்தை முத்தண்ணன் தாத்தாவிடம் கொடுத்துவிட்ட செய்தியும் அசோகனை எட்டவேயில்லை. அவன் அதற்கப்புறம் அந்தச் சாலையைத் தவிர்த்துவிட்டு, சுற்றிக்கொண்டு வேறு பக்கமாகப் போனான். அந்தச் சாலை வேறு எங்கெங்கோ அழைத்துப் போனது அவனை. இடையில் அவன் ஒருநாள் கடை வாசலில் படுத்திருப்பதாக அவனது சிஷ்யனுக்குத் தகவல் போனது.

கருப்பு நிற யமஹா பைக்கில் வீட்டிலிருந்து கிளம்பி வந்த அவன், அசோகனைத் தூக்கி தண்டவாளத்தை ஒட்டியிருந்த எருக்கம் புதருக்குப் பக்கத்தில் கிடத்திவிட்டு, அசோகனின் கால்சட்டைப் பைக்குள் நூறு ரூபாயை மடித்துத் திணித்து விட்டுப் போனான். அந்தச் செய்தியையும் டீக்கடைக்காரப் பையன் மறக்காமல் அசோகனிடம் சொன்னான்.

அந்த நூறு ரூபாயை என்ன செய்தாய் என நான் கேட்பேன் என்று எதிர்பார்த்து என் முகத்தைப் பார்த்துக் கோணிச் சிரித்தான் அசோகன். அந்தச் சமயத்தில் அவனது நாக்கை வெளியே இழுத்து அறுத்து விடலாம் போல இருந்தது எனக்கு. ஆச்சி பக்குவமாய்ச் சமைத்த நாக்கது.

அத்தியாயம் 10

இடையில் ஆச்சி வீட்டுக்கு வந்து அப்பாவின் முன் அமர்ந்து அழுதபடி, "கடையில உங்க மேற்பார்வையில வச்சுப் பாருங்க. ஒரு தடவை அவனைக் கைதூக்கி விடலாம்ல" என எங்கோ பார்த்துக் கொண்டு சொன்னாள். அப்பா யோசித்துச் சொல்வதாகச் சொல்லிவிட்டு, அம்மாவிடம் கலந்தாலோசித்தார். அசோகன் எங்கள் கடையில் பதிமூன்று நாட்கள் மட்டுமே இருந்தான்.

அசோகனின் தீனி மீது அப்பாவிற்கு ஏற்கனவே எரிச்சல் இருந்ததால், எனக்கே அளந்துதான் போடுவார். எங்கள் வீட்டில் ஆச்சி வீட்டைப் போல அசைவப் புழக்கம் அதிகமாக இராது. அப்பா வழியில் சைவம் சாப்பிடுபவர்கள் நிறைய பேர் இருந்தார்கள். கெடா வெட்டுகளில் அவர்கள் கறிச் சாப்பாட்டிலிருந்து விலகுவதைப் பார்த்திருக்கிறேன்.

புளிக் கிழங்கும் சேனைக் கூட்டும் வைத்த முதல் நாள் அக்காவின் முகத்தை ஏறிட்டுப் பார்த்தான் அசோகன். இரண்டாம் நாள் பருப்பு ரசம் என்று கேள்விப்பட்டு, கையில் பகோடா பொட்டலத்தோடு வந்து என் தட்டிலும் கொட்டினான்.

“இந்தாரு அசோகா... அவனுக்குப் புதுப் பழக்கத்தைப் பழகி விட்டுராத. கடிச்சிக்க இல்லாம சோறு இறங்காதோ” எனச் சொல்லிவிட்டு என் தட்டிலிருந்து பகோடாக்களைப் பொறுக்கி அவன் தட்டில் மறுபடியும் போட்டாள்.

அவசரமாக என் தட்டில் கிடந்த ஒன்றைத் தூக்கி வாயில் போட்டபோது, “இந்தா வந்திருச்சில்ல அந்த புத்தி” என என் தலையில் நங்கெனக் கொட்டினாள். அசோகன் சுருக்கெனக் கோபப்பட்டு தட்டைத் தள்ளினான். இரவு அவன் சாப்பிட வரவில்லை. புரோட்டா திங்கப் போயிருப்பான் என்பது எனக்குத் தெரியும். அப்பாவும் கண்டு கொள்ளாமல் விடச் சொன்னார். அசோகன் எப்போது வந்து தாழ்வாரத்தில் படுத்தான் என்பது யாருக்கும் தெரியாது. அப்பா என்னை எழுப்பி என் கையால் காசு வாங்கிச் சாமியைக் கும்பிட்டு விட்டு, கடைக்குப் போகும்போதும் அசோகன் தூங்கிக் கொண்டிருந்தான்.

ஞாயிற்றுக் கிழமை கறி எடுத்தபோது, அசோகன் பகலிலேயே தெரியாமல் போய்க் குடித்து விட்டு வந்தான். சாப்பிட அமர்ந்த அப்பா முறைத்ததால், அம்மா அவனிடம் “கொஞ்சம் பொறுத்துச் சாப்பிடலாம் இரு” என்றாள். அம்மா அவனை அழைத்துவரச் சொன்ன பிறகு போய்த் தேடிப் பார்த்தேன். அசோகன் முழு போதையில் செருப்பைத் தொலைத்துவிட்டு தட்டுத் தடுமாறி நடந்து வந்து வீட்டு வாசலின் முன் விழுந்தான். தெருவே கூடி நின்று வேடிக்கை பார்த்தது. “ஒருகை பிடிடா” எனச் சொல்லி அம்மா அவனை இழுத்து உள்ளே போட்டாள். அப்பா விஷயத்தைக் கேள்விப்பட்டு அன்றைக்கு வீட்டிற்கு வந்தவுடன் வேறு எங்கோ கிளம்பி விட்டார்.

போவதற்கு முன்பு அசோகனை வந்து எட்டிப் பார்த்தார். கையை வைத்து பேன்ட் ஜிப்பை கழற்றிப் பிசைந்தபடி அரற்றிக் கொண்டிருந்தான். “உங்க ஆத்தாகாரிய கொண்டு வந்து காட்டு” எனப் போகையில் சொன்னார் அப்பா. தலையில் அடித்துக் கொண்டு அவர் போன பிறகு அழுதாள் அம்மா.

அந்த நேரத்தில் முதன்முறையாக அசோகன் மீது எனக்கும் வெறுப்பு வந்தது. மறுநாள் சீக்கிரமே அவனைத் தண்ணீர் தெளித்து எழுப்பி விட்டாள் அம்மா. அதற்கு முன்பே அசோகனின் துணி மணிகளை எடுத்தும் வைத்திருந்தாள். அங்கு நடப்பவற்றை அசோகனும் புரிந்து கொண்டான். கையில் சுருட்டி வைத்திருந்த பணத்தை அவன் கையில் கொடுத்துவிட்டுக் கிளம்பு எனச் சைகை காட்டி கைகளைத் தலைக்கு மேல் தூக்கிக் கும்பிட்டாள். "அந்த முக்கு வரைக்கும் மாப்பிள்ளை என் கூட வரட்டும்" என்றபோது, சரியென்பதைப் போலத் தலையை ஆட்டினாள்.

அசோகன் பின்னாலேயே மெதுவாக நடந்து போனேன். எங்கள் வீட்டுச் சாலை பிரியும் இடத்தில் இருந்த குத்துக்கல்லிற்குப் பக்கத்தில் எனக்காகக் காத்திருந்தான் அசோகன். "நைட் உனக்கு வாங்கி வச்சிருந்தேன் மாப்பிள்ளை. ஒனக்கு தேன்மிட்டாய் சாப்பிடற வயசு கடந்திருச்சா என்ன? என் போதாத நேரம் குடி கூடிருச்சு. அக்கா சோத்த போட்டு குத்தீட்டி மாதிரி வார்த்தைய சொருகுறா. வளர்ந்த பிள்ளைய என் முன்னால தலையில கொட்டுனப்ப அப்பிடியே நொறுங்கிட்டேன்" என்ற போது, எனக்கும் அழுகை வந்தது. அசோகன் என் பார்வையில் இருந்து மறைகிற வரை அங்கேயே நின்று கொண்டிருந்தேன். பாதி வழியில் திரும்பி நின்று, வீட்டுக்குப் போ எனக் கையை அசைத்தான். பிறகு கண்ணைத் துடைத்துக் கொண்டு திரும்பிப் பார்க்காமல் நடந்தான்.

எதற்காக எவ்வளவு விரட்டினாலும் அவன் என்னை நோக்கி ஓடி வந்தபடியே இருக்கிறான்? இதுகுறித்து நான் நிறைய தடவை யோசித்திருக்கிறேன். ஆச்சியிடம் அடிக்கடி கேட்கவும் செய்வேன். நேரத்திற்குத் தகுந்த மாதிரி அந்தச் சமயத்தில் ஏதாவது கதை சொல்வாள்.

கொஞ்சம் வளர்ந்த பிறகு இதே கேள்வியை அவளிடம் கேட்டிருக்கிறேன். "நீ பொறக்கறதுக்கு முன்னாடி யாரோ ஜோசியக்காரன் சொல்லிருப்பான் போல. உன்

மருமகனை கெட்டியா பிடிச்சுக்கோ, அவந்தான் உன்னைக் காப்பாத்துவான்னு சொன்னானாம். அதே மாதிரி நீ பெறந்த கொஞ்ச நாள் அவன் சமாதானமா இருந்தான். நல்லா சாப்பிட்டான். எந்த வம்பு வழக்குக்கும் போகலை. நெஞ்சில பஞ்சு ஒட்டுன மாதிரி இப்பத்தான் லேசாத் தோணுதும்மான்னு என்ட்டயும் சொன்னான்" என்றாள் ஆச்சி.

அசோகன் கிளம்பிப் போன சிலகாலம் கழித்து ஆச்சி தயங்கியபடி வீட்டுப் படியயேறினாள். அப்பா பொறுமையாகத்தான் பேசினார். "பழசையெல்லாம் மறந்திட்டு யாராச்சும் நல்ல பொண்ணா பாருங்க. நானும் கூடமாட வந்து நிக்கேன்" என்றார். தனபாக்கியத்தினுடைய சாவின் காரணமாகக் குடும்பத்தில் அசோகனுக்கு பெண்பார்க்க யாருமே முன்வராமல், அவன் ஏதாவது வேலை ஒன்றிற்கு முதலில் போகட்டும் என்று தட்டிக் கழித்தார்கள். ஆனால் அசோகன் அதற்கு மசிந்து கொடுக்காமல், முன்னைவிட தீவிரமாகக் குடிக்க ஆரம்பித்தான். வீட்டில் அவனது தொந்தரவுகளும் அதிகரிக்கத் துவங்கின. நடுவில் சிலவருடங்கள் கிணற்றில் போட்ட கல்லைப் போல அசோகன் குறித்த கனத்த மௌனம் நிலவியது.

அசோகனை முன்வைத்து தாத்தாவிற்கும் ஆச்சிக்கும் அடிக்கடி பெருஞ்சண்டை மூள்வதாக இடையில் செய்தி வந்தது. தாத்தா கோபித்துக் கொண்டு வீட்டை விட்டு வெளியேறினார். அவர் சந்தைக்கடைக்குப் பக்கத்தில் இருக்கிற சத்துணவு சமைக்கிற ஆயாம்மா ஒருத்தியைக் கல்யாணம் செய்து கொண்டதாகச் சொன்னார்கள். அந்த அம்மாவின் கணவர் இறந்து தோளிற்கு மேல் வளர்ந்த வயதில் ஒரு பையனும் இருக்கிறான்.

ஒட்டுமொத்த குடும்பமும் வீட்டில் கூடியது. எந்தத் தடுமாற்றமும் இல்லாமல் வந்து நடுவில் போட்டிருந்த நாற்காலியில் அமர்ந்தார் தாத்தா. அவர் வருவதற்கு முன்பு, சத்துணவு ஆயா என்று அவரை நோக்கிக் கேலியாகச் சொன்னார்கள். தாத்தா, "தப்பு. சின்னம்மாவ அப்படிச் சொல்லக்கூடாது" எனச் சொன்னதும் அம்மா ஒப்பாரி வைத்து அழுதாள்.

"அவனை வீட்ட விட்டு வெளிய போகச் சொல்லுங்க. நான் இங்க வர்றேன். அவபாட்டுக்கு இன்னொரு பக்கம் இருந்துக்கட்டும். சத்தம் போட்டு ஊரைக்கூட்டி அசிங்கப்படுத்தாதீங்க. பட்டதெல்லாம் போதும்" என்றார் தாத்தா. அவர் தீர்மானமாகப் பேசுகிறார் என்பதை எல்லோரும் உணர்ந்து கொண்டார்கள்.

விஷயத்தைக் கேள்விப்பட்ட அசோகன், முழு போதையில் அந்த அம்மாவின் தலைமுடியைக் கொத்தாகப் பிடித்து அடித்து விட்டான். அந்த அம்மாவின் தரப்பு ஆட்கள் அசோகனை அடிக்க வர எனப் பெரிய ரகளையாகி விட்டது. அன்றைக்கு ஒருநாள்தான் குடியில் இருந்த அசோகனை வீடே சேர்ந்து வரவேற்றது. மீனென்ன? கறியென்ன? ஆச்சி பார்த்துப் பார்த்துப் பரிமாறினாள். அசோகனை அவர்கள் விட்டுத் தருவதாக இல்லை. வீடு புகுந்து தாத்தாவைத் தூக்கிக் கொண்டு வரச் சொன்னார்கள்.

சித்தி பர்ஸில் இருந்து பணத்தை எடுத்துக் கொடுத்துவிட்டு, "அப்பா கொள்ளப் பணம் வச்சிருக்காரு. ஒரு கணக்கு வழக்கும் நம்மகிட்ட இல்லை. எங்களுக்கெல்லாம் ஒண்ணுமே தேவை இல்லை. இப்பவாச்சும் புத்தியோட பொழச்சுக்கோ" என்றாள். அசோகன் அர்ஜுனன் மாமாவின் ஆட்களைப் போய்ப் பார்த்தபோது, அவர்கள் இவனை முந்திக் கொண்டு வருவதாகச் சொல்லி இருக்கிறார்கள். முளைக் குச்சியொன்றை வீட்டுக்கு முன்னால் அமர்ந்து எல்லோர் முன்னிலையிலும் சீவினான் அசோகன். அவன் அடிக்கப் போகிற அழகைப் பார்க்க நானும் ஆவலோடு இருந்தேன். ஆனால் அந்த வாய்ப்பு தள்ளிப் போய்விட்டது.

நாங்கள் ஊருக்குக் கிளம்பிப் போன சிலநாட்கள் கழித்து, தாத்தாவை ராஜாஜி மருத்துவமனையில் நெஞ்சு வலியெனச் சேர்த்திருப்பதாகச் செய்தி வந்தது. அசோகன் போய்ப் பார்த்த போது தாத்தா மட்டும் பச்சைப் படுதாவிற்குள்ளே தனித்துப் படுத்திருந்திருந்திருக்கிறார். அவரை ஆஸ்பத்திரியில் சேர்த்து விட்டு அந்தக் குடும்பம் எங்கோ ஓடி விட்டது போல?

என்னை தாத்தாவின் அருகில் அமரச் சொல்லி விட்டு, எல்லோரும் சேர்ந்து அந்தப் பொம்பளையைத் தேடிப் போனார்கள். "அதெப்படி அம்புட்டு காசையும் அந்தரத்தில் விட்டுப் போவா" என்றாள் சித்தி. என்ன செய்வதென்று தெரியாமல் தாத்தாவிற்குப் பக்கத்தில் அமர்ந்திருந்தேன். "உள்ளுக்குள்ள அமைதி இல்லாட்டி, யாருமே அதை வெளீல தேடத் துவங்கிருவோம். ஒரு ஏவாரி இந்த இடத்திலதான் தோத்துப் போவான்" என்று சொல்லி விட்டு, அமைதியாக என் முகத்தைப் பார்த்தார். தாத்தாவின் முகத்தில் தாடியை நான் பார்த்ததே இல்லை. பல் துலக்குவதற்கு முன்பே தாடியைத்தான் முதலில் மழிப்பார். பிஞ்சுக் கரங்களோடு பிளேடை மெதுவாக ஏந்தி, மேல்மூடியைக் கழற்றி, அந்தச் சிறு முனையில் அதைப் பொருத்தி மாட்டுகிற வரை பொறுமையாகக் காத்துக் கொண்டிருப்பார் தாத்தா. பிளேடு கைகளில் வெட்டிவிடக்கூடாதென்கிற பதைபதைப்பும் அவரது கண்களில் சிரிப்பை மீறித் தெரியும். வெள்ளை தாடியோடு படுத்திருந்த அவரைப் பார்க்கப் பாவமாக இருந்தது எனக்கு.

அறைக்குத் திரும்பி வந்த கூட்டத்தில் ஆச்சியும் இருந்தாள். அசோகன் மட்டும் உள்ளே வரவில்லை. ஏனோ தாத்தாவின் பார்வையைத் தவிர்த்தபடி இருந்தான். விஷயத்தைச் சொல்லி அந்தப் பொம்பளையும் அவளுடைய ஆட்களை அழைத்து வந்திருந்தாள். வெளியே இவர்கள் சண்டைக்குத் தயாராகிக் கொண்டிருந்த போது, உள்ளே தாத்தா செத்துப் போனார். அவரது கண்கள் சொருகுவதை முதலில் நான்தான் பார்த்தேன். கழுத்து எலும்பு விலுக் விலுக்கென்று துடித்தது. படுக்கையில் ஒண்ணுக்குப் போயிருந்தார். வாயில் எச்சில் ஒழுக தலையைக் கீழ் நோக்கிச் சரித்தார். அதைச் சாவு என நான் முதலில் உணரவில்லை.

ஆச்சி "என் ராசாவே" எனப் பெருங்குரலெடுத்து அழத் துவங்கிய பிறகு எனக்கும் அழுகை எட்டிப் பார்த்தது. வெளியே என்ன நடந்ததென்றே தெரியவில்லை. தாத்தாவின் உடலை எங்களது வீட்டிற்கு எடுத்து வந்தார்கள் அர்ஜுனன் மாமாவுடைய

ஆட்கள். அசோகன் எழவு வீட்டில் இனி குடும்பத்தைக் காக்கப் போகிறவன் தானே என்கிற மாதிரி நிமிர்ந்து நடந்து கொண்டிருந்தான். அந்தப் பொம்பளை அங்கே வரவில்லை என்றாலும், அவளுடைய சொந்தக்காரர்கள் தூரத்தில் நின்று கொண்டிருந்தார்கள். தாத்தாவைக் கொண்டு போய் எரித்து விட்டு வந்த பிறகே, எல்லோரிடமும் விஷயத்தைச் சொன்னான் அசோகன்.

“உங்கப்பா வெறும் ஆளாத்தான் எங்க வீட்டுக்கு வந்தாருன்னு சொல்றாங்க. நீங்க பாத்து ஏதாச்சும் செஞ்சு விடுங்கங்கறாங்க. அந்தப் பக்கமும் போர்ஸான ஆட்கள் இருக்கத்தான் செய்றாங்க” என்றான் அசோகன். அதைச் சொல்லும்போது, உரலின் மேல் அமர்ந்து தொடையில் ஒருகையை ஊன்றி இன்னொரு கையால் கீ செயினை சுற்றிக்கொண்டே பேசினான்.

அந்தப் பொம்பளை விவகாரத்தை அசோகனே பார்த்துக் கொண்டான். தாத்தாவின் பதினாறாம் நாள் காரியத்திற்குப் போனபோது, படையல் இலையில் விலைகூடின பிராந்தி பாட்டில் ஒன்றைக் கொண்டு வந்து வைத்தான். தாத்தா அதையெல்லாம் குடிக்கவே மாட்டாரே? அசோகனுக்கும் குடும்பத்திற்கும் இடையில் வரவு செலவு விஷயத்தில் தகராறு மூண்டது.

ஆச்சி அசோகனின் பக்கம் நின்று, “நீங்க எல்லாரும் நல்லாதானே இருக்கீங்க. எம்புள்ளை வச்சு பொழச்சிக்கட்டுமே” என்றாள். சித்தியெல்லாம் மண்ணை வாரித் தூற்றிவிட்டே கிளம்பினாள். இனிமேல் இந்தப் பக்கமே கால்வைக்க மாட்டேன் எனச் சபதம் போட்டுக் கிளம்பினாள் அம்மா. “உங்க வீட்டு சமாசாரம். ஒத்தை வார்த்தை பேச மாட்டேன்” என்றார் அப்பா.

அசோகனுக்கு எவ்வளவு பணம் கிடைத்தது என்று யாருக்குமே தெரியவில்லை. அசோகன் பிரேஸ்லெட்டும் சங்கிலியும் போட்டுக் கொண்டு புல்லட்டில் போவதாக வள்ளிக்கண்ணு பெரியம்மா வந்து சொன்னாள். ஆச்சி அதற்கப்புறமும் எங்கள் வீட்டுக்கு வந்து போய்க் கொண்டிருந்தாள். அப்படி அவள்

ஒருதடவை வந்த போது, அசோகன் கல்யாணம் செய்து கொள்ளப் போகும் சுமதி குறித்துச் சொல்லத் துவங்கினாள். “நல்லா இருப்பீங்க. இந்த ஒரு தடவை மட்டும் வந்து கூடமாட நில்லுங்க. மொறை கிறைன்னு எதுவும் செய்ய வேண்டாம். அப்புறமா உங்க தெசைப் பக்கமே எட்டிப் பாக்க மாட்டோம்” என்று இரக்கத்தைக் கோருகிற தொனியில் ஆச்சி சொன்ன போது, அவளது கண்கள் நீரில்லாமல் வற்றியிருந்தன. கருமந்தியின் உள்ளங்கையில் அகப்பட்ட தேங்காயைப் போல திசை தெரியாமல் உருண்டது அக்கதை.

அத்தியாயம் 11

ஒருபக்கத்தில் பெரிய பாறையைப் போருந்த எடைக்கல்லை முட்டுக் கொடுத்திருந்த என் உயர இரும்புத் தராசொன்றின் இன்னொரு பக்க எடை தூக்கி வைக்கிற பலகையில் அமர்ந்து தலையைத் தொங்கப்போட்டுக் குனிந்து நகத்தைப் பிய்த்தபடி, என்னிடம் பேசத் துவங்கினான் அசோகன். எல்லோருக்கும் நியாயக் கணக்கெழுதுகிற அந்த சித்திரகுப்தன் வந்து பக்கத்தில் அமர்ந்தால்கூட "ஞாயமாத்தானே பேசறான்" என்று புரிந்து கொள்கிற தொனியில் அவனது தரப்பை விளக்கினான். "போதையென்ன பெரிய போதை மாப்பிள்ளை. நீ என்ன ரெம்ப சல்லித்தனமா யோசிக்கிற. ஒருநாள் இல்லாட்டி ஒருநாள் அரசாங்கமே போதைய விக்கப் போகுதா இல்லையான்னு பாரு. எதுல போதை இல்லைன்னு சொல்லு. நாலு லிட்டர் மோர் குடிச்சுப் பாரு. தலை கிறுகிறுன்னு சுத்திரும். மோர் குடிச்சா ஏன் வய்ய மாட்டேங்குறீங்க. ஒவ்வொருத்தருக்கு ஒவ்வொரு போதை மாப்பிள்ளை.

எங்கப்பன எடுத்துக்க. எல்லாரும் அவனைப் புகழ்ந்துக்கிட்டே இருக்கணும். அது அவனுக்கு போதை. வெளீல பேரு எடுக்கணும்னு நெனைச்சானே. வீட்டுக்குள்ள பேர் எடுத்தானா?

காசை விசிறியடிச்சா எல்லாமும் கிடைச்சிடுமா? அப்படியென்ன வாழ்ந்து கிழிச்சிட்டான்? பயதான் தடமாறிப் போறான்னா, பிடிச்சு இழுத்து வைக்கணும்னு நெனைச்சானா? கடைப்பக்கம் பண்ணாத, வேற எங்கயாச்சும் பண்ணிக்கோன்னு காசைத்தான விட்டு எறிஞ்சான்.

சின்ன வயசில இருந்தே அந்த ஆளுக்கு என்னைப் பிடிக்கலை. அவன் கூத்தியா வச்சதுக்கு என்னைக் காரணம் சொல்றான். இந்தா பாரு மாப்பிள்ளை. அவன் அந்த வீட்டுக்கு அரசல் புரசலா போய்ட்டு வர்றது ஏற்கனவே எனக்கு நல்லா தெரியும். கடை ஆட்க காதைக் கடிச்சிட்டாங்க. எல்லாத்துக்கும் இப்படி என்னைக் காரணம் சொன்னா எப்படி?

தனபாக்கியத்தைக் கொன்னது நானா? முன்னாடி வந்து செஞ்சு வச்சிருந்தாங்கன்னா, இன்னைக்கு பட்டுப்பூச்சி மாதிரி ஒரு தீப்பெட்டிக்குள்ளவாவது வாழ்ந்திருப்போம்ல. என்னத்த சாதிச்சாங்க எல்லாரும்? காசு வந்து நின்னுச்சா? சொல்லு மாப்பிள்ளை. இதுவரைக்கும் உனக்கு ஒத்த காசு நான் தந்ததில்லை. ஆனா மாப்பிள்ளைன்னா உள்ளுக்குள்ள துடிக்குதுல்ல. எங்கருந்தாலும் பறந்து வரணும் நெனைக்குதுல்ல. அதான் மாப்பிள்ளை பாசம். இந்தக் குடும்பத்துகிட்ட அது இருந்துச்சா சொல்லு" எனச் சொன்ன அசோகன் அன்றைக்குப் பெரிய போதையிலெல்லாம் இல்லை.

தன்னைத்தானே உள்ளுக்குள் அலசிப் பார்க்கிற மனநிலையில் அவன் இருந்ததைப் போலப் பட்டது. வழக்கமாக அவன் எதைச் சொன்னாலும் கிண்டலடிக்கிற தொனியில் கேட்கும் நான் அந்தமுறை அவனைப் பேசவிட்டு அமைதியாகக் கேட்டுக் கொண்டிருந்தேன். வளர்ந்து கொஞ்சம் விவரம் தெரிந்திருந்ததால், எனக்குமே அசோகன் தரப்பைக் கேட்க வேண்டுமெனத் தோன்றியது. "மலையில என்ன செஞ்சேன்? அவன் பொண்டாட்டிகூட அவன் ஒரு மாதிரியா சுத்துறது தப்பா தோணுச்சு. அதான் தம்பிங்கற மொறைல காதில போட்டு வச்சேன். அவன் கோடாரியால தலையைப்

பொளப்பான்னு எனக்கு எப்படித் தெரியும்” என்றான் நான் அந்தச் சம்பவத்தைப் பற்றிக் கேட்காமலேயே.

“மனசு விட்டுருச்சு மாப்பிள்ளை. காட்டில இருக்க புலி குதிரை மாதிரி தன்னைப் போல வாழ்ந்துட்டு செத்துடணும். எந்தப் பிக்கல் பிடுங்கலும் இல்லை. பசிச்சா புல்லு. கிடைச்சா கறின்னு சாப்பிட்டுட்டு, போதை வர்ற இலையா பாத்து மோந்துகிட்டு ஓர ஓரமா ரம்மியமா படுத்திடலாம். அந்த மாதிரி நான் பாட்டுக்கு எங்கயாச்சும் கிளம்பிப் போயிடலாம்னு இப்பல்லாம் தோணுது.

ஏதோ நீ இழுத்து வச்சுருக்கதால துண்டை உதறி தோள்ள போட்டுப் போக முடியலை” என்று தீவிரமான குரலில் சொன்ன, அசோகனின் மனப்போக்கு எனக்கு ஓரளவிற்குப் புரிந்தது. தாத்தாவின் சாவிற்குப் பிறகு அசோகனைத் தேடிப் போய்ப் பார்க்கப் போன போதுதான் இதையெல்லாம் சொன்னான். யாரிடமும் சொல்லிக் கொள்ளாமல், காலையில் போய் மாலையில் வந்து விடலாமெனக் கிளம்பிப் போயிருந்தேன்.

நேரம் காலம் சரியில்லை என்று சொல்லி ஆச்சி அப்போது வீடு மாறியிருந்தாள். அந்த வீட்டு முகவரி எனக்குத் தெரியாது என்பதால் ராசு மாமாவைத் தேடிப் போனேன். வழக்கமாகப் பால் ஊற்ற வருகிற இடத்திற்குப் போனபோது, அங்கே நின்றிருந்தார். என்னைப் பார்த்ததும் தூக்கிய பால் கேனை அப்படியே கீழே வைத்துவிட்டு ஓடி வந்தார். “மாப்பிள்ளை நீ எப்டி இங்க. அக்காவ எங்க” எனப் பதற்றமாகித் தனக்குத்தானே ஒரு வட்டமடித்துத் தேடினார். அசோகனைத் தேடி வந்திருக்கிற விபரத்தைச் சொன்னதும், வீட்டுக்குத் தெரியாமல் வந்ததால் ஆச்சிக்குத் தெரிய வேண்டாம் என்று சொல்லிவிட்டு, மாமா நேரே சந்தைப் பேட்டைக்கு அழைத்துப் போனார்.

விபத்தாகி உடைந்த ஆட்டோவொன்றின் முகப்பாகம் தலைகுப்புற விழுந்து கிடந்ததைத் தாண்டிப் போனேன். தூரத்தில் இருந்து பார்க்கும்போதே அசோகன் ஜொலிப்பது தெரிந்தது. ஆனால் என்னிடம் தத்துவஞானி மாதிரிப் பேசிக்

கொண்டிருந்த போது, தாத்தா செத்தபிறகு எவ்வளவு காசு வந்தது எனச் சொல்லவே இல்லை. என்னை விசாரிக்க அனுப்பியிருக்கிறார்கள் என்கிற ரீதியில் புரிந்து கொண்டானா எனவும் தெரியவில்லை. என் விஷயத்தில் அப்படியெல்லாம் நடக்கிற ஆள் இல்லைதான் என்ற போதிலும், காசு பணம் என வரும் போது அவனும் எப்படி என எடை போட்டேன்.

தோள்பட்டையில் கைபோட்டு அழைத்து வந்து, சுஸ்யம் வாங்கிக் கொடுத்தான். இதே கடையில் தாத்தா வாங்கிக் கொடுத்த போது, எதிர்வெயில் முகத்தில் அடித்தது. அசோகனுடன் நின்றிருந்த போது வெளியே மெல்லிய சாரல் விழுந்து கொண்டிருந்தது. எதிர் காற்றிலடித்த சாரலால், அடுப்பிற்கு அருகே நின்றபோதும் வெக்கை உறைக்கவில்லை. அதைக் கடித்து வாயில் கவ்வியபோது, “உம்பேர்லயும் கொஞ்சம் காசு போட்டு வச்சிருக்கேன் மாப்பிள்ளை. நீ காலேஜ் முடிக்கறப்ப ரெட்டிப்பாயிடும். எங்கருந்தாலும் தூக்கிட்டு ஓடி வந்திருவேன். யார்ட்டயும் சொல்லாத. இப்பல்லாம் ரெம்ப போதையெல்லாம் அடிக்கறதில்லை. தாத்தா கடையை எடுத்து நடத்தலாம்னு பாக்கறேன். பழச நெனைச்சப்ப ஒரு வெறுப்பு வந்துச்சு. அதுனாலதான் கொஞ்சம் மனசொடிஞ்சு பேசுனேன். மத்தபடி மாமா நல்லாத்தான் இருக்கேன். கொஞ்சம் நிமிந்துட்டு உன்ன வந்து பாக்கறேன்” எனச் சொல்லி எனக்கு விடைகொடுத்தபோது, முந்நூறு ரூபாய் காசை எடுத்து என் கையில் கொடுத்தான்.

அப்புறம் என்ன நினைத்தானோ, கண்டக்டரிடம் ஓடிப் போய், பேருந்து எப்போது கிளம்புமென விசாரித்துவிட்டு என்னை அங்கேயே இருக்கச் சொல்லிவிட்டு ஓட்டமும் நடையுமாய்ப் போனான். எதற்குப் போகிறான் என்பதும் ஓரளவிற்கு எனக்குத் தெரிந்தது. தங்கரீகல் அல்வாவும் கலர் பூந்தியும் வாங்கிக் கொண்டு வந்து கொடுத்தான். “இதை திங்கற வயசான்னு தெரியலை எனக்கு. என்னைப் பாக்க வந்தேன்னு அக்காட்ட எந்தச் சூழல்லயும் சொல்லிடாத மாப்பிள்ளை. நான் போதையைப் பத்தி சொல்றப்ப உன் கண்ணுல ஒண்ணு

மின்னறதைப் பார்த்தேன். வேண்டாம் மாப்பிள்ளை அது உனக்கு. கவலையில்லாம நிம்மதியா கிளம்பிப் போ. நான் இப்ப காட்டப் போறதுதான் உனக்கு நான் காட்டுற பாதை. எனக்கு என்ன நடக்குமோ அது உனக்கும் நடக்கும். இனிமே அது என்பொறுப்பு" எனச் சொல்லி வழியனுப்பி வைத்தான்.

இதுமாதிரி அசோகன் பேசி நான் கேட்டதே இல்லை. அந்தச் சந்திப்பு முழுவதுமே அவனை எந்த இடத்திலும் இடக்காகப் பேசாமல், அவனை முழுமையாகப் பேச அனுமதிக்கவும் செய்தேன். அதே சமயம் அவன் ஒவ்வொரு சொல்லையும் ஒருவித நாடகப் பாணியில் சொல்வதைப் போலவும் தோன்றியது. இதுமாதிரி அவன் நிறைய தடவை வெவ்வேறு மாதிரிப் பேசியிருக்கிறான் என்பதால் அதைத் தீவிரமாக எடுத்துக் கொள்வதா என்கிற எண்ணமும் இருந்தது எனக்கு. அசோகனைப் பற்றிக் கேள்விப்பட்டே வளர்ந்து விட்டதால் சின்ன வயதிலேயே அவனது பிம்பத்தைப் பற்றிப் புரிந்து கொள்கிற பக்குவமும் வந்து விட்டது.

அவன் இல்லாத இடத்தில்கூட அவனைப் பற்றி குடும்பத்தார் ஒரு சித்திரத்தை வரைந்து கொண்டே இருந்தார்கள். பெரும்பாலும் அதில் அவன் எல்லாவித பாத்திரங்களையும் ஏற்றுவிட்டான். கொலை மட்டும்தான் அந்தக் கதையில் இன்னும் அவன் செய்யவில்லை. அது நிகழ்கிற அன்று குடும்பமே சேர்ந்து அவனுக்கு முழுக்குப் போட்டு விடும் என்று உறுதியாகத் தோன்றியது. பேருந்தில் திரும்பி வருகையில் வழக்கமாகத் தூக்கம் சொருகும். ஆனால் அன்றைக்கு அந்தப் பயணம் முழுக்கவும் அசோகனைப் பற்றியே யோசித்துக் கொண்டு வந்தேன். அவன் எப்படியாவது துார் பிடித்து வளர்ந்து விட்டால் போதும் என்கிற குடும்பத்து மனநிலைக்கே நானும் வந்து சேர்ந்தேன்.

வீட்டில் யாரும் கண்டு பிடிக்கவில்லை என்பதில் ஆசுவாசம். அப்பா மட்டும் கொஞ்ச நேரம் குறுகுறுவென்று பார்ப்பது போல உணர்ந்தேன். இரவுச் சாப்பாட்டின் போதும் அசோகனைப்

பற்றிய பேச்சு வந்தது. “செய்தி வந்துச்சு. தலைதெறிக்கிற ஆட்டமாம். ஓவர் குடியாம். உங்க அப்பாரு காசையெல்லாம் ஒரு வருஷத்தில குடிச்சே தீர்த்திடுவான். இன்னேரம் அவனுக்கு ஈரலே அழுகியிருக்கும்” என அப்பா சொன்னபோது எனக்கு எரிச்சலாக வந்தது. “அவன் நல்லாத்தான் இருக்கான். நீங்க வாயை மூடுங்க” எனச் சொல்ல நாக்கு வரை வந்து விட்டது வார்த்தை.

இப்படித்தான் அவன் ஒரு சாண் மேலே ஏறும்போது இவர்கள் எல்லாம் சேர்ந்து இரண்டு முழம் அவனைக் கீழே இழுத்து விடுகிறார்கள். அம்மாவும்கூட எந்தவித அனுசரணையான வார்த்தையும் சொல்லாமல், அதைக் கேட்டுக் கொண்டிருந்ததைப் பார்த்த போது எழுந்து ஒரு உதை விடலாம் எனத் தோன்றியது. கொஞ்சம்கூட ஈவு இரக்கமில்லாமல் அவர்களுக்குத் தெரிந்த கதைகளை வைத்து அசோகனை இன்னொரு எல்லைக்குத் தள்ளிக் கொண்டிருந்தார்கள். அசோகன் என்னிடம் பேசிய தொனியை யோசித்துப் பார்த்தேன். யாருக்கும் துயரமில்லாமல் குடித்து விட்டு ஒரு ஓரத்தில் சண்டை சச்சரவில்லாமல் ஏன் அவனால் இருக்க முடியாது? அதை மட்டுமே ஏன் முக்கியப் பேசு பொருளாக ஆக்குகிறார்கள்? என்றைக்காவது அவன் ஒரு பெண்ணின் கையைப் பிடித்து இழுத்து விட்டான் எனப் புகார் வந்திருக்கிறதா என்றெல்லாம் வாயில் சோற்றை அள்ளிப் போட்டபடி யோசித்தேன்.

அசோகன் போதை குறித்துச் சொன்ன விதத்தை யோசித்தேன். ஏப்பம் விடுகையில் வரும் பீர் வாசம் ஞாபகத்திற்கு வந்தது. இப்போது குடித்தால் நன்றாக இருக்கும் என்றும் தோன்றியது. பையன்களோடு போய் வாங்கிக் குடிக்க வேண்டும் என நினைத்துக்கொண்டு ஈரலை வாயில் போட்ட போது, “என்ன யோசனை. இப்படித்தான் அசோகன் சோத்தில கை வைச்சுக்கிட்டு மோட்டுவளைய பாத்துக்கிட்டு சாப்பிடுவான். அடுத்தவன் தட்டில என்ன இருக்குன்னு நோட்டம் விடுவான். ஒழுங்கா உன் தட்டை பாத்து சாப்பிடு” என அப்பா தலையில் தட்டினார்.

எப்படியும் இவர்கள் அசோகன் பற்றி கெட்டவிதமாகத்தான் சொல்லப் போகிறார்கள் என்பதால், கொஞ்ச காலம் அவனைப் பற்றிய செய்திகளை நானாகப் போய்க் கேட்காமல் இருந்தேன். தூரத்துச் சொந்தக்காரர்கள் வருகிறபோது மட்டும் தெரியாமல் அவர்கள் கை கழுவுகிற இடத்தில் நின்று விசாரிப்பேன். “உன் மாமனுக்கு என்ன. புல்லட்டுதான். பகுமானம்தான். பகுமானக் கோழி ஒண்ணு பந்தல் மேல ஏறி நின்னு ப்ளாஸ்டிக் முட்டை போட்டுச்சாம். தீனி கூடிப் போயிருச்சு. ஆளு நல்லா வீங்கிட்டான். தொந்தியைத் தொடற மாதிரி சங்கிலி வேற. போய்ப் பாரு. ஆளே தினுஷா ஒரு கலரா மாறிட்டான்” என்று பெரியம்மா ஒருத்தி சொன்னதைக் கேட்ட போது எனக்குச் சந்தோஷமாக இருந்தது.

அவர்கள் கிளம்பும் போது அம்மா பின்னாலேயே போய், “அசோகன் எப்படி இருக்கான்” என்றாள். “என்னன்னு எப்படி வாயால சொல்றது. நைட் தெருவுக்குள்ள வர்றப்பயே புல்லட்ட லாட்டிக்கிட்டுதான் ஓட்டிட்டு வர்றது. என்னைக்கு எங்க கழுத்தில ஏத்தப் போறானோ” என்றாள் அந்தப் பெரியம்மா. அம்மா உடன் இருந்ததால் அவளைச் சுருக்கென்று கேட்க முடியவில்லை என்னால். அதானே பார்த்தேன் என்பதைப் போலச் சிரிப்பைப் பதிலாகத் தந்துவிட்டு வீட்டுக்குத் திரும்பி வந்தாள் அம்மா.

நல்லதும் கெட்டதுமாக அசோகனைப் பற்றிய செய்திகள் எங்களது வீடுகளில் இப்படித்தான் புழங்கிக் கொண்டிருந்தன. ஆச்சி சொல்கிற கதைகளில் இவர்களுக்கு நம்பிக்கையில்லை. மகன் பாசத்தில் அவள் எப்படியும் பாதி விஷயங்களை மறைத்துவிட்டே சொல்வாள் என்பதால் அவளது கருத்துக்கு யாரும் முக்கியத்துவமும் தருவதில்லை. ஆனால் சுமதி பற்றி அவள் சொன்னதை ஒட்டுமொத்தக் குடும்பமும் குத்தவைத்து உட்கார்ந்து கேட்டது. முதன்முறையாக சுமதியின் தயவில் அசோகனின் கதையில் கலர் பூந்திகள் தூவப்பட்டன.

அத்தியாயம் 12

என்னுடைய பள்ளியிலும் அந்தப் பெயரைத் தாங்கிய ஒருத்தி இருக்கிறாளென்பதால், சுமதி என்கிற பெயரை எனக்குக் கேட்டவுடனேயே பிடித்து விட்டது. எப்படியிருப்பாள் அவளென யோசித்துக் கொண்டிருந்த போது, ஆச்சி எங்கள் வீட்டில் கூடியிருந்தவர்கள் மத்தியில் அதைக் காட்டினாள். இன்னொன்றிலிருந்து சதுரமாக வெட்டப்பட்டிருந்த அந்தப் புகைப்படத்தில், கல்லூரியில் சுற்றுலா போனபோது, ரோஜாப்பூ செடி ஒன்றிற்கு பக்கத்தில் நின்று சிரித்தாள் சுமதி. சுண்டி விட்டால் பழுத்துவிடும் என்கிற அளவிற்கு நிறமாக இருந்த சுமதி, ஒல்லியாய் அந்தக் காலத்து சினிமா நடிகையைப் போல இருந்தாள். முடியை விரித்துப் போட்டு வெள்ளைக் கல்வைத்த மூக்குத்தி போட்டிருந்தாள். ஃபேர் அண்ட் லவ்லி விளம்பரத்தில் வருகிற பெண்ணைப் போலவும் இருந்தாள்.

இவளா இவனுக்கு என வாய்விட்டே சொல்லி விட்டேன். ஆச்சி பொக்கை வாய் காட்டிச் சிரித்து, "ஜிலேபின்னாலும் எலி வாய்ல அம்புட்டுருச்சுல்ல" என்றாள். கூடியிருந்தவர்கள் எல்லோரும் சேர்ந்து சிரித்தபோது, முழுநிலவைப் போல மகிழ்ச்சி நிலவியது அங்கே. அப்பாவும்கூட ஆர்வமாகப் புகைப்படத்தைக் கையில்

வாங்கிப் பார்த்துவிட்டு, “குரங்கு கைலன்னு சொல்லத்தான் தோணுது. தப்பா நெனைச்சுக்காதீங்க. ஆனாலும் செஞ்சு வைப்போம். நல்லா இருக்கட்டும்” என்றார் ஆச்சியை நோக்கி. ஆச்சி கண்கள் கலங்க எழுந்து கிழக்குப் பக்கமாகத் திரும்பிக் கும்பிட்டாள். வீட்டிற்குப் பக்கத்தில் இருக்கிற கிருஷ்ணன் கோவிலில் வைத்துச் சுருக்கமாகத் திருமணத்தை முடித்து விடலாம் என்று பேசினார்கள்.

அசோகனின் மாமனாரும் மாமியாரும் கிளம்பி வந்தார்கள். மாமனார் அப்பாவியாய் மனைவின் முகத்தையே எதுவும் பேசாமல் வெறித்துப் பார்த்துக் கொண்டிருந்தார். மாமியார்க்காரி வந்ததில் இருந்து தன்னுடைய கணவரைப் பேசவிடவே இல்லை. பெருந்தீனிக்காரி என்பது தோற்றத்திலேயே தெரிந்தது. புதிதாய்ப் போன வீட்டில் எப்படிச் சாப்பிடுவது என்பதுகூடத் தெரியாமல் பாத்திரங்களைச் சத்தம் வர இழுத்து வைத்துச் சுரண்டிப் போட்டுச் சாப்பிட்டாள். எழக்கூட இயலாத நிலையில், இரண்டு கையையும் ஊன்றி கஷ்டப்பட்டு நகர்ந்து கைகழுவப் போனாள். அடுத்த தடவை கழுவுவதற்கு உரிமையாய்த் தண்ணி போணியை இருந்த இடத்திற்கே வரச் சொல்லி விடுவாள் எனத் தோன்றியது.

அப்பா இந்தச் சம்பந்தம் வந்து சேர்ந்த கதை குறித்து ஆச்சியிடம் தனியாகக் கேட்டார். ஆச்சி புதிதாகக் குடி போன வீட்டை நெற்றி வகிட்டைப் போல நடுவாக வகுந்து ஒரு மரத் தடுப்பு இருந்திருக்கிறது. குளியலறையே இல்லாத ஒற்றை அறை. அதற்குள் ஸ்டவ் வைத்துப் பொங்கிச் சாப்பிட்டிருக்கிறது ஒரு குடும்பம். அவர்களுக்கு அந்தப் பக்கமாய் ஒரு பாதை இருந்திருக்கிறது. இந்தப் பக்கம் உள்ள கதவை அடைத்தே வைத்திருக்கின்றனர்.

இளம்பெண் ஒருத்தியின் குரலும் அவளது பெற்றோர் குரலும் அந்த மரத்தடுப்பிற்கு அந்தப் பக்கம் இருந்து கேட்கும். மெல்லச் சப்தம் கேட்கிற மாதிரி மூவரும் பேசிக் கொள்வார்கள். சில நேரங்களில் அந்தம்மா அவளுடைய கணவரை அடிக்கப்

போகும் சப்தம் கேட்கும். அந்த வீட்டு உரிமையாளரின் தம்பி குடும்பம் அது. வீட்டுச் சொத்து வகையறாக்களில் அவர்களுக்குள் வம்பு வழக்கு நீதிமன்றத்தில் இருந்தது.

ஊரைச் சுற்றிச் சொத்தைக் காட்டி நிறைய கடன். எட்டு வட்டிக்கு வாங்கிய வகையில் வகைதொகையில்லாமல் அது குட்டி போட்டது. வீடு தேடி வந்து நிறைய பேர் மிரட்டிக் கொண்டிருந்தனர். அப்போது அசோகன் திடீரென சீக்கிரமே வீட்டிற்கு வர ஆரம்பித்திருக்கிறான். சட்டையைக் கழற்றிப் போட்டு விட்டு, மல்லாக்கப் படுத்தபடி அந்தப் பக்கம் கேட்கும் குரல்களை அமைதியாகக் கேட்டுக் கொண்டிருக்கும் அவன், அந்த நேரத்தில் ஆச்சியிடம் எந்த வம்பும் வைத்துக் கொள்ளாமல் இருப்பானாம்.

எலி எதற்கு மோட்டுவளையைப் பார்க்கிறது என ஆச்சிக்கும் தெரியும். போர்வையை எடுத்து தலையை மூடுகிற மாதிரி போர்த்திக்கொண்டு படுத்து விடுவாளாம். அசோகன் இப்படி படுத்துக் கேட்டுக் கொண்டிருந்த ஒருநாள் வீட்டினுள் இருந்து அந்த இளம்பெண்ணின் விசும்பல் சத்தம் கேட்டிருக்கிறது. அடர்த்தியாக மண்ணெண்ணைய் வாடை குப்பென அடிக்கவும் அசோகன் எழுந்து அமர்ந்து கொண்டான். தீக்குச்சி கிழிக்கிற ஓசை அவனுக்குத் தெளிவாகக் கேட்டது. சட்டையில்லாமல் தொப்பையோடு அந்தக் கதவை உடைத்துத் திறந்தான் அசோகன்.

உள்ளே மூன்று பேரும் தலைவழியாக மண்ணெண்ணையை ஊற்றிக் கொண்டு நின்றிருந்தார்கள். ஆச்சியும் பின்னாலேயே ஓடிப்போய் நின்று, "மக்க மனுஷங்க இல்லையா? ஏலே அசோகா என்னன்னு பாரு" என்றாள். அவர்களை இந்தக் கதவின் வழியாக அழைத்துக் கொண்டு வந்தாள் ஆச்சி. அந்தப் பிள்ளைக்குக் குளிக்கத் துண்டெடுத்துக் கொடுத்தாள். அசோகன் தனக்கென ஒதுக்கி வைத்திருந்த லக்ஸ் சோப்பை எடுத்துக் கொடுத்திருக்கிறான்.

வீட்டு வாசலுக்கு வந்து நின்ற வட்டிக்கு விடுபவர்களைத்

தான் பார்த்துக் கொள்வதாகத் தைரியம் கொடுத்திருக்கிறான். படியேறி வந்தவர்களை அசோகன் தனியாக அழைத்துப் போய் நிலவரங்களைச் சொல்லி, “இங்க பாருங்க. இப்ப அவரு எங்க மாமனாரு. நாங்க ஒண்ணும் இல்லாம பட்டவங்க இல்லை. சொத்து கிடக்கு மானாங்கண்ணியா. வட்டியோட திருப்பி வாங்கிக்கங்க. வீட்டு படியேறுற வேலைய இத்தோட விட்டிருங்க. அர்ஜுனன் தம்பி நானு” என்றதும் நம்பிக்கை வைத்து அவர்கள் விலகினார்கள்.

“மாமனாருன்னு தம்பி வெவரமாத்தான் சொல்லிருக்காரு. தம்பிய பாத்தவுடனே ஆட்கள் துண்டக் காணோம், துணியைக் காணோம்னு ஓடறாங்களே” என மாமியார்க்காரி சொன்னபோது அசோகன் வெட்கப்பட்டுச் சிரித்துக் கொண்டானாம். அந்தப் பெண்ணிற்கு ஆரம்பத்தில் இஷ்டமே இல்லை. இவனை விட்டால் வேறு வழியில்லை என்பதை அவளுடைய அம்மா விளக்கிச் சொல்லியிருக்கக்கூடும். அழுது புரண்டு தப்பிப் போகவும் சுமதிக்கு வாய்ப்பில்லை போல. முதலாம் ஆண்டு படிக்கிற அவளைத் தினமும் கல்லூரிக்கு புல்லட்டில் கொண்டு போய் விட்டிருக்கிறான் அசோகன்.

”அந்தம்மாவைப் பாத்தா சரியா வருமான்னு எனக்கு கொஞ்சம் யோசனையா இருக்கு” என்றார் அப்பா, ஆச்சியின் முகத்தைப் பார்த்து. “அரிசி வாங்கிட்டு வர்றப்ப கல்லும் மண்ணும் சேந்து வரத்தான செய்யும்” என்றாள் ஆச்சி. சுமதி எங்களது வீட்டிற்கு வரும் நாளுக்காக ஆவலோடு காத்திருந்தோம். சித்தி அவளது குடும்பத்தோடு முன்னமே வந்திருந்தாள். சுமதியும் அவளுடைய பெற்றோரும் குதிரை வண்டியில் வந்து இறங்கும் போதே, “கல்யாணத்துக்கு வர்றவங்க சொந்த பந்தம் யாருமே இல்லாம ஒத்தையில வர்றாங்க” என எங்கள் பக்கத்திலிருந்து சொன்னார் ஒருத்தர்.

சுமதியை நடுவில் அமர வைத்து அங்குலம் அங்குலமாக அணுகிப் பார்த்தது குடும்பம். பச்சையும் சிவப்பும் கலந்த, நெஞ்சில் சின்னச் சின்ன கலர் ஜிகினாக்கள் ஒட்டிய சுடிதார்

போட்டிருந்த அவள் எல்லோரையும் பார்த்தும் மாறி மாறிச் சிரித்துக் கொண்டிருந்தாள். இடையில் ஆங்கிலத்தில் என்னிடம் அவள் எதுவோ கேட்டபோது சத்தம் காதில் விழவில்லை. மறுநாளே திருமணத்தை முடித்து விடலாம் எனப் பேசிக் கொண்டார்கள். அந்தக் கிருஷ்ணன் கோவிலுக்குள்ளேயே அதுவரை நான் சென்றதில்லை.

அப்போது உடனடியாக அங்கே போய்ப் பார்க்க வேண்டுமெனத் தோன்றியது. அசோகனின் முகம் ஏனோ வாட்டமாகவே இருந்தது. "இப்ப மட்டும் கொஞ்சூண்டு பிராந்திய காட்டுங்க. ஆள் எப்படி சூரிய காந்தி மாதிரி முகத்தை விரிச்சுக் காட்டுவான் பாருங்க" என ஆச்சி சிரித்துக் கொண்டே சொன்னாள். சித்தி மட்டும் அசோகனின் முக வாட்டத்தைப் பார்த்துவிட்டு, "இங்க பாருண்ணே. மாமா காரணமாத்தான் எதுவும் செய்வாரு. வெளி சொந்தங்களையெல்லாம் கூப்டு வச்சு செஞ்சோம்ணா, அவங்க ஒண்ணு கெடக்க ஒண்ண பேசி மனசைக் கெடுத்திருவாங்க. மனசப் போட்டு ஒலட்டாத" என்றாள்.

சித்தி அப்பாவிடம் போய், "அவன் செலவிலகூட பெரிசா பண்ணிருக்கலாம்ல மாமா" என்றபோது, "அவங்க மாமியார் கண்ணுல பகட்ட காட்டிரக் கூடாது. விழுந்து பாஞ்சிருவா" என்றார். அசோகனின் திருமணத்திற்குச் சொந்தக்காரர்கள் என யாரையுமே அழைக்கவில்லை. தெரிந்தவர்கள் என்கிற வகையில் மொத்தமே இருபத்தைந்து பேர் மட்டுமே இருந்தனர். குடும்பத்தோடு கோவிலுக்குள் நுழையும்போது, ஐந்து வண்ண ஜமுக்காளம் என்னுடைய கையில் இருந்தது. அம்மா விழாக்களுக்குப் போகும்போது உடுத்துகிற பட்டுச் சேலை உடுத்தியிருந்தாள். சுமதிக்கு ஒரு பட்டுப்புடவை மட்டும் எடுத்தார்கள். சித்தி தன்னுடைய கழுத்தில் இருந்த, தடிமனான டாலர் செயினொன்றைக் கழற்றிப் போட்டாள்.

பூமாலை மட்டும் பெரிதாக இருந்தது. வண்டியில் போய் நான்தான் அதை வாங்கிக் கொண்டு வந்தேன். மணமக்களை அமர வைக்க வேண்டிய மேடையில் தூசு அப்பிக் கிடந்தது.

கோவில் பூசாரி விளக்குமாற்றைக் கொண்டு வந்து கொடுத்து முதலில் சுத்தம் செய்யச் சொன்னார். கௌரவப்பட்டுக் கொண்டு யாருமே அதை வாங்க முன்வரவில்லை. அந்த பூசாரியும் நீங்களாச்சு என அதைத் தரையில் போட்டுவிட்டு, வெங்கலச் சட்டியைக் கக்கத்தில் இடுக்கியபடி அந்தப் பக்கம் நகர்ந்தார்.

அசோகனின் முகத்தைப் பார்த்தபோது, பல்லைக் கடித்தான். கையில் வைத்திருந்த மாலையை அந்த ஜமுக்காளத்தின் மீது வைத்துவிட்டு, கையில் விளக்குமாற்றைத் தூக்கியபோது யாரும் ஒன்றும் சொல்லவில்லை. அப்பா, பண்ணு என்பதைப் போல செருமிக் காட்டினார். அசோகன் என் கண்ணை உற்றுப் பார்த்து உதட்டைப் பிரித்துச் சிரித்தபோதும் கண்ணில் ஒளியில்லை.

மந்திரங்கள் ஓதாமல், கொட்டுச் சத்தம் ஒலிக்காமல் அடுத்த வராண்டாவில் நின்றவருக்குக்கூடத் தெரியாமல் அசோகனின் திருமணம் ஐந்து நிமிடத்தில் நடந்து முடிந்தது. தட்டில் ஜிலேபியைப் போட்டு, கோவிலில் நின்று கொண்டிருப்பவர்களிடம் கொடுக்கச் சொன்னார்கள். “கிளியாட்டம் இருக்கா பொண்ணு. மாப்பிள்ளை பையனுக்கு இனிமேதான் சிக்கல் ஆரம்பிக்கப் போகுது” என்று சொன்னாள் பாட்டியொருத்தி.

அம்மா தையல் மிஷின் போட்டிருக்கிற அறையில் முதலிரவை வைத்துக் கொள்ளலாம் எனப் பேசிக் கொண்டிருந்தார்கள். எல்லாமும் தெரிந்த வயதென்பதால் மறைந்து அதை ஒட்டுக் கேட்டுக் கொண்டிருந்தேன். இடையில் அசோகன் என்னை வெளியில் வருமாறு சைகை காட்டினான். அவனைப் பின் தொடர்ந்து போனபோது, சிகரெட் பிடித்து விட்டு வரலாம் வா என்பதைப் போல சைகை செய்தான். அசோகன் என்ன சிகரெட் அடிப்பான் என்கிற யோசனையிலேயே போனேன். நான் அவ்வப்போது குடிக்கிற கோல்ட் பிளாக்கைத்தான் அவனும் வாங்கினான். ஆழமாய் இழுத்துப் புகையை வானத்தை

நோக்கி விட்டபடி, "என்ட்ட சொல்லியிருந்தாலே காசு போட்டு பெருசா பண்ணிருப்பேன் மாப்பிள்ளை. இவனுங்க தனபாக்கியத்துக்கு வந்து நிக்காத மாதிரி ஆகிடக்கூடாதுன்னு எல்லாத்துக்கும் பொறுத்துக்கிட்டேன். ஒரு பிச்சைக்காரனை நடத்துற மாதிரிதான் எல்லாரும் நடத்துறாங்க. ஒரு மண்டபம் பிடிச்சு கல்யாணம் பண்ண வக்கில்லாதவனா நானு" என்றான் அசோகன்.

என்ன சொல்வதென்று தெரியாமல் அமைதியாகக் கைகளைக் கட்டிக்கொண்டு நின்றேன். அதற்கு மேல் அவன் அது குறித்து வேறெதுவும் பேசவில்லை. வீட்டிற்குப் போனதும் யாருக்கும் தெரியாமல் அசோகனுக்கு முதலிரவு நடக்கப் போகும் அறையை எட்டிப் பார்த்தேன். வழக்கமாக தினமும் அங்கே நூறுதடவை போய் விட்டு வருவேன். அன்றைக்கு ஏனோ அதை புது மாதிரியாகத் திறந்து பார்த்தேன். இரண்டு பேர் உருள்கிற அளவிற்கு விசாலமாகவே இருந்தது அது. யாரும் பார்க்கிறார்களா எனத் திரும்பிப் பார்த்துக் கொண்டேன்.

உள்ளே அந்த சிவப்பு வெள்ளை கோடுபோட்ட ஜமுக்காளத்தை விரித்து சில்க் உரை போட்ட இரண்டு தலையணைகளைப் போட்டிருந்தார்கள். தையல் மிஷினை சேலையை விரித்துப் போட்டு மூடியிருந்தார்கள். மிஷினின் கால் மிதியடிக்குப் பக்கத்தில் ஒரு தட்டில், லட்டு, ஜிலேபி, மைசூர்பாகு மூன்றையும் வைத்திருந்தார்கள். பெரிய ஊதுபத்தி மணம் நாசியை நிறைத்தது. எலிக்காகக் காத்திருந்தது அந்த ஜிலேபி. இடையில் ஒண்ணுக்குப் போக எழுந்து அந்த அறையைக் கடந்த போது உள்ளே மஞ்சள் விளக்கு ஒளிர்ந்தது. கதவிடுக்கின் வழியாக வெளியேறிய ஊதுபத்தியின் மணம் நாசியை நிறைத்த போது, அசோகனின் முனகல் சத்தமும் வளையோசையும் கேட்டது எனக்கு.

அத்தியாயம் 13

சுமதி கிளம்பிப் போவதை நினைத்தபோது, நெஞ்சில் உணவு செரிக்காத போது வருகிற மாதிரியான, மந்தமான உணர்வு எழுந்தது. ஊருக்கு அவர்கள் போவதற்கு குதிரை வண்டி பிடிப்பதற்கு நான்தான் போயிருந்தேன். புல்தழையோடு எழுந்து வரும் குதிரை லத்தி மணம் பசுங்காடுகளை நினைவில் கொண்டு வந்தது. செல்லம்மாள் ஆச்சி அறுவைசிகிச்சைக்குப் போய் விட்டு வந்த பிறகு போட்டிருந்த மாதிரி ஒரு கண்ணுக்குப் பச்சைநிறப் பட்டை போட்டு பேச்சிமுத்துவிற்கு மறைத்துக் கட்டியிருந்தார்கள். கொஞ்சம் தளர்கிற கட்டத்தில் முத்திப் போயிருந்தது பேச்சிமுத்து. மேய்ப்பனை அனுசரித்துப் போனால், இன்னும் கொஞ்சம் நாள் ஓட்டத்தில் தாக்குப் பிடிக்கலாம்.

அசோகன் வாட்டமாகவே வண்டியில் ஏறியமர்ந்தான். சுமதியின் முகத்திலும் குழப்பங்கள் கூடியிருந்தன. இடைப்பட்ட நேரத்தில் அசோகனின் ஜாதகத்தையே அவள் முன்னால் விரித்துக் காட்டி அவளை எச்சரிக்காமலா இருந்திருப்பார்கள்? எனக்கு மட்டும் அசோகன் கைகாட்டியபோது, ஒற்றைக் கண் பேச்சிமுத்து அந்த வண்டியை இழுத்துக் கொண்டு ஓடியது. “வண்டிய

நல்லமாரியா கொண்டு போய் சேத்திடு பேச்சிமுத்து" என அப்பாவைப் போல வேண்டிக் கொண்டேன்.

சுமதியும் அவனும் எப்படி வாழ்கிறார்கள் என அடிக்கடி வரும் சொந்தக்காரர்களிடம் விசாரிப்பேன். வரும் தகவல்கள் எதுவுமே நல்லவிதமாக இல்லை. ஊருக்குத் திரும்பிப் போன அன்றே மாமியார்க்காரியின் கை ஓங்கி விட்டது. போன வேகத்தில் ஆச்சியைக் கோபத்தில் கைநீட்டி அடிக்கப் போயிருக்கிறாள். அதைப் பார்த்தும் பாராமல் கடந்து போயிருக்கிறான் அசோகன் என்றதும் எனக்கு இருப்பு கொள்ளவில்லை.

கையில் காசு கொடுத்தால்தான் என் பிள்ளையோடு படுக்க விடுவேன் என நேரிடையாகவே அசோகனிடம் சொல்லி விட்டாள். அசோகனின் வாழ்வில் இப்படி உடைத்து யாரும் முகத்திற்கு நேராகப் பேசியதில்லை. அவனேகூட சுற்றி வளைத்துத்தான் இப்படியான விஷயங்களைச் சொல்வான். ஆனால் காசு கொடுப்பதற்கு அசோகனுக்குத் தயக்கமாக இருந்திருக்கிறது. "ஏற்கனவே படுத்ததுக்கு எங்காத்தாட்ட காசு முன்னமே கொடுத்ததுதானே" என்று சுமதியும் சுருக்கெனச் சொல்லியிருக்கிறாள்.

ஆத்தாளும் மகளும் ஆடும் ஆட்டத்தை அசோகனால் புரிந்து கொள்ள முடியவில்லை. எதற்கென்று தெரியாமலேயே நிதமும் காசு கேட்டு நச்சரித்தார்கள். இன்னொரு பக்கம் வட்டிக்காரர்கள் அசோகனை நெருக்கினார்கள். குடும்பமே அசோகனை மிஞ்சிக்கொண்டு, உட்கார்ந்து சாப்பிடுவதில் மட்டுமே விருப்பமாக இருந்தது. மாமனார்க்காரர் பணம் தனக்கு வருவதாகச் சொன்னதெல்லாம் பொய் என்பதை அசோகன் தெரிந்து கொண்டான். சுமதியின் மீது அவன் கண் இருந்ததால் அத்தனைக்கும் பொறுத்துப் போனான்.

தாத்தாவின் தொழிலிலும் அவனால் எல்லோரிடமும் அனுசரணையாகப் போக முடியவில்லை. இரண்டு மூன்று கைகலப்புகளும் கடையில் வந்து விட்டன. இது உருப்படாது என சந்தைக் கடையில் ஏற்கனவே முடிவு செய்து விட்டார்கள்.

“கைத்துட்ட போட்டு அவன் பவுசு காட்டிக்கிட்டு இருக்கான். ரெம்ப நாள் தாக்குப்பிடிக்காது. அவன் இன்னொரு போதையில மிதக்கான்” என்று பால்ராஜ் சித்தப்பாவிடம் சொல்லி இருக்கிறார் தாத்தாவோடு தொழில் பார்த்தவர்.

நீதிமன்றத்தில் நடந்த அவர்களுடைய சொத்து வழக்கிலும் சாதகமான விஷயம் நடந்தபாடில்லை. மூச்சு முட்டி விட்டதால், குடித்துவிட்டு மாமியார்க்காரியோடு முதல் முறையாக உரண்டை இழுத்துக் கறிச்சட்டியைத் தூக்கிச் சுவற்றில் அடித்தான் அசோகன். எங்கிருந்துதான் அவ்வளவு விளம் வந்ததோ அவளுக்கு. போதையில் இருந்த அசோகன் மீது பெருத்த உடலைக் கிடத்திப் பாய்ந்து கடிக்க ஆரம்பித்தாள். அதற்கு மேல் என்ன செய்வது என்பது தெரியாமல் தன்னை உருவிக்கொண்டு எழுந்து ஓடிய அசோகன், இரவு முழுக்க பூட்டியிருந்த வீட்டு வாசலில் அமர்ந்து உள்ளே பேசுவதைக் கேட்டுக் கொண்டிருந்திருக்கிறான்.

அன்றிரவு முழுக்க அவள் ஓலமிட்டபடி எங்களது குடும்பத்தினர் எல்லோரையும் இழுத்து வைத்துத் திட்டியதாகச் சொன்னான். “மிருகத்தை பெத்து வச்சுட்டு ஏதோ தங்கத்தைத் தூக்கி கைல கொடுத்த மாதிரி நெனைப்பு” என்றிருக்கிறாள் மூச்சிரைக்க. சுமதிக்கு, இனி ஆத்தாகாரி வாழ்க்கையில் சடுகுடு ஆடப் போகிறாள் என்பது தெரிந்தும் அமைதியாக இருந்தாள்.

அசோகனும் மாமியார்க்காரியும் எதிரும் புதிருமாக நின்றார்கள். மகளது அறைக்கதவை அவள் திறக்கக்கூட விடவில்லை. இதுபற்றி தணிந்த குரலில் கேட்ட அவளது கணவருக்கும் அடி விழுந்தது. அசோகன் பல தடவை கையை ஓங்கிக் கொண்டு அவளை நோக்கிப் போயிருக்கிறான். ஆனால் ஏனோ அடிக்கத் துணியவில்லை. அவனை அப்படிச் செய்யவிடாமல் தடுத்தது எது என அவனால் கடைசி வரை சொல்ல முடியவில்லை. பொம்பளை கையால் அடி வாங்கி விடுவோம் என்கிற பயமா?

அசோகனின் கைக்காசு மெல்லக் கரைய ஆரம்பித்தது. குடியும் கொஞ்சம் கொஞ்சமாகக் கூடத் துவங்கியது. சுமதிக்கு ஒரு

பெண் பிள்ளையும் பிறந்தது. "நான்கூட நெனைச்சேன் மாப்பிள்ளை. நீதான் எனக்கு கொள்ளி போடணும். ஆம்பிள்ளை பிள்ளை வேண்டாம்னு இல்லாத சாமியை எல்லாம் வேண்டிக்கிட்டேன். நல்லமாதிரியா பொண்ணா பொறந்துச்சு. உனக்குக் கட்டி வைக்கணும்னு உடனடியா நெனைச்சேன். அப்புறம் இவள்கள யோசிச்சதும் அய்யோ கடவுளே வேண்டாம்னு முடிவெடுத்தேன். இந்தக் குடும்பத்தில நான் படற சீரும் செறப்பும் போதாதா. உன் கால்தூசிக்குச் சமம் இவள்க" என்றான் அசோகன்.

அந்தக் குடும்பத்தை அடியாழத்தில் இருந்து வெறுக்கத் துவங்கினான் அசோகன். அங்கிருந்து தப்பிப் போவதற்குச் சமயம் பார்த்துக் காத்திருந்தான். அப்பனாய் அந்தப் பெண் பிள்ளைக்கு எதுவுமே செய்யவில்லை. இடையில் போதையில் பலவந்தப்படுத்தி அறைக்குள் நுழைந்ததன் காரணமாக இன்னொரு பெண்ணும் பிறந்தது சுமதிக்கு. இனி கொடுப்பதற்கு எதுவுமே இல்லை என, எண்ணெய் தேய்த்து உருண்டு உடலில் ஒட்டிய மண்ணெல்லாம் உதிர நின்றான் அசோகன்.

ஆச்சியிடம் ஓடிப்போய் காசு கேட்டபோது முதன்முறையாகக் கைவிரித்தாள் அவள். தாத்தாவின் இறப்பு வழியாக அவளுக்குக் கிடைத்த தொகையை சித்தியிடம் கொடுத்து வைத்திருந்தாள். வட்டி மாதிரி மாதாமாதம் சித்தி கொடுக்கிற தொகையில்தான் ஆச்சி பொங்கிச் சாப்பிட்டுக் கொண்டிருந்தாள். அசோகன் மறுபடியும் தெருவிற்கு வந்தான். கைச்செலவிற்குக் காசு இல்லாததால் தெருத் தெருவாகத் தேடிச் சாராயம் குடிக்க ஆரம்பித்தான். சந்தைக்கடைக்குள் அதிகாரம் பண்ணப் போன போது, அங்கே ஏற்கனவே ஆட்கள் இருந்தார்கள். உன் பவுசெல்லாம் தெரியும் எனப் பிடதியில் அடித்து அசோகனை மதிக்காமல் துரத்தி விட்டனர்.

அவனுக்கு மெக்கானிக் தொழிலை விட்டால் வேறு எதுவும் தெரியாது என்கிற ஆழமான நினைப்பும் இருந்தது. அசோகன் தன் வாழ்வில் எந்தச் சத்தியத்தையும் பின்பற்றியதில்லை. ஆனால்

அவனது குருநாதருக்கு எதிராக மெக்கானிக் தொழிலை மட்டும் மீண்டும் கையில் எடுக்கவில்லை. அது ஒரு நொண்டிச்சாக்கா என்றுகூட பலதடவை நான் யோசித்திருக்கிறேன். கடைசியாய் ஒரு தொகையைக் கொடுத்தால், இருவரையும் வாழ விடுகிறேன் என மாமியார்க்காரி சொன்னதை நம்பி தனது கடைசிச் சொத்தான புல்லட்டை விற்றான். இன்னொரு பெண் பிள்ளையையும் புல்லட் பெற்றுக் கொடுத்தது.

மூன்று பெண் பிள்ளைகளின் தகப்பனாகத் தன்னை உணரவேயில்லை அவன். பக்கத்து ஊருக்கு விளையாட்டுப் போட்டிக்காகப் போனபோது அசோகனின் வீட்டையும் எட்டிப் பார்த்தேன். போகும்போது பேருந்து நிலைய டீக்கடையில் பிஸ்கெட் பாக்கெட்டுகளை வாங்கிக் கொண்டேன். அந்தச் சின்னப் பிள்ளைகள் எந்த உயரத்தில் இருக்கும் என்பதுகூட அப்போது எனக்குத் தெரியாது. அசோகனிடம் இருந்து முற்றிலும் துண்டித்துக் கொண்டது குடும்பம்.

சுமதியின் முகத்தை எனக்குக் காணச் சகிக்கவில்லை. எங்களது வீட்டில் இருந்து கிளம்பும் போது, “உங்க வீட்டிலயே உன்னைத்தான் எனக்கு ரெம்ப பிடிக்கும்” என்று என்னிடம் சொன்னபோது அவளது கன்னங்கள் ரோஸ் நிறத்தில் இருந்தன. வாடி வதங்கிப் போன கத்தரிக்காயைப் போலக் கருவளையத்தைக் கண்களில் ஏந்தியிருந்த அவள், என் கண்களை நேருக்கு நேர் சந்திக்கவேயில்லை. அவளை அத்தை என அழைக்க எனக்கு வாய் வரவேயில்லை. வாங்க போங்கவென அழைத்துக் கொண்டிருந்ததை அவளும் உணர்ந்தே இருந்தாள். “உங்க மாமா செஞ்சு வச்சிருக்க வேலையைப் பாத்தியா. நிம்மதியா எங்கயாச்சும் வெளிநாட்டில வாழ்ந்திருப்பேன். இப்ப பாரு சோத்துக்கு படுக்கிற நிலைமை வந்திடுச்சு” என்றபோது எனக்கு என்ன சொல்வதென்றே தெரியவில்லை. சுமதி வாயில் இருந்து அந்த வார்த்தைகளை நான் எதிர்பார்க்கவில்லை. பெண்கள் கல்யாணத்திற்குப் பிறகு நிறையவே உடைத்துப் பேசுவதைக் கேட்டிருக்கிறான். ஆனால் சுமதி எப்படி?

அசோகனின் மாமியார்க்காரி என் கையில் இருப்பவற்றைப் பார்த்து விட்டு, “தங்கத்தில பிஸ்கெட் செஞ்சு கொண்டு வர்றாரு மொறை மாப்பிள்ளை” என்றாள். அவள் குத்திக் காட்டுகிறாள் என்பது உடனடியாகவே எனக்குத் தெரிந்து விட்டது. “நீ ஒண்ணும் மனசில வச்சுக்காத” என்றாள் சுமதி. அந்தப் பிள்ளைகள் மடியில் ஏறி மீன்களைப் போலத் தவ்வி விளையாடின. மூன்று பெண் பிள்ளைகளுக்குமே சுமதியின் முகச்சாடை. அந்தக் குடும்பத்தோடு இயற்கையும் சேர்ந்து கொண்டு, அசோகனின் முகத்தை மறைக்க விரும்பியது.

அவன் இழுத்து வரும் சண்டை சச்சரவுகள் நாளுக்கு நாள் பெருகிக் கொண்டே இருந்தன. மாமனார் கடைசியாய் வைத்திருந்த சின்ன சொத்தைக் காட்டி இவன் கடன் வாங்கி விட்டான். கையெழுத்து கேட்க வருகையில்தான் அவர்களுக்கு விபரமே தெரிந்திருக்கிறது. இப்போது அசோகனை உதற அவர்கள் நாள் பார்த்துக் காத்திருந்தார்கள். மூன்று பெண்குழந்தைகள் இருந்தாலும் பரவாயில்லை, சுமதிக்கு பசையாக இன்னொரு மாப்பிள்ளை தேடிக் கொள்வேன் என வெளிப்படையாகவே சொல்லி விட்டாள் மாமியார்க்காரி. “ரெண்டு பிள்ளைகளை வேற ஒருத்தனுக்கு நான் படுத்துப் பெத்தேன்னு சொன்னா எவன் கேப்பான். இப்பவும் அவ பச்சைக்கிளி மாதிரிதான இருக்கா” என்றாள்.

அவமானத்தில் சுருங்கிய அசோகன் முழுநேரமும் பிராந்திக் கடையையே சுற்றி வந்தான். நான் வீட்டுக்கு வந்த தகவலை மாமனார் போய்ச் சொல்லியிருப்பார் போல. வீட்டிலிருந்து வெளியே போக அவன் கையைப் பிடித்து இழுத்த போது, சுமதி அவனது கையைத் தட்டி விட்டாள். நிலவரத்தைப் புரிந்து கொண்டு, போய் விட்டு வருவதாகச் சொல்லி விட்டு அசோகனுடன் படியிறங்கினேன்.

“இது பொல்லாத இடம் மாப்பிள்ளை. இங்கல்லாம் நீ வரக்கூடாது” என்றான் என் முகத்தைப் பார்த்து. அசோகனின் கண்களைச் சுற்றியும் அடர்த்தியான கருவளையம் விழுந்திருந்தது.

ஆள் கொஞ்சம் தொங்கிப் போயிருந்தான். கிருதாவில் நரை தெரிந்தது. எதுவும் பேசாமல் என்னோடு நடந்து வந்த அவன் பேருந்தில் ஏற்றிவிட்டு, “கைல காசு ஏதாச்சும் இருக்கா மாப்பிள்ளை” என்றான் கீழே தரையைப் பார்த்தபடி.

பேருந்துச் சீட்டு உட்பட எல்லாச் செலவுகளும் போக மிச்சமிருந்த நூற்றைம்பது ரூபாயை எடுத்துக் கொடுத்தபோது கண்களைப் பார்க்காமல் வாங்கிப் பையில் சொருகினான். நண்பர்களின் வீடுகளுக்கெல்லாம் போய்விட்டு வீட்டுக்குக் கொஞ்சம் தாமதமாகப் போய்ச் சேர்ந்தேன். எனக்கு முன்னமே அசோகனின் மாமியார்க்காரி அங்கு வந்து அமர்ந்திருந்தாள். சும்மா இருந்த அசோகனுக்கு குடி வாங்கித் தந்து பெரும் கலவரத்தைத் தூண்டி விட்டேன் என என் மீது புகார் சொல்லியிருந்தாள்.

அவள் பார்வையில் அசோகன் என்ன செய்தான் என்பதைச் சொன்னாள். நிறையபேர் இப்படி அசோகனைப் பற்றி நிறையச் சொல்லியிருக்கிறார்கள். எது உண்மை என யாருக்குமே தெரியாது. அப்போது அவனுடைய மாமியார்க்காரியின் பங்கு அதுவென நினைத்துக் கொண்டேன். என்னிடம் வாங்கிய பணத்தில் குடித்துவிட்டு வீட்டுக்குப் போன அசோகன் சுமதியின் மீது மண்ணெண்ணையை ஊற்றி கொளுத்தப் போயிருக்கிறான். தடுக்க வந்த இவளது மீதும் ஊற்றியிருக்கிறான். “பாருங்க நல்லா மோந்து பாருங்க” என சீலைத் துணியை மூக்கை நோக்கி நீட்டினாள். “எம்மருமவனை வளைச்சுப் போட்டு உம்புள்ளைய படுக்க வைக்கப் போறீயான்னு கேட்டான்” என்றாள்.

ஒருவார்த்தைகூட பேசாமல் அவளுடைய கணவர் பக்கத்தில் அமர்ந்து தலையை மட்டும் ஆட்டிக் கொண்டிருந்தார். அவர்கள் இருக்கிறார்கள் என்பதையெல்லாம் பொருட்டாகவே கருதாத அப்பா, எழுந்து வந்து நடுமுதுகில் சத்தம் வர அடித்தார். “நல்லா போடுங்க. இவனும் சேந்து குடிச்சிருப்பான் போலருக்கு” என்றாள் மாமியார்க்காரி. ஒருநிமிடம் அடிப்பதை நிறுத்திய

அப்பா என் முகத்துக்குப் பக்கத்தில் வந்து "ஊதுடா" என்றார். பிராந்தி வாடை வருவதாகச் சொல்லி பலத்தைத் திரட்டி செவிளோடு சேர்த்து இன்னொரு அடியைப் போட்டார்.

அவர்களது வீட்டுக்குப் பக்கத்தில் இருக்கிற காவல்நிலையத்தில் மாமியார்க்காரி கொஞ்சம் செல்வாக்காக இருந்ததால், கொலை முயற்சி என்று சொல்லி அசோகனைத் தூக்கி மதுரை மத்திய சிறைச்சாலையில் அடைத்தார்கள். எனக்கு நன்றாக ஞாபகம் இருக்கிறது. சிறுவயதில், தீபாவளி சமயத்தில் வெங்காய வெடியை வாங்கிக்கொண்டு அசோகன், ராசு மாமாவோடு போய் இதே சிறைச்சாலைச் சுவரில் எறிந்து விளையாடியிருக்கிறோம்.

அவள் கிளம்பிப் போன பிறகு அம்மாவும் சேர்ந்து கொண்டு அடித்தாள். இனிமேல் அசோகனைத் தேடிப் போனால் தலைமுழுகி விடுவோம் எனத் தீவிரமான குரலில் சொன்னார்கள். ஆமாம் அன்றைக்குக் கொஞ்சம் அவனோடு சேர்ந்து குடிக்கத்தான் செய்தேன். "தோளுக்கு மேல வளந்துட்டேல. கொஞ்சம் குடி மாப்பிள்ளை. அப்பதான் நான் சொல்றது மனசுல விளங்கும் உனக்கு" என்றான் அசோகன். அதனால் அம்மா அப்பா மீது எனக்கு கோபம் எதுவும் வரவில்லை. அரை டம்ளர்தான் கவனமாக ஊற்றிக் கொடுத்தான். நான் கிளம்பிய பிறகு இன்னமும் போய்க் குடித்திருப்பான் போல.

அசோகனைப் பற்றி அப்புறம் நினைக்கும் போதெல்லாம் மனம் கனக்கும். அவனுக்காக ஆச்சி ஓட்டு வீடொன்றிற்கு மாறியிருந்தாள். தாத்தாவின் நண்பரான வழக்கறிஞர் ஒருத்தரைப் பிடித்து பதினைந்து நாள் கழித்து ஜெயிலில் இருந்து அவனை அழைத்து வந்தாள். அதற்கப்புறம் சந்தைக்கடைப் பக்கம் போக வெட்கப்பட்டுக் கொண்டு, அசோகன் வேறு பக்கமாகச் சுற்றத் துவங்கினான். அர்ஜுனன் மாமா பெயரைச் சொல்லி ஜெயிலுக்குள் அவனுக்குச் சில சகவாசங்கள் உருவாகியிருந்தன. மிரட்டல் வேலைகளுக்குத் துணையாகப் போக ஆரம்பித்தான். எங்களது வீட்டிற்குப் பக்கத்திலேயே இப்படி ஒண்டுக்குடித்தன

ஓட்டுவீடுகள் இருக்கின்றன என்பதால் என்னால் ஆச்சியின் நிலையைக் கற்பனை செய்து புரிந்து கொள்ள முடிந்தது. “எப்படி வாழ்ந்த அம்மா. பையன் பையன்னு இன்னைக்கு தெருவுக்கு வந்திருச்சு” என அப்பா உண்மையான அக்கறையில் சொன்னார்.

உடனே ஓடிப்போய் ஆச்சியைக் கட்டிப் பிடித்துக் கொண்டு அழ வேண்டும் போலத் தோன்றியது எனக்கு. எந்த வேலைக்கும் போகாத அசோகனுக்கும் சேர்ந்து பொங்கிப் போட்டிருக்கிறது ஆச்சி. அதைக் கதை கதையாய் வந்து அம்மாவிடம் சொல்வார்கள். “இங்க வந்திருன்னு சொன்னா எங்கம்மா கேக்குமாக்கா” என்றாள் அம்மா. சென்னையில் கல்லூரிக்குப் படிக்கப் போன பிறகு அசோகனைப் பற்றிய செய்திகள் மெல்ல என்னை விட்டு விலக ஆரம்பித்தன. எப்போதாவது ஊருக்குப் போகையில் ஆச்சியைப் போய்த் தெரியாமல் பார்க்க வேண்டுமென நினைத்துக் கொள்வேன்.

என் கல்லூரி விடுதிக்குத் தொலைபேசி செய்த அம்மா, “அசோகன் ஆச்சியைக் கொன்று விட்டான்” என்று சொல்லி விட்டு உடனடியாக வைத்து விட்டாள். பக்கத்து வீட்டுக்கு மறுபடியும் அழைத்தபோது வீட்டில் எல்லோரும் கிளம்பி விட்டதாகச் சொன்னார்கள். அப்பாவின் கடைக்கு அழைத்த போது அவர்தான் எடுத்தார். “அம்மா ஆட்டோல கிளம்பி வந்துக்கிட்டு இருக்கா. நாங்க போயிட்டு வந்திர்றோம். உங்க ஆச்சி கடைசியா காலேஜ் பரீட்சை இருக்கற பையன். அதனால வர வேண்டாம்னு சொல்லிடுச்சு” என்றார்.

முதல் வருட கல்லூரி விடுமுறையில் நேராக ஆச்சி குடியிருந்த அந்த வீட்டிற்குப் போய்ப் பார்த்தேன். வள்ளிக்கண்ணு பெரியம்மா வீட்டிற்குப் பக்கத்தில்தான் அது இருந்தது. கண்களைச் சுருக்கிக் கொண்டு பார்த்த அவள், “ஏய் ராசா எம்புட்டு வளந்திட்ட. உங்க ஆச்சியும் மாமனும் இருந்தா கண் குளிர பாத்து ரசிச்சிருப்பாங்க” என்றாள். ஆச்சி பற்றி கேட்டபோது அவள் இன்னொரு கதையைச் சொன்னாள்.

குடிக்கு காசு கேட்டு ஆச்சியின் கையை முறுக்கி கீழே அசோகன்தான் தள்ளி விட்டான் என்ற போதிலும், அதனால் அவள் சாகவில்லை என்று சொன்னாள் பெரியம்மா. "கொஞ்ச நாளாவே அது மேலுக்குச் சொகமில்லாமதான் இருந்துச்சு. காக்கா உக்கார பனம் பழம் விழுந்திருச்சு. அவன் மனசார அப்படிச் செய்வானா. அந்தம்மா என்ன பாம்புக்கா பால் வாத்துச்சு. ஏதோ அசோகன் லாரில ஓடறதா சொன்னாங்க. என்னன்னு தெரியலை. கடைசியா உங்க ஆச்சியைப் பாத்தப்ப உண்ட்ட ஒரு விஷயத்த சொல்லச் சொல்லுச்சு" என்று நிறுத்தி விட்டு வெற்றிலையைத் தடவ ஆரம்பித்தாள்.

அவள் என்ன சொல்லப் போகிறாள் என்பதைக் கேட்க ஆவலோடு காத்திருந்தேன். "நானும் போயிட்டா இனிமே அசோகனைப் பிடிச்சு கட்டுற ஒரே கயிறு என் பேரந்தான். அசோகனை எப்படியாச்சும் காப்பாத்தி விட்டுறச் சொல்லுங்க. அவன் கூடமாட பலமாதான் இருப்பான். அவனைப் பிடிச்ச கெரகம் பேரன் மூலமாச்சும் வெலகட்டும். என்னைக்காச்சும் அவனுக்கு அசோகன் தொயரமா மாறினா பேரன் கையாலயே நாலு அரளி விதைய அரைச்சுக் கொடுத்து பூமிக்கு பாரமான அவனை கொன்னுடச் சொல்லுங்கன்னு உங்க ஆச்சி சொல்லுச்சு" என்றாள் பெரியம்மா.

எங்கே போய் அசோகனைத் தேடுவது என்பது தெரியாமல், ராசு மாமாவைப் போய்ப் பார்த்தேன். ராசு மாமாவின் மனைவி எனச் சொல்லி குள்ளமான திக்குவாய் பெண்ணொருத்தி வந்து வாசலில் நின்றாள். நான் யார் என்று விளக்குவதற்குள், "உங்க சங்காத்தமே எங்களுக்கு வேண்டாம்" என்று சொல்லி விட்டு நாடகப்பாணியில் கையெடுத்துக் கும்பிட்டாள். சந்தைக் கடைக்குப் போய் நான் யார் என யாரிடமும் சொல்லாமல் உலவினேன். தாத்தாவின் கடையில் வேறு யாரோ அமர்ந்திருந்தார்கள்.

வழக்கமாக அசோகனும் தாத்தாவும் அழைத்துப் போகும் வடைக் கடைக்குப் போனேன். எதையும் வாங்கித் திங்கப்

பிடிக்கவில்லை. அசோகன் எங்காவது தட்டுப்படலாம் எனச் சந்தைக் கடையைச் சுற்றியலைந்து பார்த்தேன். கொஞ்சம் தைரியத்தைத் திரட்டிக் கொண்டு சுமதியின் வீட்டிற்குப் போய் பார்த்த போது அவர்களும் வீடு மாறியிருந்தார்கள். இரவுக்குள் வீடு போய்ச் சேர வேண்டும் என்கிற பயம் மெல்லத் தலைதூக்கியது.

சந்தைக் கடைக்குப் பக்கத்தில் வழக்கமாக அசோகன் என்னைத் தூக்கி வைத்து நின்றிருக்கிற இடத்தில் அமர்ந்து அவனுக்கு ஒருகடிதம் எழுதினேன். அதில்கூட அவனை மாமா என அழைக்கத் தோன்றவில்லை. தெரிந்த வடைக்கடைக்குப் போன போது உரிமையாளர் அடையாளம் கண்டு சிரித்தார். அசோகன் வந்தால் கொடுத்து விடும்படி சொல்லி அந்தக் கடிதத்தைக் கொடுத்தேன். “இந்தப் பக்கமெல்லாம் அவரு வர்றதே இல்லை. ஆள் ஒடிஞ்சு போயிட்டார். அப்பாரும் பொண்ணுலதான் விழுந்தார். இவரும் அங்கதான் விழுந்தார்” எனச் சொல்லிவிட்டு கடிதத்தை வாங்கிக் கொண்டார்.

பேருந்தில் ஊர் திரும்புகையில் அசோகனைப் பற்றி வட்டமாகச் சுழற்றி யோசித்தேன். அவனது நுனி நாக்கால் என்னுடைய நாக்கை அவன் தொட்ட காட்சி துல்லியமாக நினைவில் வந்தது. என்னுடைய முகத்திற்கு நேராக நெருக்கத்தில் வந்து விடுகிற அவனது மூச்சுக் காற்றை பேருந்திற்குள் உணர்ந்தேன். அவனது வாழ்வை அவனது ஆத்தாகாரி என் கையில் ஒப்படைத்தாள். என் வாழ்வை என் ஆத்தாகாரி அவன் கையில் ஒப்படைத்திருக்கிறாள். என்ன ஆகப் போகிறது என்பது இருக்கன்குடி மாரியாத்தாளுக்குத்தான் வெளிச்சம்.

அத்தியாயம் 14

கல்லூரியில் இரண்டாம் ஆண்டு நான் படித்தபோது, என்னுடைய ஹாஸ்டலைத் தேடி அசோகன் கிளம்பி வந்திருந்தான். பையன்களுக்கு நிறைய பொய்த் தகவல்களைக் கதையாகச் சொன்னான். ஒரு கூட்டமே என்னுடைய அறையில்தான் குத்த வைத்திருந்தது. வந்த கொஞ்ச நேரத்தில் அவனை ஒருவாரம் தங்கிப் போகச் சொன்னேன். ஹாஸ்டல் மெஸ்ஸைப் பார்த்ததும் அசோகன் வியந்து விட்டான்.

அவன் குடித்த பிறகு அங்கே அழைத்துச் செல்வது என்பது தற்கொலை முயற்சிக்கும் சமம் என்பதால் அசோகன் இருந்த இரண்டு நாட்களும் லேட் மெஸ் எடுத்து வைத்தேன். கறியும் குடியுமாய் அவன் மகிழ்ச்சியின் உச்சத்தில் இருந்தான். என்னுடைய அறையிலிருந்த வெளிநாட்டு மதுப் புட்டிகளைக் கையில் எடுத்து உருட்டிப் பார்த்து, “இவ்ளோ இருக்கா மாப்பிள்ளை இந்த உலகத்தில. நானெல்லாம் கரையில நின்னு ஒரு சொட்ட எடுத்து குடிச்சிட்டு, கடலையே குடிச்சிட்ட மாதிரி நெனைச்சுக்கிட்டு திரியறேன்” என்றான் அசோகன். என்னுடைய கல்லூரி நண்பர்கள் காலையிலேயே அவனுக்கு ஊற்றிக் கொடுத்தார்கள். வெளியே வடகிழக்குப் பருவ மழை அடித்துப் பெய்து கொண்டிருந்ததால் என்னுடைய அறையே ஒரு குடி மையமாக மாறியிருந்தது. நானுமேகூட கொஞ்சம் அதிகமாகத்தான் குடித்தேன்.

பையன்கள் கிளம்பிப் போன பிறகு, ஆச்சிக்கு என்ன நடந்தது என்பது குறித்து என்னிடம் அசோகன் நடித்துக் காட்டினான். அது ஒரு துன்பவியல் காட்சி என்பதே அவனுடைய புத்திக்கு உறைக்கவில்லை. நாக்கு குழற அந்தக் காட்சியை விவரித்த போது ஓடிப் போய் அவன் தலைமுடியை இழுத்துச் சிலுப்பி அடிக்கலாம் எனத் தோன்றியது. ஆனால் அடிக்கக் கூடாது என முன்னமே ஆச்சி மீது சத்தியம் வாங்கி விட்டுத்தான் அந்தக் கதையை என்னிடம் சொல்லவே ஆரம்பித்தான்.

“எப்பவும் அம்மா வய்றதுதான். அன்னைக்கு கொஞ்சம் சுருக்குன்னு கேட்டுருச்சு. சுமதிய வேற மார்கெட்ல பாத்தேன். ஒரே சிரிப்பாணியா நடந்து போனா. வெறுப்ப அடக்க முடியலை. அம்மாட்ட காசு கேட்டப்ப, அது வய்யவும் கையை முறுக்கி அந்தப் பக்கமா திருப்பி அங்கனக்குளிய பாக்க தள்ளி விட்டேன். பொத்துன்னு குப்புற விழுந்திருச்சு. விழுந்ததும் எனக்கு நெதானம் வந்திருச்சு. அம்மான்னு பக்கத்தில ஓடினப்ப போடா அந்தப் பக்கம்னு தொரத்தி விட்டுருச்சு. ஆட்டோவ கூப்ட்டு வந்து ஆஸ்பிட்டலுக்குத் தூக்கிட்டு போனோம். ரெண்டாம் நாள்கூட விடுரா அசோகா உன்னைப் பிடிச்ச கெரகம்னு நல்லாத்தான் என்ட்ட பேசிக்கிட்டு இருந்துச்சு அம்மா” என்றான்.

வள்ளிக்கண்ணு பெரியம்மா சொன்னதும் அதுவும் ஒத்துப் போனது என்பதால் மேற்கொண்டு அவனைத் தோண்டித் துருவி விசாரிக்கவில்லை. மூச்சு வாங்க தரையில் அமர்ந்த அவன் நிரப்பியிருந்த கோப்பையை எடுத்து ஒரே மூச்சில் குடித்து முடித்தான். பொருட்கள் வாங்க கடைக்குப் போன போது, ஹாஸ்டல் சாப்பாட்டையும் மீறி குடல்கறி வேண்டுமென விரும்பிக் கேட்டு வாங்கி வந்திருந்தான். அதை அள்ளி வாயில் போட்டு மென்றவன் திடீரென அதைப் பெருஞ்சத்தத்துடன் துப்பிவிட்டு, “சோத்துக்கு இல்லாதப்பதான் உனக்கு என் நெனைப்பு வரும்னு அம்மா சொல்லுச்சு” என்றான்.

அவனுடைய பார்வை எதிரே இருந்த சுவற்றில் நிலை குத்தியிருந்தது. அவனது கண்களில் இருந்து கண்ணீர் வடிந்தது.

அது உண்மையில் நீலிக் கண்ணீரில்லை. முதலைக் கண்ணீராக இருக்குமோ என்கிற சந்தேகம் அப்போதும் எழுந்தது. சாப்பிட்ட கையாலேயே முகத்தைத் துடைத்தான். துண்டைத் தூக்கி அவனை நோக்கி எறிந்தேன். அதைக் கவனிக்காதது போல, சுவற்றையே பார்த்துக் கொண்டிருந்தான். எனக்குத் தூக்கம் வந்ததால் தலையணையை இழுத்துப் போட்டு அவனது நாடகத்தைப் பார்க்காமல் படுத்தேன்.

இரண்டு முறை இடையில் என்னை எழுப்பிய போது, அடிக்கக் கையை ஓங்கியதால் அப்படியே விட்டு விட்டான். அவ்வப்போது விழித்துப் பார்க்கையில், அசோகன் தனக்குத்தானே பேசிக் கொண்டிருந்தது தெரிந்தது. வழக்கமான அளவைவிட இரண்டு மடங்கு குடித்திருந்தான் என்பதால் இது இயல்புதான். ஒண்ணுக்கடிக்க எழுந்தபோது, குப்புறப் படுத்து தலையைத் தரையில் வைத்து எச்சில் ஒழுகத் தூங்கிக் கொண்டிருந்தான்.

காலையில் அது சம்பந்தமாக அசோகன் என்னிடம் எதுவும் பேசவில்லை. என் கண்களை ஏறிட்டுப் பார்க்கத் தயங்கிக் கொண்டிருந்தான். என்னுடைய வகுப்பிற்குக் கிளம்பும்போது, “மாப்பிள்ளை இன்னைக்கே கிளம்பறேன். நார்த் பக்கமா வேலையிருக்குன்னு சொன்னாங்க. அதைக் குறிவச்சுதான் இங்க வந்தேன். பூந்தமல்லில என்கூட வந்த ஆள்க இருக்காங்க” என்றான். அந்த முறை இவன் போய்த் தொலைந்தால் போதும் என்கிற மனநிலையில் இருந்ததால் முகத்தை ஏறிட்டுப் பார்க்காமல் காசைத் தூக்கிக் கையில் கொடுத்தேன்.

அன்றைக்கு வகுப்பில் ஆட்கள் பேசியது எதுவுமே என் காதில் விழவில்லை. அசோகன் உண்மையைத்தான் சொல்கிறானா? தெரியாமல் எப்படித் தள்ளி விட முடியும்? ஆட்டைக் கைவத்து, மாட்டைக் கைவைத்து கடைசியில் ஆச்சியின் மீது கைவைத்தது தப்பில்லையா எனத் திரும்பத் திரும்ப யோசித்துக் கொண்டிருந்தேன். எங்களது வகுப்பறைக்குள் பட்டணம் மூக்குப் பொடி வாசனை நிறைந்ததைப் போலத் தோன்றியது. ஆச்சியோடு தூக்குப் போணியைத் தூக்கிக்

கொண்டு, பூரி செட் வாங்கப் போன காட்சி நினைவிற்கு வந்தபோது அழுகை வருகிற மாதிரி இருந்தது.

என்னைவிட அசோகனுக்கு ஆச்சியென்றால் உசிர். குடும்பத்தில் எத்தனையோ பேரை அசோகன் வெடுக்கென எதிர்த்துப் பேசியிருக்கிறான். ஆனால் ஆச்சி கடைசியாய்க் குரல் கொடுத்தால் அடங்கிப் போய் தலையணையைத் தூக்கிக் கொண்டு வெளியே இருக்கிற வெள்ளை பெட்ஷீட் கட்டப்பட்ட கட்டிலுக்குப் போய்விடுவான். அவன் ஆச்சிக்கு மட்டும்தான் அடங்குவான் என்பதை எல்லோரும் தெரிந்து வைத்திருந்தார்கள். அதனாலேயே ஆச்சி எல்லா பழியையும் இவனுக்காகத் தன்மேல் சுமந்தாள்.

நல்ல வேலைக்குப் போய் அம்மா எதிர்த்தாலும் ஆச்சியைக் கொண்டு வந்து சென்னையில் வீடெடுத்துத் தங்க வைக்க வேண்டுமென நிறைய தடவை யோசித்திருக்கிறேன். தினமும் வேலைக்குப் போய்விட்டு வந்ததும் மடியில் கிடத்தி தலைகோதி விடுவாள்.

அசோகனுக்கு ஆதரவாகப் பலவாறு யோசித்துப் பார்த்தும் அவன்மீது அன்பு திரண்டு வரவில்லை அப்போது. ஆச்சியின் சாவையடுத்து அசோகன் மீது உடனடியாக எழுந்த வெறுப்பு இன்னமும் தொடர்வதாகவே பட்டது. ஆனால் அவனது முகத்தைப் பார்த்தால் எல்லாமும் எனக்கு மறந்து தொலைத்து விடுகிறது. கம்பிக் கட்டில் மாட்டிக் கொண்டு கழுத்து அறுபடக் காத்திருக்கும் காட்டு முயல் எழுப்புகிற உயிர் ஓசையைப் போலவே அசோகனின் பேச்சு எனக்குக் கேட்கும். அவன் எப்போதுமே பன்றியை எனக்கு ஞாபகப்படுத்திக் கொண்டே இருந்தான். மல்லாக்கப் படுக்கப் போட்டு அப்பன்றியின் நெஞ்சைக் கத்தியால் குத்துவதை நிறைய தடவை பார்த்திருக்கிறேன். மயங்கிச் சரிவதற்கு முன்பு அது பார்க்கும் பார்வையை அசோகனின் விழிகளில் நிறைய தடவை பார்த்திருக்கிறேன். அதையெல்லாம் நினைக்கையில், நானுமே அவனைக் கைவிட்டு விடக்கூடாது எனவும் தோன்றியது.

அசோகன் எல்லாம் விட்டுப்போன நிலையில் கையாலாகாதவனாக மாறிப்போய், ஒரு முட்டுச் சந்தில் மாட்டிக் கொண்டான் என்பதை உணராதவர்களாகக் குடும்பத்தினர் இருந்தனர். அசோகனுக்காக எடுத்துப் பேச யாரையுமே அவன் சம்பாதித்து வைக்கவில்லை என்பதற்காக அவனைத்தானே செருப்பைக் கழற்றி அடிக்க வேண்டும்? சென்னையில் பார்த்துவிட்டுப் போன பிறகு, அடுத்த சில வருடங்கள் அசோகன் என் கண்களில் தட்டுப்படவே இல்லை.

தொலைபேசியில் சித்தியிடம் பேசும் போது, “என்ன நடந்திச்சுன்னு தெரியலை. அரிவாளத் தூக்கிட்டு சுமதியை ரோட்டில வெரட்டியிருக்கான். தூக்கி பதினைஞ்சு நாள் உள்ள போட்டுட்டாங்க” என்றாள். வேண்டாம் என்று சொன்ன பிறகும் அவன் சுமதியை அவ்வப்போது விரட்டிப் போய்த் தொல்லை கொடுக்கிற காரியங்களை நிறுத்தவில்லை என்பது தெரிந்தது. சித்தியிடம் அசோகனின் பிள்ளைகளைப் பற்றி விசாரித்தேன். “எம்புட்டு பேரு குழந்தையில்லைன்னு கோவில் கோவிலா அலையறாங்க. இவனுக்கு லட்டு லட்டா மூணு பிள்ளைக. அதைக்கூட ரசிக்காம ஊர் ஊரா பிச்சைக்கார பய மாதிரி சுத்திக்கிட்டு இருக்கான். ஆனா ஒரு வகையில அதிர்ஷ்டசாலி அவன். பொம்பளைப் பிள்ளைக என்ன செஞ்சாலும் அப்பனைக் கைவிடாதுக” என்றாள்.

அசோகனைப் பார்த்துக் கொள்வது சம்பந்தமாக வந்த பேச்சில், என்னை சித்தி ஒரு பொருட்டாகவே நினைக்காதது குறித்து ஒரு ஏமாற்றமும் எழுந்தது. எல்லாம் தெரிந்த பிறகு, அசோகனை யாராலும் பார்த்துக் கொள்ள முடியாது என்கிற புரிதலுக்கு வந்து சேர்ந்திருந்தேன்.

காட்டாறு ஒன்றில் அடித்துக் கொண்டு போகும் அசோகனின் தலைமுடியை நானாவது கொத்தாகக் கவ்விப் பிடிக்க வேண்டும் எனவும்கூட அந்தக் கணத்தில் எனக்குத் தோன்றியது. ஒருவகையில் என்னைநானே இழுத்துப் பிடிக்கும் செயலும்கூட அது.

அத்தியாயம் 15

திருவல்லிக்கேணி மேன்சன் ஒன்றில் அப்போது தங்கியிருந்தேன். ஒரு தளத்திற்கு பதிமூன்று அறைகளோடு மூன்று தளங்கள் இருந்த விடுதி அது. மூன்றாவது தளத்தில் தங்கியிருந்த நான், அன்றைக்கு ஞாயிற்றுக் கிழமை என்பதால் அலுவலகத்திற்குப் போகாமல் துவைப்பதற்காக பிளாஸ்டிக் வாளியை எடுத்துக் கொண்டு அறைக் கதவைப் பூட்டிக் கொண்டிருந்தேன். என் காலுக்குக் கீழே கம்பிகள் வழியாக தரைத் தளம் தெரிந்தது.

செவ்வக வடிவ அந்தக் கம்பி இடைவெளிக்குள் பழைய கிழிந்த பேன்ட் ஒன்றை அணிந்து செருப்பில்லாத கால்கள் வந்து நின்ற காட்சி தெரிந்தது. அந்தக் கால்களுக்குரிய தலை தெரிந்தது. உச்சந்தலையில் அப்போதுதான் முடி உதிரத் துவங்கி வட்டமாக வழுக்கை தெரிய ஆரம்பித்தது. வயதான அந்த உருவம் கையை ஆட்டி ஏதோ கேட்பது தெரிந்தபோது சத்தத்தைக் கூர்ந்து கவனித்தேன்.

வாளியை வாசலிலேயே வைத்துவிட்டு, இடுப்பில் துண்டோடு அடித்தளத்திற்கு படியில் இறங்கி ஓடினேன். கையில் ஒரு பிளாஸ்டிக் பையோடு செருப்பின்றி பழைய சட்டையொன்றை அணிந்து நின்று கொண்டிருந்தான் அசோகன். அவனுக்கு யார்

இந்த முகவரியைத் தந்திருப்பார்கள்? சித்தி தந்திருப்பாள் என்று உடனடியாகத் தோன்றியது. உடன் தங்கியிருந்த பையன்கள் அசோகனை ஒருமாதிரியாக வெறித்துப் பார்த்தார்கள்.

ஓடிப் போய் அசோகனைத் தோளோடு தோளணைத்துக் கொண்டேன். இரண்டாவது தளத்தில் இடைமறித்த நண்பன் யாரென்று கேட்ட போது, “அசோகன்” என்றேன். நிமிர்ந்து என்னுடைய முகத்தைப் பார்த்த அசோகனைக் கூர்ந்து பார்த்தேன். அவனது வட்ட முகம் ஒடுங்கியிருந்தது. முகம் முழுக்க வெள்ளை முடி அப்பிக் கிடந்தது. ஆனால் அந்தப் பழைய சிரிப்பு மட்டும் விட்டுப் போகவில்லை. தோள்கள் குறுகி நெஞ்சு தொங்கத் துவங்கியிருந்தது. நாடோடிகளுக்குண்டான உடல்மொழியை அசோகனிடம் கவனித்தேன்.

அசோகன் அப்படி இருந்ததே இல்லை. அவனுக்குச் சொந்தமில்லாத இடத்தில்கூட உடமைப்பட்டவனாகத்தான் போய் நிற்பான். அவனருகில் யாராவது வந்தால்கூட ஒதுங்கி நிற்கிற பாவனை செய்த போது எனக்கே எரிச்சலாக இருந்தது. அதைக் கண்டும் காணாமல் நோட்டம் விட்டுக் கொண்டிருந்தேன். முழுக் கையாலாகாதவனுக்கான உடல்மொழியில் நடமாடத் துவங்கியிருந்தான் அவன்.

அறையில் இருந்த இன்னொரு செருப்பை எடுத்து அவனுக்குக் கொடுத்துவிட்டு இருவரும் கடைக்குப் போனோம். காசை எடுத்துக் கொடுத்தபோது, விறுக்கென வாங்கிக் கொண்டு கடைக்குப் போய் பிராந்தி வாங்கிக் கொண்டு வந்தான். அவனுக்காக மாட்டுக் கறி வறுவல் வாங்கிக் கொண்டிருந்த போது, எனக்குத் தெரியாமலேயே அவசர அவசரமாக கொஞ்சத்தை எடுத்துக் குடித்துவிட்டு நின்று கொண்டிருந்தான்.

நான் போனபோது, ஏதோவொரு பெரிய கொலையைச் செய்தவனைப் போலக் குற்றவுணர்வை முகத்தில் காட்டி பல்லைக் காட்டித் தயக்கமாகச் சிரித்தான். அது அசோகனே இல்லை, எதைக் கண்டும் தயங்காமல் சிரிக்கிறவன் அல்லவா அவன்? “ரூமுக்குப் போற வரைக்கும்கூட உனக்கு பொறுமை

இல்லையா” என்றேன். “பீப் ப்ரைய பாத்தேன் மாப்பிள்ளை. சூடா ரெண்ட எடுத்து வாயில போடறதுக்கு முன்னாடி கொஞ்சம் சுருக்குன்னு குடிச்சா நல்லா இருக்கும். அதான்” என்றதும் கண்டு கொண்டேன், இது அசோகன்தான்.

கட்டிலில் அமராமல் அறையின் தரையில் அமர்ந்து இருவரும் குடிக்கத் துவங்கினோம். அவனது அனுமதி பெறாமலேயே நான் சிகரெட்டை பற்ற வைத்தபோது நிமிர்ந்து கூர்மையாக என்னைப் பார்த்தான். போதையின் வழியாக உடலில் பழைய தோரணையைக் கொண்டு வர அசோகன் போராடிக் கொண்டிருந்தான். இடையிடையில் தலையைக் குனிந்து ஏதோ யோசனையுடன் பல்லைக் கடித்துக் கொண்டான். “உங்கப்பா சித்தப்பா முன்னாடி இப்படிச் செய்வீயா மாப்பிள்ளை” என்றான் திடீரென.

“எங்கப்பன் சித்தப்பந்தான் இப்படி உக்காந்து ஊத்திக் குடுக்காறங்களா” என்றேன் அவனைப் பார்த்து முறைத்து. “இல்லை மாப்பிள்ளை தண்ணியடிச்சாகூட பரவாயில்லை. இந்த சிகரெட் சனியந்தான். அவர் சாகிற வரைக்கும் எங்கப்பா முன்னாடி குடிச்சதே ஊதுனதே இல்லை” என்றான். போதையின் நுனியில் அமர்ந்திருந்ததால் சீண்டப்பட்டேன். “வெறும்பய உனக்கெல்லாம் இதுவே அதிகம்” என்றேன் பழைய தோரணையில். ஆனால் அசோகன் அதை அப்போது வேறு விதமாக எடுத்துக் கொண்டதைப் போலத்தான் தெரிந்தது. தலையைக் குனிந்து கொண்டு ஆழ்ந்த யோசனையில் இருந்தான் அசோகன். அவனைச் சமாதானப்படுத்த அந்தச் சமயத்தில் எனக்கு விருப்பமும் இல்லை.

பேச்சை மாற்றும் விதமாக அவன் இங்கே வருவதற்கு முன்பு எங்கேயிருந்தான் எனக் கேட்டேன். பாட்டிலை இழுத்து தம்ளரில் பிராந்தியை நிறைத்தான். வேக வேகமாக அடுத்தடுத்து இன்னும் இரண்டு சுற்று குடித்தான். கையைத் தரையில் ஊன்றி தவழ்ந்தபடி எதிரே இருந்த சுவற்றில் போய் முதுகைச் சாய்த்து அமர்ந்து சட்டையைப் பின்புறம் இழுத்து விட்டான்.

குரலில் பழைய தோரணையைக் கொண்டு வந்தபோதும் உடல் அவனுக்கு ஒத்துழைக்கவில்லை.

“போகாத இடமில்லை மாப்பிள்ளை. இடையில குஜராத்ல புஜ் பூகம்பம் வந்திச்சில்ல. அங்க போயிகூட ஒரு கம்மலை கழட்டிக்கிட்டு வந்திட்டேன்” என்று சொல்லி அதுவரை நான் அவனிடம் பார்த்தேயிராத சிரிப்பொன்றை உதிர்த்தான். அவன் சொல்லி முடித்ததும் “நெஜமாதான் சொல்றீயா” என முகத்தைச் சுழித்தபோது, அதை அவன் அறிய முடியாத போதையில் இருந்தான்.

என்னதான் செய்தான் எனத் தெரிந்து கொள்கிற ஆர்வமும் எழுந்தது அப்போது. பூகம்ப நிவாரணப் பொருட்கள் கொடுக்கிற சாக்கில் ஒரு கும்பலாக இங்கிருந்து கிளம்பிப் போயிருக்கிறார்கள். அந்தக் கூட்டத்தில் அசோகனும் போயிருக்கிறான். “நிறைய பொருட்க அங்கங்க கிடந்துச்சு மாப்பிள்ளை. எல்லாரும் எடுத்தாங்க. அந்தக் கம்மலை அப்புறம் மூணாயிரம் ரூபாய்க்கு சிம்மக்கல்ல வச்சு வித்தேன். ஒரு வாரச் செலவு மாப்பிள்ளை” என்றான்.

அசோகனைத் திருடனாய் மனம் ஒப்புக் கொள்ளவே இல்லை. அந்தக் கதையைச் சொல்லி முடித்ததும் விளையாட்டிற்கு மிதிப்பதைப் போல அசோகனின் வயிற்றில் மிதித்தேன். சின்னவயதில் எப்போதும் இப்படிச் செய்வதுண்டுதான். ஆனாலும் அன்றைக்கு மிதித்தபோது அந்த உதையில் வேறு அர்த்தங்கள் பல இருந்ததை இருவருமே உணர்ந்தோம். அவனுக்கு எதிரே வேறு ஒரு இடத்தில் நான் விடாப்பிடியாக அமர்ந்திருப்பதை அசோகனும் நோட்டமிட்டான். இடையில் என்னுடைய கன்னத்தைப் பிடித்துக் கொஞ்ச வந்தபோது பிடித்துத் தள்ளி விட்டேன்.

என்னுடைய முகம் வாட்டமாக இருப்பதை அந்தப் போதையிலும் கவனித்து, “என்ன மாப்பிள்ளை பழைய குஷி இல்லையே. மாமனை பிச்சைக்காரனா பாக்க மனம் ஒப்பலையோ. மனசளவில நான் எப்பவும் அசோகச்

சக்ரவர்த்திதான் மாப்பிள்ளை" என்றான் நாக்கு குழற. அழ முயல்பவனைப் போல முகத்தைக் கோணிவிட்டு, பாக்கெட்டில் இருந்து சிகரெட்டை உருவி வாயில் வைத்து விட்டு, பற்றவைக்கச் சொன்னான். சிகரெட்டை அவனுடைய வாயிலிருந்து உருவி என் வாயில் வைத்துப் பற்றவைத்து இரண்டு இழுப்பு இழுத்து விட்டு அவனிடம் திருப்பிக் கொடுத்தேன்.

எனக்கு இன்னமும் குடிக்க வேண்டும் போல இருந்தது. எழுந்து சட்டையைப் போட்டுக்கொண்டு இறங்கி நடந்தபோது அசோகனும் பின்னாலேயே வந்தான். கொஞ்ச தூரம் நடந்ததில் கொஞ்சம் நிதானத்திற்கு வந்திருந்தான். கவனித்துப் பார்த்ததில் அவன் சாலைகளில் போகும் போது கூடுதல் கவனத்தோடு நடப்பதைப் பார்த்தேன். "அசலூர் நெலத்தில போதையில அலப்பறை பண்ணிக்கிட்டு நடந்தா முதுகுத் தொலி பிஞ்சிரும்" என்றான் அடிக்கடி. இன்னும் ஒரு அரை பாட்டிலை வாங்கிக் கொண்டு ஒதுக்குப்புறமாக இருந்த பாழடைந்த பங்களா ஒன்றிற்குப் போனோம். நான் வழக்கமாக அமைதியாக இருக்க நினைக்கிற நேரங்களில் போகிற இடம்தான் அது.

பெரிய தேவாலயம் ஒன்றிற்குச் சொந்தமான அந்த வெள்ளை நிற பங்களா சம்பந்தமான வழக்கு நீதிமன்றத்தில் இருந்ததால், கைவிடப்பட்டிருந்தது. யார் அதற்கு உரிமையாளர் என்பதே யாருக்கும் தெரியவில்லை. வாயிலில் இருந்த இரும்புக் கதவை நெழித்து உள்ளே போய் விட்டு வரும்படி வழி பண்ணி வைத்திருந்தார்கள். அசோகனால் அதற்குள் சட்டென நுழைந்து உள்ளே வர முடியவில்லை. அவனது கையைப் பிடித்து இழுத்து உள்ளே வர உதவினேன். சிலுவையை முகப்பில் போர்த்திச் செடிகொடிகளுடன் இருளுக்குள் ஒளியாய் நின்றிருந்தது அந்த வெள்ளை பங்களா.

அவனும் என்ன செய்வான் பாவம் என அந்தக் கணத்தில் எனக்குத் தோன்றியது. கொஞ்சம் அவனோடு அன்பாகப் பேசலாம் என்பதை உணர்ந்தேன். பாட்டிலை திறந்து எனக்கும் ஊற்ற முயன்றபோது வேண்டாமென்று சொன்ன என்னைத்

தயக்கத்தோடு ஏறிட்டுப் பார்த்தான். "லாரீல ஓடறேன்னு கேள்விப்பட்டேன். ஏன் அந்தத் தொழில விட்ட" என்றேன். பேச விரும்புகிறேன் என்பதைப் புரிந்து கொண்ட அசோகன் அவசரமாக தம்ளரில் இருந்ததைக் குடித்துவிட்டு வாயைத் துடைத்தபடி பேசத் துவங்கினான்.

"என்ட்ட காரணத்துக்கா பஞ்சம் மாப்பிள்ளை. நாக்கு அதைச் சொல்ல தயாரா இருக்குமே" எனச் சொல்லி விட்டுத் தனக்குத்தானே சிரித்துக் கொண்டான். "விஜயவாடாக்காரன் ஓனரு. நல்ல மனுஷந்தான். ஒரு விஷயத்தில தப்புக் கணக்கு போட்டுட்டாரு" என்றான். குடியும் கறியும் வாங்கிக் கொடுத்து விட்டால், எந்தத் தொலைவுக்கும் போகத் தயாராக இருந்த அசோகனை அவர் போஷித்துப் பார்த்துக் கொண்டிருந்திருக்கிறார்.

வழக்கமாய் எப்போதும் அசோகனோடு யாராவது ஒருத்தர் கூட பயணம் போவதுண்டாம். அந்தமுறை அசோகன் மட்டும் தனியாக பம்பாய் வாசி மார்கெட்டிற்கு முருங்கைக்காய் லோடு ஏற்றிக் கொண்டு போயிருக்கிறான். பணத்தை வாங்கிவிட்டு லாரியைக் கிளப்பும் போது வழியில் ஜீப்பில் வந்திறங்கிய நான்கு பேர் மறித்துக் கையில் இருந்த பணத்தில் பாதியைக் கத்தியைக் காட்டி மிரட்டிப் பிடுங்கிக் கொண்டு போய் விட்டனர். இதை என்னிடம் சொல்லும்போதுகூட உண்மைக்கு பக்கத்தில் நிற்க முயல்கிற தீவிரமான முகபாவனையிலேயே இருந்தான் அசோகன். ஆனால் பணத்தில் பாதியைப் பிடுங்கி விட்டார்கள் என்பதை அவனுடைய உரிமையாளர் நம்பவில்லை. நானுமே நம்பிக்கையின் அந்தப் பக்க முனையிலேயே அமர்ந்திருந்தேன்.

முழங்கால் போடவைத்து மூங்கில் குச்சியை வைத்து அடித்திருக்கிறார்கள். "எங்கப்பனும் வாத்தியாரும்கூட இப்படி அடிச்சதில்லை மாப்பிள்ளை. அடிச்சிருந்தாங்கன்னா இப்படி அடி வாங்கியிருக்கவும் மாட்டேன்" என்றான் அசோகன். அந்தச் சந்திப்பில் அசோகன் இரண்டு விதமான தத்தளிப்பில் இருப்பதை வெளிப்படையாகவே உணர்ந்தேன். வழக்கமாகத் தன் செயல்களை நியாயப்படுத்திக் கொண்டிருக்கும் அசோகன்

அந்தச் சந்திப்பில் நிறைய முறை குற்றவுணர்வு ஈயாய் மொய்க்க, அதைக் கையாட்டித் துரத்த முயல்வதையும் பார்த்தேன்.

கையில் கொஞ்சம் காசைக் கொடுத்து இந்தப் பக்கம் பார்த்தால் தொலைத்து விடுவோம் என மிரட்டி அசோகனை அவர்கள் துரத்தி விட்டிருக்கின்றனர். எப்படியோ சித்தியின் எண்ணைப் பிடித்து என்னுடைய முகவரியை வாங்கியிருக்கிறான். எங்காவது வாட்ச்மேன் வேலை வாங்கிக் கொடுத்தால் தூரத்தில் இருந்து பிழைத்துக் கொள்கிறேன் என வந்து நின்றான் அசோகன். ”வெளி எடம்லாம் வேணாம் மாப்பிள்ளை. தூரத்தில இருந்து உன்னைப் பாத்துக்கிட்டே இருந்தா கொஞ்சம் அனுசரணையா இருக்கும்” என்றான்.

சாப்பிட விரித்த பொட்டலத்தை மடித்துத் தூக்கிப் போடக்கூட முடியாமல் எனக்கு முன்னால் படுத்துக் கிடக்கும் அசோகனைப் பார்த்தபடி, அவனை என்னோடு வைத்துக் கொள்வது சம்பந்தமாக யோசித்தேன். எங்காவது குடும்பத்தினருக்குத் தெரியாமல் வேலை வாங்கிக் கொடுத்து அனுப்பி விடலாம் என்கிற முடிவிற்கு வந்தேன். நானுமே அப்போதுதான் மெல்லமாக என்னுடைய கிறுக்குத்தனங்களில் இருந்து விடுபட்டு வேலை பார்த்து முன்னேறுவது சம்பந்தமான சிந்தனையில் இருந்தேன். இந்த நேரத்தில் துயரத்தைத் தூக்கி என் தோளில் சுமந்தலைய முடியுமா?

ஏனோ அசோகனை என்னுடன் வைத்துக்கொள்ள மனம் ஒப்பவில்லை. அதேசமயம் அவன் மீது எனக்கு எந்த வெறுப்பும் எழவில்லை என்பதையும் அவதானித்தேன். தலைக்கு நேர்மேலே சிலுவை தொங்கிக் கொண்டிருந்த அந்த பங்களாவின் படிக்கட்டுகளில் அமர்ந்து, தயங்கித் தயங்கி அந்த விஷயத்தைச் சொன்னான் அசோகன். “ஓங்கூர்க்கு பக்கத்தில சின்னச் சின்னப் புள்ளைங்க எல்லாம் வண்டி மேல ஏறி நின்னு அஞ்சு ரூவா தந்திட்டு முலைய அமுக்கிக்கோன்னு காட்டுங்க மாப்பிள்ளை. வயித்துப்பாட்டுக்குத்தான் எல்லாம். என்னைக்கும் அப்படி பண்ண மாட்டேன். அந்த தடவை போறப்ப அஞ்சு ரூபாவைக் கொடுத்திட்டு சட்டைக்குள்ள

கையை விட்டு மொலைய அழுத்திட்டு மொகத்தைப் பாத்தேன் மாப்பிள்ளை. மூத்த பொண்ணு சுகன்யா ஞாபகம் வந்திருச்சு. சட்டுனு கையை உதறி அந்தச் சின்னப் பிள்ளை கன்னத்தில ஒரு அடிய போட்டு இறங்கச் சொல்லிட்டேன். கடவுளா பாத்துக் குடுத்த அடிதான் மாப்பிள்ளை இது" எனச் சொல்லி விட்டுச் சட்டையைக் கழற்றி தோள்பட்டையக் காட்டினான் அசோகன்.

கருப்பு நிறத்தில் பட்டையாய் தழும்பொன்று இருந்தது அங்கே. இடையில் கோவில் கொடை ஒன்றிற்குப் போயிருந்த போது சுகன்யாவை தூரத்தில் இருந்து பார்த்தேன். இப்போது சுகன்யா எப்படியிருப்பாள் என யோசித்தபடி, "உம்புள்ளைகளை கடைசியா எப்ப போயி பாத்த" என்றபோது, "அது இருக்கும் பத்து வருஷம்" என்றான் அசோகன். வால்பாறையில் இருக்கும் தேயிலைத் தோட்டத்தில் மேலாளராக இருக்கும் ஜெத்ரோ, அங்கே தனக்குக் கீழே வேலை ஒன்றிருப்பதாகச் சொன்னான். தொலைபேசி எண்ணை அவனுக்கு வாங்கித் தந்த கைப்பேசியிலும், முகவரியை ஒரு துண்டுச் சீட்டிலும் பதிந்து கொடுத்து அசோகனை பேருந்தில் ஏற்றி விடுகையில் மேலும் இரண்டாயிரம் ரூபாயை எடுத்து அவன் கையில் கொடுத்தேன்.

"வேலைக்குச் சேர்றதுக்கு முன்னாடி ஒருதடவை பிள்ளைகளை தூரமா இருந்து பாத்துட்டு கொஞ்சம் காசு கொடுத்திட்டு வரலாம்னு தோணுது. வேலைக்குப் போய் சம்பளம் வாங்குனதும் பெருமையா மாப்பிள்ளைக்கு போன் அடிக்கறேன்" என்றான் பழைய ஆளாய். பர்ஸைத் திறந்து பணத்தை எண்ணிக் கொண்டிருந்த போது குறுகுறுவென அதையே பார்த்துக் கொண்டிருந்தான். நூறு ரூபாய்த் தாள்களாக இரண்டாயிரம் ரூபாயை எடுத்து அவனிடம் கொடுத்துவிட்டு, "ஊரையே ஏமாத்திக்கிட்டு திரியற. கடைசில என்னையும் ஏமாத்திராத. ஒழுங்கா போயி அந்தப் பிள்ளைக கைல காசை ஒப்படை" என்று சொல்லிவிட்டு என்னுடைய அறைக்குத் திரும்பினேன்.

அடுத்து அழைத்து விசாரித்தபோது, அவன் வால்பாறைக்குப் போய் ஜெத்ரோவைப் பார்க்கவே இல்லை. எங்கே போயிருப்பான் என எனக்குத் தெரிந்த தொடர்புகளிடம் விசாரித்துப் பார்த்தும் துப்புக் கிடைக்கவில்லை. பட்டன் இல்லாத சட்டையொன்றினுள் கையை விட்டு அசோகன் முலையைக் கிள்ளுகிற காட்சி சில நேரங்களில் கனவில் வரும்போது நெஞ்சில் ஒரு கசப்புணர்வு பெருகுவதை உணர்ந்திருக்கிறேன் அந்தத் தூக்கத்திலும். என் கால்மாட்டில் அமர்ந்து ஆச்சி அழுவதைப் போல, அந்தக் காலகட்டத்தில் ஒருமுறை கனவு வந்தது.

அத்தியாயம் 16

அங்கனக்குழியில் தலைகுப்புற விழுந்து செத்துப்போன, அவள் வீட்டிற்கு ஒரே பெண்ணான ஆச்சி, அப்போதெல்லாம் அடிக்கடி நினைவில் பட்டையான மூக்குத்தி அணிந்து ஒருசிலையைப் போல உருவமாய் எழுந்தாள். ஆச்சியின் அப்பா மீன்துள்ளியில் காடுகரையென செல்வாக்காக இருந்தவர். பெண் பிள்ளைதான் வேண்டுமென தவமிருந்து பெற்ற மகளான ஆச்சி, அண்ணன் சண்முகத்தைவிட பதினைந்து வயது சிறியவள். அண்ணனையே பலநேரங்களில் அப்பா எனச் சொல்லித்தான் கையெடுத்துக் கும்பிடுவாள். "எங்க அண்ணன் எனக்குத் தெய்வம், ஊர் உலகத்துக்கு எப்படியோ. எனக்கு இந்த வாழ்க்கை அவர் போட்ட பிச்சை" என்பாள். மூக்குப்பொடி டப்பாவிற்குள் கையை விட்டுக் கிள்ளி எடுத்து உறிஞ்சியபடி அவளொரு கதையைச் சொல்வாள். அதை என் நினைவு தெரிந்த நாள் முதல் அடிக்கடி கேட்டிருக்கிறேன்.

ஆச்சிக்கு முதல் மொட்டை போட்ட போது, நெஞ்சு வரை தொங்குகிற மாதிரி சங்கிலி போட்டிருக்கிறார்கள். அவளுக்கு ஐந்து வயதாக இருக்கையில் திடீரென புரையேறி மயங்கிச் சரிந்து விட்டாள். மருத்துவர்களை வரவழைத்துப் பார்த்தபோது

இறந்து விட்டதாகச் சொல்லி விட்டனர். வைத்திருந்து பார்க்கச் சகிக்காமல் பிணத்தை எரிக்கக் கொண்டு போயிருக்கிறார்கள். குல வழக்கத்தை மீறி ஆச்சியை புதைத்து, அவ்விடத்தில் மகள் நினைவில் சமாதி கட்டியே தீர்வது என ஒத்தைக் காலில் நின்றிருக்கிறார் அவளுடைய அப்பா,

அவள் கழுத்தில் இருந்த சங்கிலியையும் புதைப்பதற்கு முன்பு அகற்ற மறுத்து விட்டார். சங்கிலிக்கு ஆசைப்பட்டு வெட்டியான் இவர்கள் போன பிறகு குழியைத் தோண்டியிருக்கிறார். மூசுமூசுவெனச் சத்தம் கேட்டிருக்கிறது. கழுத்துச் சங்கிலியோடு எழுந்து அமர்ந்து வெட்டியானை வெறித்துப் பார்த்திருக்கிறாள் ஆச்சி. ஆத்தீயென வெட்டியானே ஒருகணம் திகைத்து விட்டாராம். இதைப் பிற்பாடு எங்களது வீட்டுச் சபையில் வைத்து அவர் சொன்னதாகச் சொன்னார்கள்.

குழியிலிருந்து எழுந்து நின்ற ஆச்சி வீட்டைப் பார்த்து ஓடியிருக்கிறாள். அவள் பின்னாலேயே வெட்டியானும் சத்தம் போட்டுக் கொண்டே ஓடியிருக்கிறார். சத்தம் கேட்டு ஊர்ஜனம் வீட்டை விட்டு வெளியேறி பயத்தில் தள்ளிநின்று வேடிக்கை பார்த்திருக்கிறார்கள். அந்தக் கூட்டத்தின் நடுவே பட்டுப்பாவாடை ரட்டை போட்ட ஆச்சி, தன் வீட்டை நோக்கி ஓடியிருக்கிறாள். ஆச்சியின் அப்பா மட்டும் தயக்கமில்லாமல் ஓடி வந்து ஆச்சியை அணைத்துத் தூக்கியிருக்கிறார்.

ஐந்து வயது குழந்தை எப்படி குழியிலிருந்து எழுந்து தனியாக ஓடிவந்தது என ஊரே மர்மமாய்ப் பேசிக் கொண்டார்கள். தாத்தா, வீட்டுக்கு வழக்கமாகப் பார்க்கும் சோதிடரை அழைத்து வரச் சொல்லி ஆள் அனுப்பினார். ஆச்சிக்கு பேச்சு வரவில்லை என்பதை அவளுடைய அப்பத்தாதான் கண்டுபிடித்துச் சொல்லி இருக்கிறாள். வந்து பார்த்த ஜோதிடர் ஊருக்கே கேட்கும்படி, "எமதர்ம ராஜாவ போயி பாத்துட்டு, இன்னமும் கணக்குத் தீர்க்கலைன்னு திரும்ப கிளம்பி வந்திருக்கா. ஒண்ணுமே அவ யோசனையில இருக்காது இப்ப. கொஞ்சம் அதிர்ச்சி விலகுனதும் பேச்சு வந்துரும். இன்னமும் இந்த பூமில அவ வாழ்றதுக்கு காலம் இருக்கு" என்று சொன்னாராம்.

நானேகூட ஆச்சியிடம் பலதடவை எமதர்ம ராஜாவை அவள் பார்த்தது ஞாபகத்தில் வருகிறதா என்று கேட்பேன். முகத்தைச் சுழித்துச் சிந்தித்து விட்டு, "போய் நின்னப்ப பொகைமூட்டமா இருந்தது மட்டும் ஞாவகம் இருக்கு" எனச் சொல்லிவிட்டு இல்லையென்பதைப் போலத் தலையசைப்பாள். அவள் எப்படி புதைத்த இடத்தில் இருந்து உயிரோடு எழும்பி வந்தாள் என இப்போது கேள்விகள் எழலாம். ஆனால் என் சின்ன வயதில் மூக்குப்பொடி வாசனையோடு கேட்ட இந்தக் கதை நம்புவதற்கான முகாந்திரங்களைக் கொண்டிருந்தது. ஆச்சியை அவள் அப்பா இருந்தவரை தங்கத்தில் குளிப்பாட்டினார்.

அந்தக் காலத்திலேயே சடங்கான பிள்ளையை அழைத்துக் கொண்டு சினிமா கொட்டகைக்குப் போவாராம் அவளுடைய அப்பா. தன் குலதெய்வமான பிச்சையம்மா பெயரைத்தான் அவளுக்கும் வைத்திருக்கிறார். தாத்தாவுக்கு ஏன்தான் கட்டிக்கொடுத்தேனோ என அவளுடைய அப்பா சாகிற வரை சொல்லிக் கொண்டிருந்தாராம். ஆச்சியின் அண்ணனுக்கும் என்னுடைய தாத்தாவிற்கும் எப்போதுமே ஒத்துப் போகாது. "அஞ்சுக்கும் பத்துக்கும் புரோக்கர் வேலை பார்க்கறவன் அவன்" என்பார் என்னிடம். சண்முகம் தாத்தா வீட்டிற்கு வந்தால் வேண்டா வெறுப்பாகத்தான் தாத்தா கறிக்கடைக்குக் கிளம்புவாராம்.

தாத்தாவிற்கு ஆச்சி மேல் ஆழமான ஒரு வருத்தம் இருந்தது. "ஒத்தக் கொரங்கா வளர்றதுக எதுவும் குடும்பம் நடத்த உருப்படாது. எதையாச்சும் பேசித் தொலைச்சாலும் பரவாயில்லை. குரங்காட்டம் ஒத்த வார்த்தை பேசாம மூஞ்சிய தூக்கிட்டே திரிஞ்சா போற எடத்தில காரியம் எதுவாச்சும் உருப்படுமா. உனக்கெல்லாம் நாலு உருப்படி இருக்கற வீட்டிலதான் கட்டாயம் பொண்ணு எடுப்பேன்" என்பார். ஆச்சி அப்படித்தான் மூஞ்சியைத் தூக்கி வைத்துக் கொண்டே அலைவாள். ஒருமாதம் வரைக்குமெல்லாம் இப்படி அவள் அடிக்கடி இருந்திருக்கிறாள்.

சொந்த வீட்டிற்குள் எதுவுமே செய்யாமல் அந்நிய மனுஷியைப் போல நடமாடிக் கொண்டிருப்பாள். சத்தம் போட்டாலும் காதில் விழாத மாதிரி குத்துக்கல்லைப் போல கன்னத்தில் கைவைத்து அமர்ந்து கொண்டிருப்பாள். ஆச்சி பொதுவாகவே அழுவதில்லை எனினும், அசோகனை நினைத்துச் சில நேரங்களில் என்னிடம் மட்டும் அழுதிருக்கிறாள். அவளுக்கும் தாத்தாவிற்கும் ஏனோ தோதுப்பட்டு வரவில்லை. இருவரும் தலையையும் வாலையும் போல தங்களுக்குள் முட்டி மோதிக் கொண்டிருந்தார்கள்.

ஆச்சி இதையெல்லாம் ஒரு குற்றச்சாட்டாகத் தன் வீட்டில் போய் சொல்வதில்லை. எல்லோருக்கும் இந்தக் கல்யாண வாழ்க்கை மகிழ்ச்சியாக அமையவில்லை என்பது தெரியும். ஆனாலும் ஆச்சி வாயிலிருந்து ஒருசொல் வரவில்லை என்பதால், பெரிய சண்டை சச்சரவுகளின் போதுமட்டும் தலையிடுகிற மாதிரி பார்த்துக் கொண்டார்கள். தாத்தாவின் மீது ஆழமான வெறுப்பைக் கடந்த காலங்களில் இருந்து திரட்டிக் கொண்டாள் ஆச்சி. ஆனால் அந்த ஆயுதத்தைக் கடைசிவரை தாத்தாவின் மீது எறியவில்லை அவள். “வெறும் காசு கொடுத்திட்டா எல்லாம் கிடைக்கிறதுக்கு குடும்பம் என்ன க்ளப் கடையா?” என்பாள் ஆச்சி.

தாத்தாவின் பணத்தை விட்டெறிகிற குணத்தை ஆச்சி அடியோடு வெறுத்தாள். தனியாக ஒரு கூண்டிற்குள் அரசியைப் போல வாழ்ந்த அவளுக்கு யாருக்கும் பொங்கிப் போடப் பிடிக்கவில்லை. ஆனால் கடைசிவரை வேண்டாவெறுப்பாக அந்த வேலையைச் செய்து கொண்டிருந்தாள். ஆச்சிக்கு எப்போதும் தனியாக இருக்க வேண்டும். இருட்டிற்குள் எங்கேயாவது குத்தவைத்து அமர்ந்திருப்பாள். அவள் போட்டிருக்கிற நகையை வைத்துத்தான் அங்கே ஒரு ஆள் உட்காந்திருப்பது தெரியும். ஆச்சி அட்டைக் கரி நிறத்தில் இருந்தாலும் சின்ன வயதில் ஓங்குதாங்காய் இருப்பாளாம்.

ஒத்தைக் கொரங்காய் தனியாய் வாழ்வது குறித்து நிறையதடவை யோசித்திருக்கிறேன். நானுமேகூட ஒத்தையில் பிறந்த ஆள்தான்.

ஆனால் வெளியில் போய்ப் படிக்கப் போய்விட்டதால் அடியோடு என் நிலையை மாற்றி விட்டேன். ஆனால் அந்த உணர்வை என்னால் புரிந்து கொள்ள முடியும். தனிமையைக் கலைத்து விடுவார்கள் எனச் சொல்லி, யாருமே வீட்டிற்கு விருந்தாளியாக வரக்கூடாது என வேண்டிக் கொண்டிருப்போம். வளர்கையில் அதற்கு நேர் எதிர் முனையில் போய் நிற்கக் கற்றேன். இப்போதெல்லாம் எப்போதும் ஆட்கள் உடனிருக்க வேண்டுமெனக்கு.

ஆச்சி செத்துப் போனபோது அவள் சொன்ன எமதர்ம ராஜா கதையை மறுபடி யோசித்துப் பார்த்தேன். அங்கனக்குழியில் தலைகுப்புற விழுவதற்காக அவளை திரும்பவும் பூலோகத்திற்கு அனுப்பி வைத்தார் போல. கூடவே புத்திர சோகத்தையும் தட்டில் போட்டுத் திகட்டத் தின்று செத்தாள் ஆச்சி. அவளைக் கடைசி காலத்தில் என்னோடு வைத்துக் கொள்ளவேண்டும் எனப் பல கற்பனைகள் செய்திருக்கிறேன்.

ஆச்சி இந்நேரம் இருந்திருந்தால் அவளையும் என்னையும் தங்கத் தாம்பாளத்தில் வைத்துத் தாங்கியிருப்பாள். அவளுக்குமே திகட்டுகிறளவிற்கு இருவரும் சேர்ந்து மகிழ்ச்சியை வாறி இறைத்திருப்போம். வேடிக்கையாக இருந்தாலும், சில சமயங்களில் பிச்சையம்மாள் என்கிற ஒத்தைக் காட்டுக் குரங்கொன்று அவள் வடிவத்தில் என் வாழ்வில் வந்துவிட்டதென நினைத்தும் கொள்வேன். அவளது பிறந்தநாளொன்றின் போது, வெள்ளி மூக்குப் பொடி டப்பா ஒன்றைப் பட்டுச் சுருக்குப் பையொன்றில் போட்டுப் பரிசாகக் கொடுக்கையில் வியப்போடு ஏறிட்டுப் பார்த்தபோது, ஆச்சிக்கும் எனக்குமான பிணைப்பு குறித்து அவளிடம் எடுத்துச் சொன்னேன். நுனியிரு விரலால் பொடியைக் கிள்ளி அவள் மூக்கருகே கொண்டு போய் ஒட்ட வைத்ததும், அச்செனப் பலத்துத் தும்மினாள். சிறப்பாய் அமைந்த சகுனம் அதுவென எடுத்துக் கொண்டேன். பச்சைக் கல் பதித்த மயில் டாலர் போட்டிருந்த ஆச்சி, அங்கனக்குழியில் இருந்து எழுந்துவந்து என்னை அணைத்துக் கொண்டாள்.

அத்தியாயம் 17

எடுத்திருக்கிற முடிவை நம்புவதற்கு எல்லோருக்குமே இன்னொரு வாய்ச்சொல் தேவைப்படுகிறது. அந்த இன்னொரு சொல்லை அச்சாணியாகக் கொண்டே பெருஞ்சக்கரத்தை விசைகொண்டு சுற்றுகிறார்கள். எதிர்காலத்தில் நான் என்னவாகக்கூடும் என்பதை என்னுடைய பதினான்கு வயதிலேயே, அப்பி பட்டியில் ஹைவேவீஸ் கருப்பசாமி ஜோதிடரை வைத்துக் கணித்து விட்டாள் அம்மா. அதற்கு முன்னர் வெறும் வார்த்தைகளாக மட்டுமே இருந்தவற்றிற்கு, கொழுகொம்பாய் அமைந்த அந்த ஆதாரத்தை அம்மா இறுகப் பிடித்துக் கொண்டாள்.

அதற்கடுத்தே சுடுசொற்கள் என்னைச் சுற்றிப் பரவத் துவங்கின. வெள்ளைச்சாமி தாத்தா மலையிலிருந்து அவரைக் கீழே இறக்கி அழைத்து வந்தார். “தங்கம்மா எதுக்கும் இவனுக்கு சோழி உருட்டிப் பாத்திடலாம். எனக்கென்னவோ சுழி கொஞ்சம் சரியில்லாத மாதிரிதான் தெரியுது” என்று கிளம்பிப் போவதற்கு முன்னால் சொன்னார் தாத்தா. தாத்தா சின்னமனூரில் ஏலக்காய் வியாபாரம் செய்தும் மணக்கவில்லை அவர் வாழ்வு. மலையிலிருந்து ஏலக்காய் வண்டிகள் வரும்வரை, மஞ்சள் தெருவிளக்கினடியில் நானும்கூட ஒருநாள் அவரோடு தேநீர் அருந்தியபடி அமர்ந்திருந்திருக்கிறேன்.

அதிகாலைப் பனியை, புகையைப் போல அம்மஞ்சள் விளக்கு உறிஞ்சிக் குடித்துக் கொண்டிருந்த போது, "இதாருப்பா. கடைசி வரைக்கும் அப்பனாத்தா சொல்றத மட்டும்தான் கேக்கணும். மத்த சொந்த பந்தமெல்லாம் கறிச் சோறு பொங்கித் தின்னுட்டுக் கிளம்பிப் போறதுக்கு மட்டும்தான். உன் தாத்தனை மாதிரி மட்டும் இருந்திராத. பகுமானத்துக்காக வாழ்க்கையைத் தொலைக்கிறவன்" எனத் தாத்தா அன்றொருநாள் சொன்னது எனக்கு நன்றாக ஞாபகம் இருக்கிறது. எல்லோருமே என்னைக் குறிவைத்து பூடகமான சிலந்திவலையைப் போர்த்திக் கொண்டிருந்தனர். அதனால்தான் ஜோதிடரை அழைத்து வருகிற ஏற்பாடும்கூட.

வெள்ளைச்சாமி தாத்தா என்னுடைய அம்மா வழி தாத்தாவின் தம்பி. அண்ணன் தம்பிக்குள் சொத்து விவகாரத்தில் பேச்சுவார்த்தை இல்லையென்ற போதும், மக்கமார்கள் இங்குமங்கும் போக்குவரத்து வைத்துக் கொள்வதில் யாருக்கும் தடையேதும் இல்லை. என்னுடைய தாத்தா கடைசியாய் அந்த வீட்டின் நிலைவாசல் படியை அவருடைய அம்மா செத்த போதுதான் மிதித்தார் எனச் சொன்னார்கள். கோவில்களின் வாயில்களைப் போல உயர்ந்த செங்குத்தான வாசலான அதன் உத்தரம் தேக்கால் செய்யப்பட்டது. இரண்டு பக்கமும் மயில் உருவங்கள் பொறிக்கப்பட்ட அவ்வுத்தரத்தின் பூச்சுக்கள் மங்கலாகி, வாழ்ந்து கெட்ட வீடது என்பதை உலகிற்குப் பறைசாற்றிக் கொண்டிருந்தன.

வாசலைத் தாண்டி உள்நுழைந்ததும் இரண்டு பக்கமும் ஒரு ஆள் நீட்டிப் படுக்கிற அகலமும் நீளமும் கொண்ட திண்ணைகள். "ஈஸ்வரா" என முனகிக் கொண்டே என்னைத் தூக்கி அத்திண்ணையில் தாத்தா அமர வைத்துவிட்டுக் கழுத்திலிருந்து கர்சீப்பை உருவி முகத்தைத் துடைத்த காட்சி எனக்குள் வந்து போனது. திண்ணைகளைக் கடந்தால் பெரிய முற்றமும் அதன் நடுவில் வற்றாத ஒரு நீர்க்கிணறும். அந்தப் பக்கம் மூன்று இந்தப் பக்கம் நான்கு என மொத்தம் ஏழு அறைகள். எல்லா அறைகளுமே நெல்பத்தாயம் போல இருட்டாகவும்

புழுக்கமாகவும் இருக்கும். அப்படியான அறையொன்றில்தான் தாத்தாவின் அம்மா புழுத்துப் போய்ச் செத்தாள் என்பார்கள்.

ஐந்து பேர் அமர வேண்டிய இடத்தை அடைத்துக் கொண்டு அவள் ஒருத்தி மட்டும் அமர்ந்திருப்பதைச் சின்னவயதில் பார்த்திருக்கிறேன். அவள் கழுத்துச் சதை மார்பு வரை தொங்கும். அவளது மார்புகள் இடுப்போடு ஒட்டி, அவள் சதைத் திரள்கொண்ட பூத கணத்தைப் போலச் சிறுவர்களாகிய எங்களுக்குத் தெரிவாள். கையைத் தரையில் ஊன்றி ஊர்ந்து இன்னொரு அறைநோக்கிப் போகும் போது, குறுக்கே போய் அவளை மறித்து நாங்கள் கிண்டலடிக்கையில், "எடுபட்ட பயல்களா. உங்களைத் தூக்கி மேலே கொண்டு போக ஈசன் வர மாட்டேங்குறானே" என்பாள். "பொடிசுங்கட்டகூட காடு போற காலத்திலயாச்சும் பாசம் வருதா பாறேன்" என்பாள் மணிமேகலை ஆச்சி.

மணிமேகலையை ஆச்சி என்று சொல்லவே முடியாது. தாத்தாவைவிட முப்பத்தைந்து வயது சின்னவளான அவளை ஏலக்காய் வியாபாரம் செய்யப் போன இடத்தில் இருந்து அழைத்துக் கொண்டு வந்து வீட்டோடு வைத்துக் கொண்டார் வெள்ளைச்சாமி தாத்தா. மூக்கோரம் பூனை மயிர் கொண்ட மணிமேகலை ஆச்சி, நல்ல சோறு தங்க இடம் என்ற வகையில் இங்கேயே இருந்து கொண்டாள். அவளைத் தேடி யாரும் வரவும் செய்யவில்லை. தாத்தாவின் குணமறிந்து எல்லோரும் அவளை ஏற்றுக் கொள்ளவும் செய்து விட்டனர். சின்னமனூர் வீட்டிற்கு என்னை அம்மா அழைத்துப் போகும் போதெல்லாம் ஓடிவந்து என்னைத் தூக்கி மடிமேல் வைத்துக் கொள்வாள் மணிமேகலை. செத்துப் போவதற்கு முன்பு ஆச்சி மணிமேகலையைப் பாடாய்ப் படுத்தி விட்டதாகச் சொன்னார்கள். சுடு கஞ்சி வைத்த தட்டைத் தூக்கி ஒருதடவை முகத்தில் விட்டெறிந்தாளாம்.

எல்லோரது வாயிலும் விழுந்த ஆச்சி செத்த போது அவளைத் தொட்டுத் தூக்கக்கூட ஆட்கள் வரவில்லையாம். தரையில் ஆணியடித்த மாதிரி ஒட்டிக் கிடந்த அவளது குண்டிக்கடியில் புழுக்கள் நெளிந்து கொண்டிருந்தனவாம். அவளைத் தூக்கிக்

கொண்டு போய் எரித்து விட்டு வந்தபிறகு சந்தனக்கட்டையை வாங்கி வந்து அரைத்துச் சாந்தாக்கி அவளிருந்த அறைக்குள் ஊற்றிக் கழுவியிருக்கின்றனர். அப்படியும் அவளது துர்வாடை அந்த வீட்டை விட்டு வெளியேற அடுத்த பதினாறு நாள் பிடித்ததாம். ஊரே அவள் வாயில் விழுந்தாலும், அசோகன் மட்டுமே எப்போதும் அவளுக்குச் செல்லக்குட்டியாம். மற்றவர்களைக் காட்டிலும் கொஞ்சம் உடல் தாட்டியம் கொண்ட அசோகன் அவளைத் தொட்டுத் தூக்கிப் பணிவிடைகள் செய்ததுகூட ஒரு காரணமாக இருக்கலாம் என்றுதான் நான்கூட ஆரம்பத்தில் நினைத்தேன்.

“என்னமோ தெரியலை. எங்கம்மாளுக்கு அசோகன்னா இஷ்டம். உங்களை எல்லாத்தையும் சொழட்டி சொழட்டி அடிக்கப் போறவன் இவந்தாண்டான்னு அவன் சின்னப் பிள்ளையா இருக்கறப்பயே சொல்லும். எப்டீயோ கணிச்சிருக்கு. பூதமும் பூதமும்தான் ஒண்ணா சேரும் போல இருக்கு” என்றார் வெள்ளைச்சாமி தாத்தா. ஆச்சிக்கு ஏன் எல்லோர் மீதும் இந்த வெறுப்பு எனப் பலதடவை யோசித்திருக்கிறேன் என்ற போதும் யாரிடமும் கேட்கத் தோன்றவில்லை. யாருமே பழைய விஷயங்கள் எதையும் பேசாதவர்களாகவே எங்களுடைய குடும்பத்தில் அலைந்து கொண்டிருந்தனர். மற்ற வீடுகளைப் போல பூர்வீக தாத்பரியங்களை வாழை இலையில் பரப்பி வைக்க விரும்பாதவர்களாகவும் இருந்தார்கள். குசுகுசுவென இன்னொரு காதுகளுக்குக் கேட்காத வண்ணம் தங்களுக்குத் தாங்களே அவற்றைப் பேசி திருப்திப்பட்டும் கொண்டனர். சொல்ல முடியாத கதைகளை மடியில் ஏந்துகிறவர்களைப் போல முகம் வெளிறியும் அலைந்தனர். எவ்வளவு துரத்தியும் வெளியேறாமல் பெரிய ஈயொன்று ஆச்சி இருந்த அறைக்குள் உலவுவதாக மணிமேகலை என் காதில் கிசுகிசுத்தாள் பிறகொருநாள்.

காரை பெயர்ந்து இருட்டு நிரந்தரமாக உலவும் அப்பெரிய வீட்டின் எலிப் பொந்துகளுக்குள் தங்களது பழைய வாழ்ந்து கெட்ட கதைகளை ஒளித்துக் கொண்டார்கள். எதிர்காலத்திற்கு

என அவர்கள் கடத்துவதற்கு கொஞ்சம் வெறுப்பும் நிறைய சாபங்களும் மட்டுமேயிருந்தன. அந்தப் பெரிய வீட்டின் வாயில் படியில் வலது காலை எடுத்து வைக்கப்போன ஹைவேவீஸ் கருப்பசாமி அப்படியே காலைத் திரும்ப எடுத்து நுழையாமல் நின்று கொண்டார். "பூத கணங்கள் சொழட்டி அடிக்குது. எத்தனை சாவைப் பாத்தாலும் அடங்காது போல. நிறை சொம்புத் தண்ணியும் சூடமும் எடுத்திட்டு வாங்க" என அவர் வாசலுக்கு வெளியே நின்று குரல் கொடுத்தபோது, நானும் அம்மாவும் நடுமுற்றத்தில் இருந்த கிணற்றினடியில் அமர்ந்திருந்தோம். எழப் போன அம்மாவை இருவென தடுத்து விட்டு மணிமேகலை ஆச்சி ஓடினாள்.

காவி வேட்டியும் வெள்ளைச் சட்டையும் அணிந்து ஏழடி உயரத்தில் நின்றிருந்தார் கருப்பசாமி. கொஞ்சம் எக்கினால் அவரால் நிலைப்படி உச்சியில் இடித்துக் கொள்ளக்கூட முடியும். முன்வழுக்கையில் நீர்த் துளிகள் சிதறியிருந்தன. முழுவதும் நரைத்த மீசையை எலி வால் போல முறுக்கி விட்டிருந்தார். தாடியோடு ஒட்டாத, அவரது நுனி மீசை காற்றிலாடுவதை அமர்ந்திருந்த இடத்திலிருந்தே பார்க்க முடிந்தது. அச்சமூட்டுகிற மாதிரி கண்கள் ஆலம்பழத்தைப் போல சிவந்து கிடந்தன.

சூடத்தை அவரது உள்ளங்கையில் வைத்து கொளுத்தச் சொன்னபோது, மணிமேகலை ஆச்சி தயங்கினாள். கண்ணை உருட்டிக் காட்டி தலையை அவர் அசைத்ததும் மஞ்சள் சேலை நுனியை இடுப்பில் எடுத்து சொருகிக் கொண்டு பயபக்தியோடு கொளுத்தினாள். எரிகிற சூடத்தோடு கையைத் தலையைச் சுற்றிச் சுத்தி விட்டு அதை அப்படியே வாயில் போட்ட அவர் நிறைசெம்புத் தண்ணீரை வாங்கி வாயில் ஊற்றிக் கொண்டு படியேறி வந்து கிணற்றினடியில் அமர்ந்திருந்த என் முன்னால் அமர்ந்தார். யாருக்கு என்னவென்பதைக் கூட விசாரிக்காமல் அவர் என்னை நோக்கி வந்தது குறித்து எல்லோரும் கண்களாலேயே வினவிக் கொண்டனர்.

வாயில் வைத்த தண்ணீரை என் முகத்தில் துப்பியபோது எனக்கு உடல் தூக்கி வாரிப் போட்டது. நடுக்கத்துடன் அவரது

முகத்தைப் பார்க்கையில் அவரது வாயிலிருந்து சூடப் புகை மெல்லமாக வெளியேறியது. என் உச்சந்தலையில் அவரது வலக்கையை வைத்து அரக்கித் தடவி விட்டு, "மனசார நல்ல சீவந்தான். ஆனா பாகனில்லாத யானையா இருந்தா இது தரிசா போயிடும். காட்டு யானையா இருந்தா ஏழெட்டு பேரை போட்டுத் தாக்காம ஓயாது" என்று அவர் சொன்னதை அம்மா கவனமாகக் குறித்துக் கொண்டாள். இடுப்பில் சொருகி வைத்திருந்த பச்சை நிற சுருக்குப் பையொன்றை எடுத்துப் பிரித்து அதிலிருந்த பழுப்பேறிய சோழிகளைத் தரையில் உருட்டி விட்டார். எத்தனை மல்லாக்க விழுந்திருக்கின்றன எனக் குனிந்து பார்த்தபோது, என் கன்னக்கட்டையைத் தொட்டுத் தூக்கி நிமிர்ந்து பார்க்கச் சொன்னார். அவரது நரைத்த முடிகள் கொண்ட மார்பையே வெறித்துப் பார்த்துக் கொண்டிருந்த என்னுடைய காதுகளில் எதுவும் விழவில்லை. அதற்குப் பிறகு அவர் சொன்னதாக என்னைச் சுற்றியிருப்பவர்கள் நிறைய சொன்னார்கள். சிலநேரங்களில் அவர் சொல்லாததைக்கூடக் கூட்டிச் சேர்த்துக் கதை கதையாய் நான் நடந்து போகிற பாதைகளெங்கும் தூவினார்கள்.

அவர் சொன்னதில் சில வாக்கியங்கள் மட்டுமே எனக்கு நன்றாக ஞாபகம் இருக்கின்றன. "சேராத இடம் சேர்ந்துச்சுன்னா புள்ளை உங்களுக்குக் கிடையாது. பரதேசம் போற பாக்கியமும் இருக்கு. கருவேலங் கோந்து ஒட்டின மாதிரி சேத்து வச்சு கூட்டு போற பாகனைப் பாத்து ஒப்படைக்கணும். பாகனுக்கு கட்டுப்பட்டு அடங்கினா ராஜவாழ்க்கை. இல்லாட்டி தெருநாய் வாழ்க்கைதான். பரதேசமும் போதை மாதிரிதான். அது ஒரு சொகம். அந்த சொகம் கண்டவனைப் பாத்திருச்சுன்னா இந்த ஜீவனும் போயிடும். கவனமாக பாத்துக்கோங்க" என அவர் சிதறல் சிதறலாகச் சொன்னதைப் பல நேரங்களில் கோர்வையாக மறுபடி ஞாபகத்திற்குக் கொண்டு வந்து பார்த்திருக்கிறேன்.

அவர் கிளம்பிப் போவதற்கு முன்பு ஆச்சி புளுத்துச் செத்துப் போன அறைக்குள் போய் சுற்றினார். உள்ளேயிருந்தபடி சில

சத்தங்களைப் போட்டார். "இளம் உசிரு ரெண்டை காவு வாங்காம தீர மாட்டீயா" எனச் சத்தமாகச் சொல்லிவிட்டுக் காறித் துப்பினார். வெள்ளைச்சாமி தாத்தா காசை எடுத்துக் கொடுத்தபோது வேண்டாமென மறுத்துவிட்டு விறுவிறுவென வீட்டை விட்டு வெளியேறினார். சட்டையைப் போட்டுக் கொண்டு தாத்தா அவரை விரட்டிக் கொண்டு பின்னாலேயே ஓடினார்.

என்ன சொல்லியிருப்பார் என்பதை அறிய எல்லோரும் தாத்தாவிற்காகக் காத்திருந்தார்கள். கொஞ்சமாய் சாராயம் அருந்திவிட்டு திரும்பி வந்த தாத்தா வலது திண்ணையில் ஏறி அமர்ந்து இருகைகளையும் அதில் ஊன்றி தலையைத் தொங்கப் போட்டுக் கொண்டு அமர்ந்திருந்தார். பிறர் போகத் தயங்கி போவென மணிமேகலை ஆச்சியை அவரை நோக்கித் தள்ளினர். அவளுமே பயந்து, தயங்கி திண்ணையில் பட்டும் படாதவாறு கையை வைத்து ஒருக்களித்து நின்றபோது நிமிர்ந்து பார்த்த தாத்தா, "நடக்கிறது நடக்கும். புள்ளை குட்டிகளுக்கு சோத்தைப் போட்டுட்டு எல்லாரும் போய்த் தூங்குங்க" என்றார். அதற்கடுத்து அது சம்பந்தமாக அவர் யாரிடமும் எதுவும் பேசிக் கொள்ளவில்லை.

லட்சுமணன் மாமா கொலையுண்ட போதுதான், ஹைவேவிஸ் ஜோதிடர் அப்போதே குறிப்பிட்டாரே எனக் குடும்பத்தில் திரும்பவும் ஞாபகத்தில் கொண்டு வந்து பேசினார்கள். "இல்லையே ரெண்டு உசிருன்னு அவர் சொன்னாரே" என சித்தி முந்திக் கொண்டு சொன்னாள். அப்புறம் சில வருடங்களில் ராமர் மாமாவும் தற்கொலை செய்து கொண்ட பிறகுதான் ஜோதிடரின் வார்த்தைகளுக்கான முழு அர்த்தத்தைக் குடும்பம் ஒரு சித்திரமாக வரைந்து கொண்டது. பின்னர் அவர் சொன்னதே வேத வாக்காகவும் அம்மாவின் ஆழ்மனதில் பதிந்தும் போனது.

அதே வீட்டில் வெள்ளைச் சாமி தாத்தா சாகக் கிடந்த போது என்னையும் அழைத்துப் போயிருந்தார்கள். "என்

பிள்ளைகளைக் கொன்னவனை மட்டும் சாகுற மட்டுக்கும் என் கண்ல காட்டிடாதீங்க” என இரண்டு முழுநாள் அரற்றிக் கொண்டிருந்தார். இத்தனைக்கும் சொத்துத் தகராறு காரணமாக அசோகன் தாத்தாவை ஒருதடவை கையை முறுக்கியதைச் சாகும் மட்டும் அவர் சொல்லிக் காட்டவேயில்லை. “ஏதோ குடிவெறீல செஞ்சுட்டான். என்னன்னாலும் நெத்தியில எண்ணை வச்சு என்னை வழியனுப்பப் போறவந்தானே” என எல்லோரிடமும் சொல்லிச் சமாதானமும் செய்தார். மூன்றாம் நாள் பாலூற்றக்கூட ஆளில்லாமல் நெஞ்சுக்கூடு ஏறியிறங்க இறுதிக் கட்டத்தை எட்டியிருந்தார் தாத்தா. என் கையில் பாலைக் கொடுத்துக் கொண்டு போய் ஊற்றச் சொன்ன போது அம்மா தடுத்துவிட்டு, “எதுக்கு இந்த சீவன் போறதையும் எங்க கணக்கில ஏத்திக்கிறதுக்கா” என்றாள். யாரையும் எதிர்பார்க்காமல் மணிமேகலை ஆச்சி பாலை தாத்தாவின் வாயில் இட்டபோது, மடக்கென சிறு சத்தத்திற்குப் பிறகு கடவாயோரம் பால் ஒரு கோடாய் வழிந்து தாத்தாவின் கழுத்தின் வழியாக வெள்ளை மயிரடர்ந்த மார்பில் ஊறியது.

அம்மா எழுந்து போய் மணிமேகலை ஆச்சியைக் கட்டிக் கொண்டு அழுதாள். இத்தனைக்கும் அம்மாவைவிட நாலைந்து வயது மூத்தவளே மணிமேகலை ஆச்சி. “மக வயசு அவளுக்கு. ஆனாலும் கடைசி வரை படிதாண்டாம பொறுப்பா நடந்துக்கிட்டா” எனத் தாத்தாவைப் பொத்திப் பொத்திப் பாதுகாத்தது துவங்கி, கடைசியில் பாலூற்றி காடு சேர்த்தது வரை மணிமேகலை ஆச்சி வாழ்ந்த முறை குறித்து ஊரே பெருமையாகப் பேசியது. அம்மாகூட, “எம்புள்ளைக்கும் உன்னை மாதிரி ஒருத்தி கிடைச்சா போதும். வீரபாண்டி கௌமாரியம்மா நீதான் கண்ணைத் தொறந்து வேண்டுதலை நிறைவேத்தி வைக்கணும். மருமகளுக்கு மாவிளக்கு சாத்தறேன்” என்றாள். அம்மாவிற்கு மாவிளக்குச் சாற்ற அவள் கிடைத்தபோது, அம்மா முதலில் சொன்னது, ஹைவேவிஸ் வெள்ளைச்சாமி உருட்டிய சோழிகள் குறித்துத்தான். யானையை விற்பதற்கு முன்னமே அங்குசத்தைக் கையில் கொடுத்தாள் அம்மா.

அத்தியாயம் 18

அம்மாவிற்குத் தன் பையனை பொறியாளர் ஆக்கிப் பார்க்க வேண்டுமென்பது ஆசை. ஒருவகையில் தாத்தாவின் விருப்பமும்கூட அது. இப்போதுதான் அது சீப்பட்ட படிப்பு, அப்போது அப்படியா? அவளுடைய சின்னவயதில் பங்களாவொன்றைக் கட்டும் போது தூரத்தில் நின்று அக்கட்டிடப் பொறியாளரைப் பார்த்திருக்கிறாள். “கைல பெரிய அட்டை பேப்பரை வச்சுக்கிட்டு குழாயொண்ண கைல பிடிச்சிக்கிட்டு துரை மாதிரி நின்னாரு. அந்த ஊர்லயே அப்படி ஒரு அழகான பங்களாவ நான் பார்த்ததேயில்லை” எனச் சின்னவயதிலிருந்தே வியந்து சொல்லிக் கொண்டிருப்பாள். ஆனால் அப்பாவிற்கோ யாரிடமும் கைகட்டிக் கூசுகிற எந்தப் பிழைப்பும் தேவையில்லை என்பது கணக்கு. அவர் என்னை ஒரு தொழில் முனைவோனாக ஆக்கவே நிரம்பவும் பிரியப்பட்டார். என்ன இருந்தாலும் சொந்தமாகக் குதிரை வண்டி வைத்து ஓட்டிய வம்சமல்லவா?

எனக்கோ கல்லூரியில் படித்த காலத்தில் இருந்தே பார் டெண்டர் படிப்பை படிக்க வேண்டுமென்பதே அடியாழ விருப்பம். உடன்படித்த கோவா நகர நண்பனொருவன்

இவ்வாசையை எனக்குள் இறக்கி வைத்தான். அவனுடைய அப்பா அத்தொழிலில்தான் கொடிகட்டிப் பறந்து கொண்டிருந்தார் அங்கே. அதுசம்பந்தமான புகைப்படங்கள் பலவற்றைக் காட்டி, தங்கநிறக் கதைகளை வாரியிறைத்தான் என்னுள். நகரின் மிகச் சிறந்த மதுபானக் கூடமொன்றை நிறுவ வேண்டுமென்பதே குறியாகவும் இருந்தது எனக்கு. கல்லூரிப் பாடங்களை விட, அதுகுறித்து நிறைய தேடிப் படிப்பேன். ஒருவகையில் என்னுடைய பொறியியல் கல்லூரி, அதை அடைவதற்கான தொடர்புகளையும் வைத்திருந்தது. எங்களைவிட ஆயிரம் மடங்கு உயரத்தில் அமர்ந்திருக்கிற குடும்பத்துப் பையன்கள் ஈசல்களைப் போலக் கொத்துக் கொத்தாகப் படிக்கிற கல்லூரி அதுவென்பதால், போத்தல்களுக்குப் பஞ்சமே வந்தது இல்லை.

அழகிய ஐரோப்பியப் பெண்ணொருத்தியைப் போல கழுத்து வரை மெலிந்து, பின் மார்பு பெருத்து, இடுப்பு பெருத்த போத்தல்கள், இந்தியப் பெண்களைப் போல கழுத்திலிருந்து அடிப்பாகம் வரை உருண்டு திரண்ட புட்டிகள், ஆப்பிரிக்கப் பெண்களைப் போல, உள்ளேயிருக்கிற திரவம் வெளித் தெரியாதளவிற்கான கருப்பு போர்த்திய போத்தல்கள் என எல்லாமும் ஒவ்வொரு வகை. ஒவ்வொன்றிற்குமே அதற்கான தனித்துவங்கள் கூடி நிற்கின்றன. பையன்களின் அறைகளில் இருந்து மிச்சமிருக்கிற மதுவோடு போத்தல்களை வாங்கி வந்து ஒன்றையும் இன்னொன்றையும் கலந்து முத்தமிட்டுக் கொண்டிருப்பேன். பலநேரங்களில் போத்தல்கள் என் பக்கவாட்டில் வெள்ளைப் படுக்கை விரிப்பில் என்னோடு முயங்குகிற மாதிரி அன்னாந்து பார்த்துப் படுத்துண்ணா கிடந்திருக்கின்றன. இரவில் அவற்றை எடுத்து முத்தமிடுவேன். ஆப்பிரிக்கப் பெண்ணை எடுத்துக் கழுத்திலிருந்து இடைவரை மெதுவாக உள்ளங்கைகளில் எண்ணெய் தடவித் துடைத்துக் கொடுப்பேன். கறுத்த மேனியில் பட்ட எண்ணெய், அறை வெளிச்சத்தில் உடலை எடுப்பாக எடுத்துக் காட்டும். சிலநேரங்களில் அப்போத்தல்களே கனவில் பெண்ணாக உருமாறி வந்து நின்று ஸ்கலிதம்கூட அடைந்திருக்கிறேன்.

அறையின் அலமாரியில் அவற்றை அடுக்கி வைத்து அழகு பார்ப்பது முக்கியக் கடமையாகவே இருந்தது எனக்கு. ஓய்வான சமயங்களில் இரண்டு போத்தல்களை எடுத்துக் கீழே விழாமல் தூக்கிப் பிடித்துக் கொண்டிருப்பேன். கைகளைப் பின்னால் மடித்து, தலைக்கு மேல் தூக்கி, சட்டென முதுகை வளைத்துத் திருப்பி என ஒரு ஆட்டக்காரன் பந்தை விதம்விதமாகக் கவ்விப் பிடிப்பதைப் போல போத்தல்களை வைத்து விளையாட்டுக் காட்டிக் கொண்டிருப்பது எனக்கு அலுத்ததேயில்லை. போத்தல்களுக்கு ஊடாகத் தீப்பிழம்பை உருவாக்கும் வித்தையும் அப்போதே எனக்குக் கைகூடி வந்திருந்தது.

பெரிய பணக்கார வீட்டுப் பையன்களாக இருந்தாலும், அவர்களுக்கே இப்போத்தல்களின் திரவத்தை எவ்வாறு மிகச் சரியாக முத்தமிடுவது என்பது தெரியாமல்தான் இருந்தது. நாலாயிரம், ஐயாயிரம் ரூபாய் விலை கொடுத்து வாங்கி வந்து அவற்றை மட்டை ஊறுகாய் வைத்துச் சப்பிக் கொண்டிருப்பார்கள். வயிறு உள்ளொடுங்கி முட்டி நிற்கிற மார்புகளைக் கொண்ட, பருக்கள் சிவந்து தெரிகிற வெள்ளை மேனியையுடைய ஐரோப்பியப் பெண்ணை ஒரு மட்டரகமான, தலையணையில் மூட்டைப் பூச்சிகள் ஊர்கிற, சிக்குப் பிடித்த வாடை அடிக்கிற விடுதிக்கு அழைத்துப் போய் சமாச்சாரம் செய்வதற்குச் சமமது என்பதை அவர்கள் உணர்ந்ததாகவே தெரியவில்லை. போதையென்பது திரவத்திலல்ல, அது மூளைக்கு உணர்வை எடுத்துச் செல்கிற நுனி நாக்கிலிருக்கிற நரம்பொன்றில் இருக்கிறது என்பதையெல்லாம் அவர்களுக்கு விளக்கிச் சொல்லித் தோற்று விட்டேன்.

கல்லூரியின் விடுதியாண்டு விழாவிற்கு நானே ஒன்றைத் தயார் செய்து தருகிறேன் என்றதும் நண்பர்கள் ஆர்வமாகி விட்டனர். ஒருத்தன் மட்டும் தனியாக வந்து, “பயமா இருக்குடா. அதைக் குடிச்சு செத்துக் கித்துப் போயிட்டா என்ன பண்றது” என்றான். பேட்டரி செல்லையா பொடித்துப் போடப் போகிறேன் அதில்? நமச்சாரக் கட்டியை உடைத்துப் போடுகிற பழக்கமே எம்வம்சத்தில் கிடையாதே? அசோகன்

பிறிதொரு சந்தர்ப்பமொன்றில் ஊறல் போடுவது குறித்துச் சொல்லித் தந்தது, கடுக்காய் பட்டையைப் போல நினைவில் இருந்தது.

கல்லூரி வளாகத்தில் யாருமறியாத பிரதேசத்தில் வெள்ளை வேலம் மரங்கள் நிறைந்திருந்தன. நண்பர்கள் பலர் பயந்து ஒதுங்கிக் கொண்டனர் ஆரம்பத்திலேயே. என்னார்வத்தைக் கண்ட நிர்மல் மட்டும் தைரியமாக முன்வந்தான். ஆளுமரசின் மத்திய அமைச்சராக இருந்தார் அவனுடைய அப்பா. "இவனுக போதையை விட போதையை பத்திய கருத்தைத்தான் கட்டிப்பிடிச்சுக்கிட்டு படுக்கிறாங்க" என்று அவன் சொன்ன போது, நிமிர்ந்து பார்த்தேன். அசோகனைத் தவிர இந்த விஷயத்தில் இப்படி இதுசம்பந்தமாகக் கூர்மையாக யாரும் பேசியதில்லை என்னிடம். அதனாலேயே அவனோடு நெருங்கியிருக்க வேண்டுமெனத் தோன்றியது அக்கணமே.

"எலுமிச்சம் சாற்றில் கடுக்காயைக் கலந்து ஜின் என்று சொல்லிக் கொடுத்தால் பலபேர் போதையாகி மட்டையாகி விடுவார்கள்" என்று அவனிடம் சொன்ன போது முதுகில் அடித்துச் சிரித்து விட்டு, "பிறகு போதை எதில் இருக்கிறது" என்றான். "நீ சொன்ன மாதிரி எல்லோரும் அதுசம்பந்தமாகத் தூக்கிச் சுமக்கும் கருத்தில் இருக்கிறது" என்றேன். அவனை உடன் அழைத்துக் கொண்டு போய் வெள்ளை வேலம்பட்டைகளை உறித்து வந்து அதைத் துண்டுகளாக்கி, நாட்டுச் சர்க்கரையில் போட்டு பெரிய மண்பானையொன்றில் ஊறவைத்து, அதோடு கடுக்காயை நசித்துப் போட்டோம். இந்தக் கலவையை அப்படியே ஆறுநாள்கள் ஊறப் போட வேண்டும். எங்கள் விடுதிக்குப் பின்புறமிருந்த நாவல்மரமொன்றின் அடியில் அப்பானையை யாருக்கும் தெரியாமல் புதைத்து வைத்தோம். ஆறாம் நாள் அது மசிந்து, பொங்கல் பானை பொங்குவதைப் போல, நுரைத்துக் கொண்டு வெளிவரத் துடித்த, அக்கலவையைப் பார்த்ததும் நிர்மல் வியந்து விட்டான்.

"இயற்கை ரெண்டு விஷயங்களை வஞ்சகமில்லாமல் பொத்திப் பாதுகாத்து வைத்திருக்கிறது. அந்த ரெண்டும் இல்லாவிட்டால்

மனிதர்கள் பித்துப் பிடித்துப் போய் தங்களுக்குள் அடித்து மாய்ந்து கொள்வார்கள்" என்ற போது, என்னவென்பதைப் போல நிமிர்ந்து பார்த்தான் என்னை. "பெண்ணும் போதையும். ரெண்டும் உலகின் ஆதார சக்திகள். ஒன்றையொன்று மிஞ்ச இரண்டும் போட்டி போட்டுக் கொண்டே இருக்கும். இரண்டிலும் உச்சத்தைப் பார்த்தவன் என இதுவரைக்கும் யாரும் இல்லை. எதிலாவது ஒன்றில்தான் ஒருத்தனால் உச்சத்தைப் பார்க்க முடியும். இரண்டிலும் பார்க்கிறவன் தேவகுமாரன்" என்று விவரிக்கையில், கன்னத்தில் கையை ஊன்றி கண்ணில் ஒளிபொங்கக் கேட்டுக் கொண்டிருந்தான் நிர்மல்.

திராட்சை, ஆரஞ்சு, தென்னம்பாளை கிடைக்காததால் பேரீச்சையை, வாழைப் பழங்களை யாருக்கும் தெரியாமல் வாங்கிக் கொண்டு வந்து அக்கலவையோடு போட்டு நன்றாகப் பிசைந்து, அதைப் பனிரெண்டு நாட்கள் ஊறப் போட்டோம். அப்பானையை யார் பார்வையிலும் படாதவாறு இலைதழைகள் போட்டு மூடி வைத்தோம். "என்னன்னு தெரியலை சுத்திப் பழ வாசனை அடிக்குது இந்தப் பக்கம்" எனக் கல்லூரி வாயில் காவலர்கள் தங்களுக்குள் பேசுவதைக் கேட்டுவிட்டு எங்களிருவருக்குள் சிரித்துக் கொள்வோம். "இதைக் காய்ச்சுறதுக்கு பெரிய பெரிய பானைகள் வேணும்னு கேள்விப்பட்டிருக்கேன். என்ன பண்றது" என்றான் நிர்மல்.

"தேவையில்லை. எல்லா கண்டுபிடிப்புகளையும் தேவைகள்தான் தீர்மானிக்கின்றன. இதைச் செய்ய ஒரு பிளாஸ்டிக் டியூப்பும் குக்கரும் போதும் எனக்கு" என்றேன். நிர்மலுடைய காரின் பின்னிருக்கையில் எரிவாயு அடுப்பு ஒன்றை எடுத்துப் போட்டுக் கொண்டு, மனிதர்கள் நடமாடாத, கல்லூரியின் காட்டுப் பகுதிக்குச் சென்று எங்களது உச்சத்தை இருவரும் இணைந்து காய்ச்சத் துவங்கினோம். அன்றைக்கு நட்சத்திரங்கள் நிறைந்து கிடக்காத, கரும் வானத்திலுதித்த மாசற்ற முழுநிலவு எங்களிருவரையும் ஆசிர்வதித்துக் கொண்டிருந்தது.

சூடு ஆறியதும் நல்லெண்ணெய் தரத்திலிருந்த அப்பொன்னிற

திரவத்தை, ஆரஞ்சுப் பழச் சாறு கலந்து கால் தம்ளர் அளவிற்கு நிர்மலுக்கு ஊற்றிக் கொடுத்தேன். அடுத்த பத்து நிமிடத்தில், "ரெண்டு பேரும் கைகோர்த்துக்கிட்டு பறக்கலாம் போல இருக்கு" என்றான் அவன். "இவ்வளவு நல்ல விஷயத்தை மனுஷங்க ஏன் இப்டீ கெடுத்து வச்சிருக்காங்க" என்றான். "நல்ல போதையையும் பெண்ணையும் தொடணும்னா அது பூத்து நுரைக்கிற வரைக்கும் காத்திருக்கணும். நாலு நாள்ளயே கட்டி உருளணும்னா குறுக்கு வழியைத்தான் தேர்ந்தெடுக்கணும். ஆனா அதில ருசி கூடி நிக்காது. வந்த வேகத்தில தலையில அடிச்சிட்டு ரெண்டுமே காணாமப் போயிடும்" என்றேன்.

காரை அங்கேயே நிறுத்திப் பூட்டிவிட்டு, தேவையான அளவிற்கு, இடை பெருத்த இந்தியப் போத்தலொன்றில் அத்திரவத்தை எடுத்துக் கொண்டு என்னுடைய அறைக்குத் திரும்பி வந்தோம். என் தோள்மீது ஆதூரமாகக் கைகளைத் தூக்கிப் போட்டுக்கொண்டு நடந்து வருகையில், "இதை யாருக்கும் தரக்கூடாது. நாமளே வச்சு வச்சு குடிக்கணும்" என்றான். சில்வண்டுகளின் சத்தமிடுகிற அவ்வளர்ப்புக் காட்டின் வெள்ளை வெளிச்சமொன்றின் கீழ் நின்று, "உனக்கு என்ன ஆசை" என்றான் நிர்மல்.

"நம்ம மக்களுக்கு நல்ல போதைன்னா என்னன்னு கத்துத் தரணும். அதைத் தரவும் செய்யணும்" என்ற போது, "புரியலை கொஞ்சம் விளக்கமா சொல்லு" என்றான். பார் டெண்டிங் குறித்த கனவுகளைச் சொன்னேன் அவனிடம். "வளர்ந்த நாடுகள்ள இருக்கிற மாதிரி நல்ல தரமான பார் ஒண்ணு ஆரம்பிக்கணும். அதுக்கு அடுத்தபடியா நல்ல போதையை நம்ம மக்களுக்குத் தர்ற மாதிரி டிஸ்ட்டிலைசர் கம்பெனி ஒண்ணு ஆரம்பிக்கணும்" என விரிவாகவே அதன் சாதக, பாதகங்களை விவரித்து அவனுக்கு விளக்கிச் சொன்னேன். "நான் ஒண்ண தெளிவா கவனிச்சேன். மத்த சரக்கெல்லாம் தலையில அடிச்சு நம்மளைக் குப்புறத் தள்ளிடுது. ஆனா இந்தப் போதை எனக்கு ரம்மியமாவும் இருக்கு. அதேசமயம் நீ பேசறது எல்லாம் யாரோ காதுக்குள்ள இருந்து பேசற

மாதிரி தெளிவாவும் கேட்குது. புரியவும் செய்யுது” என்றான்.

படிப்பு முடிந்ததும் தனக்குமே வேறு ஏதாவது புதிதாகச் செய்ய வேண்டும் எனத் தோன்றிக் கொண்டிருப்பதாகச் சொன்னான். அவனுடைய அப்பா நினைத்தால் நிமிட நேரத்தில் மதுபான ஆலை அமைக்க உரிமங்களைப் பெற்றுத் தந்துவிடுவார் என்றான். “எடுத்த எடுப்பிலேயே எல்லாத்தையும் செஞ்சிடக்கூடாது. நாம முதல்ல நம்மளைச் சுத்தி இருக்கிறவங்கட்ட இருக்கிற கருத்தை மாத்துவோம். நாம இந்த விஷயத்தில புதுசா இன்னொரு கருத்தை உருவாக்குவோம். நம்மளாலயும் உலகத்துக்குச் சவால்விடற மாதிரி போதையைத் தந்துட முடியுங்கறத காட்டுவோம்” என்று உணர்ச்சிகரமாகப் பேசினேன் அவனிடம்.

என்னுடைய அறைக்குள் அன்றைக்குத்தான் நிர்மல் படியேறி வந்தான். அலமாரியில் இருக்கிற போத்தல்களைப் பார்த்ததும் வியந்து போய், “இதையெல்லாத்தையும் குப்பைக் கூடைக்கு அனுப்பிடுவோம். நீ அடுக்கி வைச்சிருக்கிற தோரணை என்னமோ செய்யுது எனக்கு. குப்பையிலிருந்து கோபுரத்துக்குங்கற மாதிரி. நீ வேற ஆள்டா” என்றான் என்னைக் கட்டிப் பிடித்துக் கொண்டு. இரண்டு போத்தல்களை எடுத்து வளைந்து நெளிந்து தூக்கிப் போட்டுத் துல்லியமாகப் பிடித்து அவனுக்கு வித்தை காட்டினேன். போத்தல்களின் ரகம்வாரியாக பெண்களின் பெயர்களை வைத்திருப்பதைச் சொன்னதும் சீட்டியடித்து, “எங்கே உன் அழகிகளை எனக்கு அறிமுகப்படுத்து பார்க்கலாம்” என்றான். ரோஸ்லின் என்கிற அழகியைத் தூக்கி அவன் கையில் கொடுத்து, “கைல எண்ணெய் போட்டு கண்ண மூடிக்கிட்டு நல்லா தடவு” என்றபோது பெருங்குரலெடுத்து வெடித்துச் சிரித்தான். தன்னை மறந்து அசோகன் சிலதடவை மட்டும், கோடை மழைக்கு முந்தைய வானமாய் இப்படி இடித்துச் சிரித்திருக்கிறான் என்பது நிர்மலின் சிரிப்பினூடே ஞாபகம் வந்தது எனக்கு. இந்த நிர்மல்தான் ஐரோப்பிய மார்பும் இந்திய இடையும் கொண்ட, வாழ்நாள் முழுக்க என்னோடு இருக்கப் போகிற, போத்தலொன்றை அறிமுகம் செய்து வைக்கப் போகிறான் என்பது அப்போது தெரியாது எனக்கு.

அத்தியாயம் 19

கல்லூரிப் படிப்பை முடித்ததும் வீட்டாரின் வற்புறுத்தலுக்காகப் பிடிக்காவிட்டாலும், சிறிய மென்பொருள் நிறுவனமொன்றில் உடனடியாக வேலைக்குச் சேர்ந்து மேன்சன் ஒன்றில் தங்கியிருக்கையில் வாழ்வு அக்கட்டிடத்தைப் போலவே இருளாக இருந்தது. நண்பர்களின் சிபாரிசு வழியாகச் சீக்கிரமே புகழ்பெற்ற மென்பொருள் நிறுவனமொன்றில் வேலை கிடைத்தவுடன் வெளிச்சமான பெரிய வீடொன்றிற்கு நகர்ந்தேன். அந்த வீட்டை இன்னமும் அசோகன் வந்து பார்க்கவில்லை என்கிற குறை, தூண்டிலில் மாட்டப்பட்ட சின்ன வெங்காயம், கோழி கழுத்தில் சிக்கிக் கொண்டதைப் போலத் தொக்கி நின்றது.

நகரின் புகழ்பெற்ற பார் டெண்டிங் படிப்பு நிறுவனத்தில் பட்டயப் படிப்பொன்றையும் ரகசியமாகப் படித்து வந்தேன். வீட்டிற்கு மட்டும் தெரிந்தால், கொன்றே போட்டு விடுவார்கள் என்பதையும் அறிந்திருந்தேன். தெரிந்தால் அம்மா அரளி விதையை அரைத்துக் குடித்து விடுவாள். இல்லாவிட்டால் அச்சாற்றை வெண்சங்கில் வைத்து மடியில் படுக்கப் போட்டுக் கடவாய் ஓரம் பதவிசாக நுழைத்து எனக்கு ஊற்றி விடுவாள். பிறகு அவர்களைச் சமாதானப்படுத்தி விளக்கிச்

சொல்லிவிடலாம் என்கிற நம்பிக்கை ஒருமூலையில், தனித்து முளைக்கும் கசப்பான கீழாநல்லிச் செடியைப் போல உள்ளுக்குள் முளைவிடவும் செய்தது. அப்போது நூற்றுக்கும் மேற்பட்ட, விதவிதமான வகைகளில் பொன்னிறக் கலவைகளை உருவாக்க முடியும் என்கிற நம்பிக்கையை எட்டியிருந்தேன். அந்தப் பணி எனக்கு இயல்பாகவே நன்றாக வருவதாகப் படிப்பித்த ஆசிரியர்கள் சொன்னார்கள். என்னுடைய கைகளில் வழுக்கிக் கொண்டு ஓடும் போத்தல்களைப் பார்த்துவிட்டு, "ஆகாயத்தில் இருந்து உன் கைகளுக்குச் சரியாக வந்து சேர்கிற மாதிரி கண்ணுக்குத் தெரியாத கோந்து ஒட்டியிருக்கிறதா என்ன" என்றாள் என்னோடு படித்துக் கொண்டிருந்த பெங்களூர்க்கார சந்தனா.

அவள் இதேமாதிரி பெங்களூர் இரவு விடுதிகளில், போத்தல்களைத் தூக்கிப் போட்டுப் பிடித்து வயிற்றை நிறைக்கும் காலத்திற்காகக் காத்திருந்தாள். "பன்னெண்டுக்கு மேலே படிக்க முடியலை. எங்க ஊர்ல ஒரே நல்ல விஷயம். படிக்காட்டினாலும், கொஞ்சம் மனசு வச்சா இங்கிலீஸ நல்லா கத்துக்க முடியும். அதை வச்சுத்தான் பொழைப்பு ஓடுது. அண்ணன் ஒருத்தன் குடிச்சே குடும்பத்தைக் கெடுத்திட்டான். எங்க போனான்னே தெரியலை. அம்மா மட்டும்தான். அவளுக்கு மாசத்துக்கு மாத்திரைச் செலவே பத்தாயிரம் ரூபாய்க்கு மேலே வருது. இந்த வேலைதான் எங்க பக்கம் ஈஸியா கிடைக்கும். என்ன பண்றது? படுத்துனாலும் சம்பாதிச்சே ஆகணும் எனக்கு" என அவள் சொன்னதைக் கேட்கையில் எனக்குச் சங்கடமாக இருந்தது. கூடவே வந்த கொஞ்ச நாட்களிலேயே அவள் தமிழை தட்டுத் தடுமாறியாவது பேசிய விதம் குறித்து ஆச்சரியமாகவும் இருந்தது.

"அம்மா இங்க வேலை பார்த்தப்ப ஒரு ஐஞ்சு மாசம் இங்க ஏற்கனவே இருந்தேன்" என்றவளிடம், "என்ன வேலை" எனச் சட்டெனக் கேட்டேன். சந்தனா அமைதியாக என் கண்களை ஏறிட்டுப் பார்க்காமல் போத்தலொன்றை எடுத்து அதன் மூடியை வாயில் வைத்துக் கடிக்க முயன்று கொண்டிருந்தாள்.

பெண்கள் ஆண்களைவிட அன்னிய தேசத்து மொழிகளையும் வாழ்கிற வித்தைகளையும் எளிதாகக் கற்றுக் கொள்கிறார்கள் என நினைத்துக் கொண்டு, அவளை என் தோளோடு தோள் சேர்த்து அணைத்தேன். என் தோள் பட்டையில் அவளது நெற்றியை வைத்து மெல்லமாக ஒரு கன்றைப் போல இடித்தாள்.

அவள் மட்டுமல்ல, அங்கு பயில வந்த பலரும் இதை ஒரு பிழைப்பாகவே பார்த்தார்கள். மற்ற வேலைகளைவிட, பயனாளிகளைக் கவர்ந்து விட்டால் இந்தத் துறையில் தனிவரும்படியாக அதிகத் தொகை கிடைக்கும் என்பதையே ஒரு காரணமாகவும் சொன்னார்கள். ஆனால் படிப்பித்தவர்களுக்கு எவையெவை பக்குவமான கரங்களென்பது தெரிந்தே இருந்தது. ரேகை குருமேட்டில் ஏறுகிறதா என்பதெல்லாம் விஷயமே இல்லை. போத்தல் உள்ளங்கைக்குள் பக்குவமாக வந்து அமர்கிறதா என்பதே உலகம் பார்க்கும் கணக்கு. “உனக்கெல்லாம் வெளிநாடு போனா லட்சத்தில சம்பளம் உறுதி” என்றார் என்னாசிரியர் ஒருத்தர். நான் ஒருபோதும் அப்படி வெளிநாடு செல்லப் போவதில்லை என்றபோது, “ஏதோ பெரிய நோக்கத்தோட இருக்கங்கறது மட்டும் தெரியுது. இந்தக் குறிதவறாத வெறிய விளையாட்டுக்காரங்ககிட்டதான் நான் பார்த்திருக்கேன்” என்றார்.

பட்டயப் படிப்புக் காலத்திலேயே இரவு வேளைகளில் ஏதாவதொரு பெரிய மதுவிடுதியொன்றில் என்னை இடைப்பட்ட பயிற்சிக்காரனாய்ச் சேர்த்து விடுவதாகவும் உத்தரவாதம் தந்தார். எனக்குமே அவ்விரவில் விளக்கொளிகளினூடாக என் வித்தையை, தலையை ஒருக்களித்துச் சாய்த்துக் கிறங்கும் எண்ணற்ற கண்களுக்கு மத்தியில் செய்து காட்ட வேண்டுமென்கிற ஆர்வம் நாள்பட்ட ஊறலைப் போலப் பொங்கிக் கொண்டிருந்தது. அத்தனை மனவூடாட்டங்களுக்கு இடையிலும் அசோகன் என்னைத் தொலைபேசியில் அழைத்துப் பேசாதது உறுத்தலாகவே இருந்தது. தெரியாத எண்ணிலிருந்து அழைப்பு ஏதேனும் வந்தால்கூட, அசோகனாக இருக்கலாமென விரைந்து எடுத்துக் கொண்டிருந்த காலம் அது.

வெகுநாட்களுக்கு முன்னமே அசோகனுக்கும் எனக்கும் இடையில் ஒரு ஒப்பந்தம் ஏற்பட்டது. "ஒலகத்தில எந்த மூலையில இருந்தாலும் உன்னை கூப்டுருவேன் மாப்பிள்ளை. உசிர் இழுத்துக்கிட்டு இருந்தாகூட உன்னோட நம்பரை நான் மறக்கவே மாட்டேன். என் போன் வரலைன்னா நான் இந்த உலகத்தில இல்லைன்னு அர்த்தம்" என்றான். அவனுக்காகவே அந்த எண்ணைக் கடைசிவரை நான் மாற்றவேயில்லை.

கடைசியாய் அசோகன் அழைத்து எவ்வளவு காலம் இருக்கும் என யோசித்துப் பார்த்தேன். மேன்சனுக்கு வந்து திரும்பிய பிறகு என்னை நேரில் வந்து சந்திக்காமல், அவன் தொலைபேசி வழியாக மட்டுமே தொடர்பு கொண்டான். கடைசிச் சந்திப்பில் ஏதாவது அவமானப்படுத்துகிற மாதிரி நடந்து கொண்டு விட்டேனா என்றுகூட யோசித்துப் பார்த்தும், எதுவும் ஞாபகத்திற்கே வரவில்லை. நாரோடு இணைந்த பூவைப் போல அவனோடு இணைந்து மோசமான குடியில் இருந்த சந்திப்புச் சந்தர்ப்பங்களது. ஆனால் இப்போது எல்லாவற்றிலிருந்தும் விலகி வேறொரு மேல்தட்டு வாழ்க்கையை நோக்கி நகரும் முனைப்பிலிருந்தேன். எதை நினைக்கிறோமோ அதுவான ஆட்களே நம்மைச் சுற்றி அமைவார்கள் என்பதைப் போல, என் கல்லூரி கால நண்பர்கள் எதிர்காலத்தைப் பொதித்த பூங்கொத்துகளோடு கண்ணில் தட்டுப்பட்டபடியே இருந்தனர். எதைப் பிடித்தாவது மேலேறிவிட வேண்டுமென்கிற வெறியில் அலைந்தேன்.

அந்த காலகட்டத்தில் அசோகனையே, நினைத்தால் மட்டும் போதும் என்றுகூட சிலசமயங்களில் யோசித்திருக்கிறேன். அவனை நேரில் பார்க்க வேண்டுமென்கிற உந்துதல் சுத்தமாக என்னிடம் இல்லை என்பதையும் உணர்ந்தேன். ஆச்சியின் சாவுகூட அதற்குக் காரணமாக இருக்கலாம் எனச் சமாதானப்படுத்திக் கொண்டேன். ஒவ்வொரு முறை அழைக்கும் போதும் சொல்வதற்கென்று நிறையக் கதைகளை வைத்திருப்பான். காலவோட்டத்தில் அவன் சொல்வது உண்மையா, பொய்யாவென தராசைத் தூக்கி எடைபோடும்

பழக்கத்தைச் சுத்தமாக நிறுத்தியிருந்தேன்.

தட்டுச் சோற்றை வளர்ப்பு நாய் வெறிகொண்டு நக்குவதைப் போல, முடிந்து வைத்திருக்கிற அத்தனை கதைகளையும் கிடைத்த அந்தக் குறுகிய நேரத்தில் என் காதில் கொட்டுவான். அவன் நக்கக் கிடைத்த ஒரே காது என்னுடையதுதானே? பலநேரங்களில் அவன் பொதுத் தொலைபேசி இணைப்பிலிருந்தே என்னையழைப்பான். சிலநேரங்களில் யாரிடமாவது தொலைபேசியை இரவல் வாங்கியழைப்பான். கடைசிச் சந்திப்பின் போது அவனுக்கென்று தனியாக விலைகுறைந்த கைப்பேசி ஒன்றையும் வாங்கிக் கொடுத்திருந்தேனே? அடுத்த முறை பொதுத் தொலைபேசி இணைப்பிலிருந்து அழைத்த போது, அக்கைப்பேசி குறித்துக் கேட்கையில், "கூட இருந்த பெரியவர் ஒருத்தருக்கு திடீர்னு மேலுக்குச் சொகமில்லாம போயிடுச்சு மாப்பிள்ளை. அதை வித்துத்தான் ஆஸ்பத்திரிக்கு கூட்டிட்டு போனேன்" என அவன் சொன்னது பொய்யென்பது எனக்கு நன்றாகத் தெரிந்தும் அதை வெளியில் காட்டிக் கொள்ளவில்லை.

வெளிமாநில எண்ணொன்றின் அழைப்பை அழுத்திய போது எதிர்முனையில் முனகலோடு இணைந்த சிறுஅழுகைச் சத்தம் கேட்டதும் அமைதியாய்க் காத்திருந்தேன். "கர்நாடகா பார்டர்ல லாரில ஓடிக்கிட்டு இருக்கேன் மாப்பிள்ளை. தேவிடியா மகன்கள் இருக்கற தண்ணிய ஆளுக்குக் கொஞ்சம் பிரிச்சு எடுத்துக்க வேண்டியதுதானே? ஏழைபாழைகளைப் போட்டு நசுக்குறாங்க. பி.வி.சி பைப்ப வச்சு அடிச்சு முதுகுத் தொலியெல்லாத்தையும் உறிச்சிட்டாய்ங்க" என்றான். அந்தக் கணத்தில் அசோகனை என்னோடு அழைத்து இருத்தி வைத்துக் கொள்ளலாம் எனத் தோன்றியது. மறுகணமே காற்றை எப்படி கண்ணாடிக் குவளைக்குள் அடைத்து வைப்பது என்கிற யோசனையும் எழுந்தது. "என்னோட நிழல் மட்டுந்தான் மாப்பிள்ளை உன்னை என்னைக்கும் தொடரும்" என அவனே சொன்னதும் நினைவிற்கு வந்தது.

அன்றைக்கு அசோகன் குறித்து ஆழமாகவும் தீர்க்கமாகவும் சிந்தித்துப் பார்த்தேன். எதற்காக ஒரு நிழலைப் போல என்னை விரட்டி, ஏதோவொன்றை எனக்குள் ஆழமாக ஒரு ஆலம்விதையைப் போலப் பரவுகிறான்? பரஸ்பரம் எதற்காக மாறி மாறித் துரத்திக் கொண்டிருக்கிறோம்? இந்த ஓட்டத்தில் மான் யார்? புலி யார்? ஆடுபுலியாட்டத்தில் ஏன் அவனது பகடைக்காய்கள் மட்டும் தெருவில் சிதறிக் கிடக்கின்றன? என்னை அந்தரத்தில் விட்டுப் போவதில் அவனுக்கென்ன சிக்கல்? என்றெல்லாம் யோசித்து, பழைய குடும்ப முடிச்சுகளை அவிழ்த்துப் பார்த்துக் கொண்டிருந்தேன். அவனுக்கு குடும்பத்தில் யாரோடும் அணுக்கமான ஸ்நேகம் எப்போதுமே இருந்ததேயில்லை. மசபிடித்த நாயை வேட்டையாடுவதைப் போல வார்த்தைகள் துரத்துகிற வாழ்வு, ஒருவகையில் அவன் விரும்பிச் சுமக்கும் பாரமும்கூட. “யாருக்கும் கட்டுப்பட்டு என்னால உக்கார முடியலையே மாப்பிள்ளை என்ன செய்ய? கொஞ்சம் காசும் ரெண்டு புரோட்டாவும் ஒரு சுக்காவும் கிடைச்சா போதும். நத்தை மாதிரி முதுகில இந்த மூட்டையைத் தூக்கிட்டு நகர்ந்து போய்க்கிட்டே இருப்பேன். அத்தனையும் பாவ மூட்டை” என குரல்கம்ம அவன் சொன்னதும் அந்த நேரத்தில் நினைவிற்கு வந்தது.

என்னைத் தவிர, எல்லோர் மீதும் அவனுக்குத் தீராத வெறுப்பிருந்தது. அது பகையாக முட்டிக் கொண்டு வெளிவருகிற காலமொன்றும் வருமென யூகிக்கவும் செய்தேன். “கொஞ்சம் கைதூக்கி விட்டிருக்கலாம். சாணியைக் கூடையில அள்ளி கூளத்தில கொட்டுற மாதிரி கொட்டிட்டு கைகழுவிட்டுப் போயிட்டாங்க. என் கையால உன் ஆத்தாளுக்கும் சித்திக்கும் எவ்ள செஞ்சிருப்பேன். இதே உங்க சித்தப்பன் பெட்ரோல் பங்குல கையாடல் செஞ்சிட்டான். நாந்தான் எங்க முதலாளிகிட்ட போயி கைகட்டி நின்னேன். அந்தக் காலத்தில அவரோட எஸ்கார்ட் போன நன்றில, சரி போடா அசோகா உனக்காக விடறேன்னு அவனை மன்னிச்சு அனுப்பினார். அதை உன் சித்தப்பன் என்னைக்காவது நினைச்சுப் பாத்திருக்கானா. ஒருநாள் இல்லாட்டி ஒருநாள்

எந்திரிச்சு வருவேன் மாப்பிள்ளை அன்னைக்கு இருக்குது அவங்களுக்கு கணக்கு" என அவன் போகிற போக்கில் சொன்ன போது, அந்தக் கதையை முழுவதுமாகச் சொல்லச் சொல்லிக் கேட்டேன். "எதுக்கு மாப்பிள்ளை. செஞ்சது எதையும் சொல்லிக் காட்டக்கூடாது" என்றான். அது சம்பந்தமான கதைகளைச் சொல்ல விரும்பவில்லையா? எதனையுமே என்னிடம் உடைத்துப் பேசும் அவன் நாசூக்காக நகர்ந்து கொண்டானா? வழக்கம் போலப் பொய்யுரைக்கிறானா?

வீட்டில் கேட்டால், அசோகனோடு நான் தொடர்பிலிருப்பது தெரிந்து விடும் என்பதற்காக எனக்குள்ளே அந்தக் கேள்விகளை, பழைய சாயம் போன ட்ரங்குப் பெட்டிக்குள் போட்டுப் பூட்டினேன். என்றைக்காவது அந்தப் பூட்டு வாயைத் தன்னைப்போல இயல்பாகத் திறக்கட்டும். "மஹாராஸ்டிராவில பூராம் சின்னச் சின்னப் புள்ளைங்க மாப்பிள்ளை. எல்லாம் அந்த வயசிலயே தொழிலுக்கு வந்திருச்சுங்க. மகள்களை நினைச்சேன். மனசே கலங்கிருச்சு. இந்தப் பிள்ளைகளை ஆத்தாக்காரிங்க தொழிலுக்கு அனுப்பிட்டு, வேற எவன்கூடயாவது அவ மாதிரி படுத்துக் கிடப்பாங்க" என ஒரு தடவை சொன்னபோது, அதன் கூர்மையான அர்த்தத்தை உணர்ந்து, "சுமதியை தப்பா பேசுனா உன் நாக்கு அழுகிடும். உன்னை மாதிரி வெறும்பயல கட்டிக்கிட்டதால அதுதான் சீப்பட்டுப் போயிருக்கு" என்றேன் உடனடியாகவே.

"எந்திரிக்காத சக்கரை இருந்துச்சுன்னா அவள்க எவங்கூடயும் படுக்கத்தான் செய்வாளுக. எனக்குத் தெரியும். நான் என் கண்ணால பாத்தேன். அவ பாவாடையை மளிகைக்கடைக்காரன் என் கண்ணு முன்னாலேயே அவுத்தான். அருவாளைத் தூக்கிக்கிட்டு ரெண்டு பேரையும் விரட்டினேன். உனக்கெதுக்கு இந்தக் கதை. அவங்கவங்க தட்டில அவங்கவங்க சோறு மாப்பிள்ளை" என்றான் பதிலுக்கு. வழக்கமாக இதுபோல அவன் பெண்கள் குறித்துப் பேசுவதைப் போலவே இதையும் எடுத்துக் கொண்டேன். பெண்கள் மீது அவனுக்குத் தீராத வெறுப்பு படிப்படியாக உருவாகி வருவதை அவனுடைய தொலைபேசிப்

பேச்சுகள் வழியாக உணரவும் செய்தேன். வேண்டாமெனச் சொன்னாலும் விடாப்பிடியாக அதைப் பற்றியே பேசிக் கொண்டிருந்தான். விதம்விதமான பெண்கள் பல்வேறு நிற தரைவிரிப்புகளில் வண்ண வண்ணப் பாவாடைகளைக் கழற்றி, நைச்சியமான மொழியில் பூடகமாகப் படுத்துக் கிடந்தார்கள் அவனுடைய கதைகளில். ஒருகட்டத்தில் எனக்கே அக்கதைகள் கிளர்ச்சியூட்டவும் செய்தன.

தீடீரென அவனிடமிருந்து வருகிற அழைப்புகள் நின்று விட்டதாலும், இதுமாதிரி இவ்வளவு நீண்ட காலம் அவன் என்னை அழைக்காமல் இருந்ததேயில்லை என்பதாலும் அவனைத் தேடிப் போய்ப் பார்க்கலாமெனத் தோன்றியது. எனக்குமே ஒருவார காலம் விடுப்பும் இருந்தது. வீட்டிலும் சிந்துபட்டி பெருமாள் கோவிலுக்கு ஒருவேண்டுதலுக்கு போகவேண்டுமெனச் சொல்லியும் கொண்டிருந்தனர். போகிற வழியில் காக்கா தோப்பிற்கு ஒருநடை போய்விட்டுப் போவதிலும் எனக்குச் சிக்கலும் இல்லை என்பதால் கிளம்பிப் போனேன். பழைய இரும்புக் கடைகள் அப்போதுமிருந்தன அங்கே. தொலைவாகத் தெரிந்த இடங்களெல்லாம் இப்போது கடக்கையில் கிட்டத்தில் தெரிந்தன.

தெருவின் அந்த மூலையைத் தொட பத்து நிமிஷத்திற்கும் மேல் ஒருகாலத்தில் நடந்த நினைவு எழுந்தது. இப்போது அந்த முனை என் கைக்கு எட்டும் தூரத்திலேயே இருந்தது. நாங்களிருந்த வீடு குறுகலாகத் தெரிந்தது. ஏதாவது இங்கே மாறியிருக்கிறதா என வாசலில் அமர்ந்திருந்த வள்ளிக்கண்ணு பெரியம்மாவிடம் கேட்டேன். யார் என என்னை விசாரித்து விட்டு என்னை அடையாளம் கண்டு கொண்ட அவள் எழுந்து என் கன்னத்தைப் பிடித்துத் தடவி சத்தம் வர முத்தமிட்டு விட்டு, “பிஞ்சுப் பாதத்தில அப்ப அலைஞ்ச சாமி. இன்னைக்கு பூட்ஸ் காலோட நெலத்த மிதிக்கிறப்ப எல்லாமே காலுக்குள்ள இருக்கிற மாதிரி அடங்கித்தான் தெரியும். அம்மா நல்லா இருக்காளா. இந்த அசோகன் பயலை எங்கயாச்சும் பாத்தியா. எங்கருந்தாலும் கூப்ட்டு உங்கூட வச்சுக்க ராசா. உனக்கு

கடமைன்னு ஒண்ணு இருக்குல்ல. இருக்கறது ஒரு வாழ்க்கை. கடமைய மட்டும் மறந்திராத. உங்க ஆச்சி கடைசி வரைக்கும் உன்னைத்தான் நம்பினா” என்று சொல்லி விட்டு, மூச்சுவாங்கத் திண்ணையில் அமர்ந்தாள்.

டவுண்ஹால் ரோட்டில், பழைய நினைவுகளைச் சுமந்தபடி மெல்நடை போன போது, தற்செயலாக ராசு மாமா தூரத்தில் நடந்து வருவதைப் பார்த்தேன். முகம் பொலிவிழந்திருந்தாலும் அடையாளம் தெரிகிற மாதிரி அப்படியே இருந்தது. தலைக்குக் கீழே இருக்கிற உடல் மூங்கில் குச்சியைப் போல ஒட்டிக் கொண்டு தள்ளாடி நடந்து வந்து கொண்டிருந்தது. என்னைப் பார்த்ததும் ராசு மாமாவின் கண்களில் இருந்து தாரை தாரையாய் நீர் வியர்வையையும் மீறிக் கொட்டியது. “பிள்ளைக்கு ஒரு வடை வாங்கித் தரக்கூட வக்கில்லாம போயிட்டேனே’ எனக் குத்தவைத்து அவர் அழுதபோது எனக்கு எரிச்சலாக இருந்தது. கையில் இருந்ததை முற்றிலும் தொலைத்துவிட்டு இவன்களுக்கு அழுகைக்கு மட்டும் குறையில்லை என எனக்குள் நினைத்துக் கொண்டேன். பையிலிருந்து பணத்தை எடுத்துக் கொடுத்துவிட்டுக் கதை கேட்ட போது, அக்கதையில் எனக்குத் தெரிந்த நிறையப் பேர் செத்துப் போயிருந்தார்கள். அவருடைய மனைவியும் அவரை விட்டு விலகி தன் குடும்பத்திற்கே திரும்பி விட்டார். தனிக்கட்டையாக அவ்வீதிகளில் கிடைத்த வேலையைச் செய்து கொண்டு சுற்றிக் கொண்டிருந்த ராசு மாமா மீது அப்போதும் பழைய பால் வீச்சமிருந்தது.

என் முன்னே அமர்ந்திருந்த ராசு மாமா அன்றைக்கு வயிறாரச் சாப்பிட்டார். “சுக்கான்னா ரெண்டு பேரும் பொண்டாட்டியைக்கூட எழுதிக் கொடுத்துருவான்க” என ஆச்சி சொன்னது ஞாபகத்திற்கு வந்ததும் சிரித்துக் கொண்டேன். ராசு மாமா நிமிர்ந்து பார்க்காமல் சாப்பிட்டுக் கொண்டே அசோகனைக் கடைசியாய்ப் பார்த்தது குறித்துச் சொன்னார். “அண்ணன் ரெண்டு காலும் வீங்கி நடக்க முடியாம இங்க வந்துச்சு மாப்பிள்ளை. பழைய தோரணையில கடைக்காரன்ட்ட காசு கொடுக்காம சிகரெட் குடுடான்னுச்சு.

அவன் எந்திருச்சு சப்புன்னு அறைஞ்சுட்டான். கூப்ட்டு போயி புரோட்டா வாங்கிக் குடுத்தேன். கடவுள் புண்ணியத்தில நல்லவேளைக்கு அன்னைக்குக் கைல கொஞ்சம் காசு இருந்துச்சு. முடிஞ்ச மட்டுக்கும் ஓடிப் பாக்குறது இல்லாட்டி உன்ட்ட வந்து செட்டிலாயிடணும்னு பேசிக்கிட்டு இருந்துச்சு. நாங்கூட எதுக்குண்ணே பொழைக்கிற பய தோள்ள தொங்க நினைக்கிறே. அவனை அவன் போக்கில வாழ விட்டிறேன்னு மெல்லமா சொன்னேன். அதுக்கு பதிலே சொல்லலை. சீக்கிரம் கல்யாணத்தை முடி மாப்பிள்ளை. ஜோடியா வந்து பொண்ணு முகத்தைக் காட்டு. கொஞ்சமாச்சும் ரணமா இருக்கற நெஞ்சுக்கு குளிர்ச்சியா இருக்கும்" எனச் சொல்லி விட்டு கலங்கிய விழிகளுடன் என்னை ஏறிட்டுப் பார்த்தார் ராசு மாமா.

கிளம்புவதற்கு முன்பு என் கைகளைப் பிடித்துக் கொண்டு, முகத்தில் உண்மையான அக்கறையைக் காட்டி ராசு மாமா, "அப்படியே மீனாட்சியை உரிச்சு வச்ச மாதிரி ஒரு பொண்ணு உனக்குன்னு வருவா மாப்பிள்ளை. மீனாட்சி கைல எங்க கிளிய ஒப்படைக்கறதாகூட வச்சுக்கோ. என்னன்னாலும் எங்களுக்கு நீ கிளிதாண்டா மாப்பிள்ளை. ஏற்கனவே குடும்பத்தில தலைதெறிக்க ஆடி நிறைய பட்டுட்டோம். ஒரு ஆம்பளைகூட உருப்படியா தலையெடுத்து வரலை. அத்தனை பேரையும் தெருவுக்குத்தான் நேந்து விட்டிருக்கு. நீயாச்சும் தப்பிச்சு ஓடிரு மாப்பிள்ளை. மனசுல ஒண்ண குறிச்சு வச்சுக்கோ. சொக்கநாதர் ஆட்சியா, மீனாட்சி ஆட்சியான்னு அப்ப எங்களைக் கேக்கறப்ப எங்களுக்கு எரியும். இன்னைக்கு சொல்றேன் மீனாட்சிக்கு மட்டும் கட்டுப்பட்டு நடந்துக்க மாப்பிள்ளை. அவ என்னாளும் உன்னைக் கைவிட மாட்டா" என்றார். நான் ஊர் திரும்புகையில் பச்சைக் கிளியொன்று என் பார்வைக்குப் படுகிற மாதிரி பறந்து கடந்து போனது.

அத்தியாயம் 20

சப்பட்டை, உருண்டையென எத்தனையோ வடிவங்களில் மாம்பழ வகைகள் இருப்பினும் எனக்குப் பிடித்தது என்னவோ, கிளிமூக்கு மாம்பழமே. கழுத்து குறுகி நடுவில் பெருத்து வளைந்து ஒரு குறுவாளைப் போலவிருக்கும் அப்பழம் என் கனவில்கூட வந்தெழும். அதிலும் அதன் மூக்குப் பக்கத்தில்தான் முதலில் பழுக்கவும் துவங்கும். சின்னவயதில் எங்களது வீட்டிற்கு எதிர்ப்புறமிருந்த இருபதடிச் சுவரைத் தாண்டிக் குதித்து பங்களாவொன்றினுள் இருந்த மரத்தில் கிளிமூக்கு மாங்காய்களைப் பறிக்கப் போவதையே வேலையாகவும் வைத்திருந்தேன்.

கற்சுவரான அதில் துருத்திக் கொண்டிருக்கும் கூர்மையான கற்களைக் கைகளால் பற்றி, ஆங்காங்கே இருக்கும் பொந்துகளில் கால்களைப் பதமாக ஊன்றி, நெஞ்சில் கீறி ரத்தக் காயம் உண்டானாலும், உயர பயமின்றி ஏறி அதைப் பறித்துத் திரும்புவதைச் சாகசமாகவும் வைத்திருந்தேன். எத்தனை உயரத்தில் இருந்தாலும் கிளிமூக்கை மட்டும் நான் விட்டதேயில்லை. சுவையெல்லாம் அந்தவயதில் இரண்டாம்பட்சமே. அந்தப் பச்சைக் கிளியின் மூக்கையெடுத்து என் மூக்கில் வைத்து வருட வேண்டுமெனக்கு.

மிகச் சரியாக அதற்கு எப்படி கிளிமூக்கெனப் பெயர் வைத்திருக்கிறார்கள் என வியந்திருக்கிறேன். என்னைக் கடந்து போகும் கிளிகளின் மூக்கை உற்றுப் பார்த்து, அதன் பெயர்க்காரணத்தின் பின்னணியைப் புரிந்து கொள்வேன். பச்சைக் கிளிகள் சிறகடித்துப் பறக்கையில் மூக்கை கிடைமட்டமாக வைத்தபடி, என்னழகைப் பாரென பறக்கின்ற வித்தையையும் நுணுக்கிப் பார்த்திருக்கிறேன். வண்ணம் பூசப்பட்ட, மாசற்ற நகமொன்றை வளைத்துப் பிடித்தாற்போல இருக்கிற மூக்கு. என்னைக் கடந்து போகிற பச்சைக் கிளிகளின் மூக்கை உற்றுப் பார்ப்பதும் பிற்பாடு எனக்குப் பிரதான பொழுதுபோக்காகவும் அமைந்தது.

"வா ஒரு முக்கியமான சந்திப்பொன்று இருக்கிறது. அதுவொரு நல்ல துவக்கமாக ஆகட்டும்" எனச் சொல்லி நிர்மல் என்னை நகரின் மையப்பகுதியில் இருந்த, மரங்களடர்ந்த ரஷ்ய கலாசார மையமொன்றிற்கு அழைத்துப் போனதை என் வாழ்நாளில் மறக்கவே மாட்டேன். எனக்கு ரஷ்ய மொழி கற்றுத் தர அழைத்துப் போகிறானோ எனக் குழம்பி விட்டேன் முதலில். உயர்தர விளக்குகள் பொருத்தப்பட்ட சின்னச் சின்ன அறைகளைத் தாண்டியபோது சுவற்றில் மாட்டப்பட்ட பழைய கருப்பு வெள்ளை புகைப்படங்களைப் பார்த்தபடி நடந்தேன். மீசையும் தாடியும் முகத்தை மறைத்த படங்கள். ஆனால் அத்தனை முகங்களிலும் ஒளிபொருந்தி கூடியிருந்தன. இடதுபக்கம் திரும்பியதும் ஒரு விசாலமான கூடம் கண்ணில் பட்டது. பிளாஸ்டிக் தரை விரிப்புகளில் பெண்கள் பலர் அங்கே யோகாசனம் செய்வதைப் போல தலையைத் தரையில் புதைத்து குனிந்தமர்ந்திருந்தனர். சுவற்றில் எழுதியிருப்பதைப் பார்த்தவுடன் ஏரோபிக்ஸ் வகுப்பது என உடனடியாகவே புரிந்து கொண்டேன்.

அந்தக் கூடத்தில் அடங்கியொடுங்கிய சத்தத்தில் ஒலித்தது யானியின் பாடலாக இருக்கக்கூடும். நாங்கள் உள்ளே போய் நின்றதும், வாயில் விரலைக் காட்டி அமைதியாக இருக்கச் சொல்லி விட்டு எங்களை நோக்கி முன்னேறி வந்து நிர்மலின்

கைகளைப் பிடித்துக் குலுக்கினார் அந்தப் பயிற்சியாளர். நிர்மல் அவரது இடுப்பில் கைகோர்த்துத் தள்ளியழைத்துக் கொண்டு போனான். எனக்கு முன்னே குனிந்து கிடந்த ஐம்பதிற்கும் மேற்பட்ட முதுகுகளைப் பார்த்தேன். மசூதியில் தொழுகை நடத்துவதைப் போல பயபக்தியோடு அத்தனைபேரும் தரையை நோக்கி முகத்தைத் தாழ்த்தியிருந்தார்கள். மல்லிகைப்பூச் சரம் கட்டியதைப் போல சடை போட்டிருந்தார்கள் சிலர். அள்ளித் தூக்கிக் கட்டிப் பலர் கொண்டையிட்டிருந்தனர். பந்தைப் போல முடியைச் சுற்றிக் கட்டி, கொத்துமுடி வெளித் தள்ளிக் கொண்டிருக்கிற மாதிரி குதிரை வால் பின்னல் போட்டிருந்தார்கள்.

கைகளைக் கட்டி கால்களை விரித்து வைத்து மையமாக அப்பரப்பின் மீது கண்வைத்து நின்றிருந்த போது பின்னாலிருந்து ஒரு விசில் சத்தம் கேட்டது. குனிந்து கிடக்கிற ஐம்பதிற்கும் மேற்பட்ட முதுகுகளினூடாக ஒரேயொரு முகம் மட்டும் முந்திக் கொண்டு சட்டென நிமிர்ந்தது. அதிகம் போனால் மற்றவர்களைவிட மூன்று விநாடிகள் முன்னதாக. அந்த மூன்று விநாடிகளுக்குள் எனக்கு முக்கியமானதாகப் பட்டதைப் பார்த்தும் விட்டேன். சிவப்பு நிற பனியனும் சாம்பல்நிறக் கால்சட்டையும் அணிந்திருந்த அவளது முகம் வெண்ணைய் கட்டிகளை ஒன்றுதிரட்டி உருட்டியதைப் போலவான நிறத்தில், கிளிமூக்கு மாம்பழ வடிவத்திலிருந்தது. எத்தனை அடி தூரத்தில் இருந்தாலும் துருத்திக் கொண்டு தெரிகிற அதைத்தான் முதலில் யாரும் பார்க்கவே செய்வார்கள். யாருமென்பதை உறுதியாகச் சொல்லிவிட முடியாது என்னால். ஆனால் நான் அதைத்தான் பார்ப்பேன் என்பதை சந்தர்ப்பம் கிடைத்தால் அவளிடம் சொல்லிவிட வேண்டுமென நினைத்துக் கொண்டேன்.

முத்துப் பரலைப் போல வியர்வைத் துளியொன்று ஒட்டிக் கொண்டிருந்த அக்கிளிமூக்கு அப்படியே என்பார்வையில் நிலைகுத்தி நின்றது. தொங்குகிற மாதிரி மூக்குத்தியொன்றைப் போட்டுவிட்டால், மேலைநாட்டு ஓவியனொருவன் வரைந்த, கிரேக்கக் கடவுள்களின் அரசியான ஹீராவைப் போலவே

நிச்சயமிருப்பாள். மூக்குத்தியென்ன மூக்குத்தி? இப்போதே அப்படித்தான் பொலிவாக இருந்தாளவள்.

கொஞ்சம் சந்தேகம் கொண்டு பிறமுகங்களை வெறித்துப் பார்த்தேன். அவளைத்தவிர அத்தனையும் சப்பட்டையும் உருளையுமான மூக்குகள். அக்குறுவாள் கிளிமூக்கை எனக்குத் தோதான இடத்தில் போய் நின்றபடி பார்க்கத் துவங்கினேன். குனிந்து நிமிர்கையில் அம்மூக்கு மட்டும் என் பார்வையில் பட்டபடி இருந்தது. பெண்களுக்கு இயல்பிலேயே பிறர்பார்வை குறித்து மூக்கு வியர்த்துவிடும் போலிருக்கிறது. மறுமுறை குனிந்து எழுந்த போது, அவளது கண்கள் என்னுடைய கண்களைச் சந்தித்த போதும் பார்வையை விலக்கவேயில்லை நான். இன்னொருதடவை குனிந்து எழுந்தபோதும் அப்படியே பார்த்துக் கொண்டிருந்தேன்.

அவள் பார்வையிலிருந்து விலகும் பொருட்டு அவளுக்கு இடப்பக்கமாய்ப் போய் நின்று மறுபடி நோட்டம் விட்டேன். எழுந்த அவள் கழுத்தைத் திருப்பாமல் கண்களைச் சுழற்றி என்னைத் தேடினாள். இரண்டு கைகளையும் விரித்துக் கழுத்தைத் திருப்பும் பயிற்சியின் போது அவள் என்னைக் கண்டு கொள்ளவும் செய்தாள். நிர்மல் அந்தப் பயிற்சியாளரிடம் பேசிவிட்டு, என் தோளைத்தட்டி வா போகலாம் என்றான். வெளியேறும் போது, “யாரை அப்படி வைத்த கண் வாங்காமல் பார்த்துக் கொண்டிருக்கிறாய். அங்கே ஒருத்தி பப்பாளிப் பழம் மாதிரி உருண்டு திரண்டிருப்பாளே அவளையா” என்றான்.

அந்த அரங்கத்திற்கு வெளியே கார்கள் வரிசையாக நிறுத்தி வைக்கப்பட்டிருந்தன. கருப்பு நிறக் காரொன்றின் மீது சாய்ந்து கொண்டு, சிகரெட்டை பற்றவைத்தபடி அந்த வகுப்பு குறித்துச் சொல்லிக் கொண்டிருந்தான் நிர்மல். அவனுமே அந்த வகுப்பின் பழைய மாணவன்தான் போல. தவிர அந்தப் பயிற்றுனர் அவனுக்கு நண்பரும்கூட. “எனக்கும் இந்த வகுப்பில் கலந்து கொள்ள வேண்டும் போல இருக்கிறது. அவரை எனக்கு அறிமுகம் செய்து வைக்கிறாயா” என்றேன். “யாரையாச்சும் பிடிச்சிருந்தா நேரா போயி விஷயத்தைச் சொல்லிடு. அடியோ

உதையோ முத்தமோ அப்பவே கிடைச்சிடும். எதுக்கு இப்படி நேரத்தை வீணாக்குற வேலை" என்றான்.

பேச்சை மாற்றும் விதமாக, "யாருக்காகக் காத்திருக்கிறோம்?" என்றேன். "என்னோட நண்பனோட தங்கை இங்கதான் இருக்கா. அவங்கம்மா ஒரு ஹோட்டல் செயின் ஆரம்பிக்கிற யோசனையில இருக்காங்க. அதில பார் வைக்கிற இடத்தை நமக்கு ஒதுக்கிக் கொடுத்தா முதல் கட்டமா ஆரம்பிச்சிடலாம்னு நெனைக்கேன்" என்றான். அவனுடைய நண்பனின் தங்கை யாராக இருக்கக்கூடும் என உடனடியாகவே என்னுடைய மனம் கணக்குப் போடத் துவங்கியது. நிர்மலுக்கு அங்கிருக்கும் பெண்கள் பலரைப் பற்றிய கதைகள் தெரிந்திருந்தன.

சிலர் குறித்த விவகாரமான கதைகளையும் சிகரெட்டை ஊதியபடி இளக்காரமாகச் சிரித்தபடி சொல்லிக் கொண்டிருந்தான். "இப்பல்லாம் இந்த மாதிரி இடங்கதான் பொண்ணுங்களை கவர்றதுக்கு தோதான இடம். இந்த மாஸ்டரையே எடுத்துக்கோ அவர் கைவைக்காத பொண்ணுங்களே இல்லை. இடுப்பில கையை வைச்சு உடம்பை வளைச்சுக் காட்டற மாதிரி பொண்ணுங்களைத் தட்டித் தூக்கிட்டுப் போயிடுவாரு" என அவன் காட்டாறு மாதிரி காமக் கதைகளை விவரித்துக் கொண்டிருந்தான்.

அந்தக் கதைகளை அந்தச் சந்தர்ப்பத்தில் ஈர்ப்பாக என்னால் கேட்க முடியவில்லை. மனம் பரபரப்படைந்து எதையோ எதிர்நோக்கியிருந்தது. மூன்றாவது சிகரெட்டைப் பற்ற வைத்த நிர்மல் திடீரென அதைத் தரையில் போட்டு மிதித்து அணைத்துவிட்டு, அந்த அரங்கின் வாயிற்புறத்தை நோக்கி நடந்தான். கிளிமூக்கு கிரேக்க அரசி ஹீராதான் நடந்து வந்து கொண்டிருந்தாள். நான் எதிர்பார்த்துக் காத்திருந்த மாதிரி கழுத்துக்குக் கீழே உருண்டு திரண்டும், வயிறு குருகி, இடுப்புவிரிந்த போத்தலே. எதனுடனும் ஒப்பிடமுடியாத புதுமாதிரியான போத்தலாக இருந்தாள் அவள். என் உதடிருக்கிற இடத்தில் அதன் நெற்றியிருக்கிற உயரத்திலான போத்தல்.

தூரத்தில் நின்று இருவரும் ஏதோ பேசிக் கொண்டிருந்த போது, அந்தக் காரின் முகப்புப் பகுதியில் முதுகைச் சாய்த்து நின்று அவளது முகத்தையே பார்த்துக் கொண்டிருந்தேன். இடையில் இரண்டுமுறை கண்களைச் சுழற்றி என்னைப் பார்த்தாள். நிர்மல் அங்கேயே நின்று கொள்ள, அவள் நானிருந்த காரை நோக்கி முன்னேறி வந்தாள். நான் சாய்ந்து நின்று கொண்டிருக்கும் கார் அவளுடையதுதான் என்பதைச் சற்று நேரம் கழித்தே உணர்ந்தேன்.

துள்ளிக் கொண்டு இருபது எட்டுகளில் அவள் என்னை வந்தடைந்தாள். காரை விட்டு விலகி நான் முன்னோக்கி நடக்கத் தயாரான போது, அவள் என்னருகே வந்து சேர்ந்திருந்தாள். காரின் முன்னிருக்கைக் கதவைத் திறந்து உள்ளேயமர்வதற்கு முன் என்னைப் பார்த்து, “என் முகத்தில அப்படி எதைத் தேடினீங்க. என் முகத்தை மட்டும் அவ்ளோ நேரம் உத்துப் பார்த்தீங்க.. பொழுது போகலையோ” என்றாள் கொஞ்சம் கடுமையாகவே. அப்படியவள் முகத்திற்கு நேராகக் கேட்ட விதத்தில் கொஞ்சம் விதிர்விதிர்த்துப் போனேன். என்ன சொல்வதென்று தெரியாமல் வெறுமனே முகமன் மட்டும் சொல்லி விட்டு நிர்மலை நோக்கிப் போனபோது, “எதையோ சொன்னாளே. என்ன சொன்னாள்” என்றான். “அடுத்தவங்க கார்ல ரைட் ராயலா இப்படி சிகரெட் குடிச்சிக்கிட்டு சாஞ்சுக்கிட்டு இருக்கக் கூடாதுன்னு சொன்னா” என்றேன்.

“ஆமா ஆள் பார்க்கத்தான் நவநாகரீகம். ஆனால் அவள் சரியான கட்டுப்பெட்டி. போய் கைகுலுக்க கைகொடுத்துப் பாறேன். ஏதோ கையைப் பிடிச்சு இழுக்கப் போற மாதிரி, கையெடுத்துக் கும்பிட்டு வணக்கம்பா. ஏதோ சில்க் ஏர்வேஸ்ல வர்ற ஏர்ஹோஸ்டஸ் மாதிரி” என்றான். அதைச் சொல்லி முடித்ததும் நிர்மலின் முகத்தை ஏதோவொரு எதிர்பார்ப்போடு ஏறிட்டுப் பார்த்தேன். அவன் வழக்கமான பெண்களைப் போலச் சொல்லாமல் இவள் குறித்து சிநேக பாவத்தோடு சொன்னதாகவே பட்டது. காரைத் திருப்பிக் கொண்டு வந்த அவள் எங்களருகே நிறுத்தி, நிர்மலிடம் “எதுன்னாலும்

அம்மாட்டதான் பேசணும் நிர்மல். முடிஞ்சா வீட்டுக்கு வா" எனச் சொல்லிவிட்டு, என்னை நோக்கியும் உதட்டைப் பிரிக்காமல் சிந்திய புன்னகையுடன் கூடிய ஒரு பார்வையை விசிறிவிட்டுச் சென்றாள்.

"அவங்கம்மாட்ட பேசினா சரியாயிடும். இவள் சரியான அரை மண்டை. சின்னவயசில இருந்தே அப்படித்தான்" என்று சொல்லிவிட்டு பாடலை உயிர்ப்பித்து விட்டு அமைதியானான் நிர்மல். பாடலை நான் நிறுத்தி விட்டு, "அவளோட பேரென்ன" என்றேன் அவனிடம். "ரெம்ப கஷ்டம். நீ இந்த முனைன்னா அவள் அந்த முனை" என்றான். "பேர்தானே கேட்டேன். அதுக்கு ஏன் நீ தட்டு கைமாத்துற அளவுக்குப் போற" என்றதும் "பேரைத் தெரிஞ்சிக்கிட்டு நீ என்ன பண்ணப் போற மச்சான்" என்றவனிடம், "உன் செல்வாக்கைப் பயன்படுத்தி எனக்கொரு பச்சைக் கிளி வாங்கித்தா. நீயே அதுக்கு பேரையும் வச்சு விட்டிரு" என்றேன். என் தோளில் செல்லமாகத் தட்டிச் சிரித்துக் கொண்டே "முட்டி மோதித் திரும்பி வா. என்னை விட்டிரு. இனிமே உன் சமர்த்து. பேர் வச்சுட்டா போச்சு" எனச் சொல்லிவிட்டு, அவன் அந்தப் பச்சைக் கிளியின் பெயரைச் சொன்னான். புனிதா தாமஸ்.

அத்தியாயம் 21

களத்துமேடு தாண்டி, சித்தப்பா ஒருத்தர் குதித்துத் தற்கொலை செய்து கொண்ட மொட்டைக் கிணற்றைக் கடந்து பச்சையாய் விரிந்திருக்கும் நெல்வயல்களினூடாக நடந்து போனால் ஆலமரத்துக் கருப்பசாமி கோவிலிருக்கும். அங்கிருக்கும் திண்டில் கால்களைக் கிடையாகப் போட்டு அமர்ந்தால் கீழே வைகை நீர் சலசலத்தோடும். மழைக் காலங்களில் பத்தடி உயரத்திற்குக் கோவிலைத் தொட்டுக்கொண்டு ஓடும் ஆறு. அணையிலிருந்து தண்ணீரைத் திறந்து விடும் காலங்களில் இறங்கினால், இழுத்துக் கொண்டு போகும் அளவிற்கு ஓடினாலும் தொடையை நீர்மட்டம் தாண்டியதே இல்லை. அணை திறக்காத காலங்களில் கணுக்காலுக்கும் சற்று மேலே, முழங்காலுக்குக் கீழே தண்ணீர் தேங்கியிருக்கும்.

திண்டின் மேலேயிருந்து பார்த்தாலே அதற்குள் உடலில் வெள்ளியை உருக்கி ஊற்றிய ஜிலேபி கெண்டை மீன்கள் ஒன்றையொன்று முத்தமிட்டபடி குறுக்கும் நெடுக்குமாய் நீந்திக் கொண்டிருப்பதைப் பார்க்கவியலும். சூரிய வெளிச்சம் நீருக்குள் ஊடுருவி அதனுடம்பு நீரின் நிறத்தை மீறிக் கண்ணில் ஒளி கூசுகிற மாதிரி ஜொலிக்கும். நீரினுள் பார்க்கையில் தொட்டி

மீன்களின் அளவையொத்து அவை காணப்பட்டாலும், தரையில் தூக்கிப் போட்டால் குறைந்தது நூறு கிராமிற்கு சப்பட்டையாய்த் தடித்துக் கிடக்கும். தண்ணீரில் கால்வைத்து கலைத்து விட்டால் அத்தனையும் இன்னொரு திக்கிற்கு ஓடிவிடும். போகிற வழியில் வயக்காட்டிலேயே மண்புழுவைத் தோண்டியெடுத்து சிரட்டையில் போட்டுக்கொண்டு மீன் பிடிக்கப் போவோம். நாள்முழுவதும் அமர்ந்து பொறுமையாகத் தூண்டில் போட்டுக் காத்திருப்போம்.

நரம்பில் மாட்டியிருக்கிற சோளத்தட்டையின் நுனி தண்ணீருக்குள் மூழ்குவதைப் போலத் தெரியும் போதெல்லாம் தூண்டிலைப் பிடித்துத் தூக்கிவிடக்கூடாது. அவசரம் புழுவிற்குப் பிடித்த கேடு. வெறும் முள்தான் காற்றிலசைந்து வானத்தை நோக்கிப் பறந்து வரும். மீன் தூண்டிலில் மாட்டி தக்கை தண்ணீருக்குள் முழுவதுமாக மூழ்கித் துடி துடிக்கையிலேயே மீன் மாட்டிக் கொண்டதாக அர்த்தம். விசுக்கென சுண்டியிழுக்கையில் காற்றில் படபடத்துக் கொண்டு தூண்டிலில் சிக்கிய மீன் தரையில் வந்து விழுந்த பிறகும் தவ்வி மறுபடி ஆற்றில் விழத் துடிக்கும்.

கையில் கீறிவிடாமல், செதிலோடு சேர்த்து உள்ளங்கையால் அதை அழுத்திப் பிடித்துக்கொண்டு வந்திருக்கிற ப்ளாஸ்டிக் பையில் போடுவோம். இதைத் தவிர்த்து எதற்காகவும் நான் இத்தனை பொறுமையாகக் காத்திருந்ததே இல்லை. நிர்மல் புனிதாவைச் சந்திக்க எத்தனையோ சந்தர்ப்பங்களை வலிந்து உருவாக்கித் தந்தபடியே இருந்தான். நானும் விதவிதமான மண்புழுக்களைத் தூண்டிலில் மாட்டி கெண்டை மீன் விழிகளைக் கொக்கி போட்டுப் பிடிக்க முயன்று தோற்றுக் கொண்டேயிருந்தேன்.

அவள் பெரும்பாலும் அத்தனை நண்பர் சந்திப்புகளுக்கும் தவறாமல் வந்து விடுகிற ஆளாகவே இருந்தாள். தூரத்திலிருந்து அந்தக் கிளிமூக்கை ரசித்துப் பார்த்துக் கொண்டேயிருப்பேன். மூக்கு சிவந்தால் அனிச்சையாக என் பார்வை அவளது ஜிலேபி விழிகளை நோக்கி நகரும். அதில் சிந்துவதற்குத்

தோதாகக் கண்ணீர்த் துளிகள் உருண்டு நிற்கும். துப்பட்டாவின் நுனிகொண்டு அவள் அதை யாருக்கும் தெரியாமல் துடைப்பதை உற்றுக் கவனித்திருக்கிறேன். எதற்கெடுத்தாலும் முணுக்கென அழும் பழக்கமுடைய பெண்களுக்கே அதிகமும் மூக்கு சிவக்கிறது. அந்த நேரங்களில் எழுந்து கழிவறை நோக்கிப் போவாள். திரும்புகையில், முகம் முழுக்கச் சிவந்திருக்கும். ஆனால் கண்களில் பழைய மாதிரிப் பொலிவைக் கொண்டு வந்திருந்திருப்பாள். அவ்வப்போது கள்ளிப் பழம் போலச் சிவந்த விழிகளை உருட்டி என் பார்வையைத் தேடித் துழாவவும் செய்வாள். ஆனால் இருவருமே அதைத் தாண்டி ஒரு எட்டுகூட முன்னேறி எடுத்து வைக்கவில்லை.

தானாய்க் கனியட்டும் பழமென நிர்மலும் நண்பர்களும் இதை மௌனமாக வேடிக்கை பார்த்துக் கொண்டிருந்தனர் என்பதைப் பிற்பாடு அறிந்து கொண்டேன். "அவ ஒரு மாதிரி. மனசு வச்சாத்தான் நகர்ந்து வருவா. வலுக்கட்டாயமா எது செஞ்சாலும் பிச்சுக்கிட்டு ஓடிருவா" என்றான் நிர்மல். தனியாய்க் கரடி பொம்மையைக் கட்டிப் பிடித்துத் தூங்கி வளரும் பிள்ளைகளுக்கு இப்படியான கெட்ட பழக்கங்கள் வாய்த்து விடுகின்றன. தனிக்காட்டுக் குரங்கு என்கிற சொல் எங்கோ இருந்து என் முன்னால் அடிக்கடி வந்து விழும்.

புனிதாவின் அப்பா தாமஸின் பூர்வீகம் கோவா. அவரும் புனிதாவின் அம்மா விஜயலட்சுமியும் வணிகப் படிப்புக் கல்லூரியொன்றில் ஒன்றாகப் படித்தவர்கள். குடும்பத்தின் எதிர்ப்பை மீறி தாமஸைத் திருமணம் செய்து கொண்டார் புனிதாவின் அம்மா. அவர் வீட்டை விட்டு வெளியேறிய அடுத்த ஒருவாரத்தில் விஜயலட்சுமியின் அம்மா தற்கொலை செய்து கொண்டதாகச் சொன்னான் நிர்மல். விஜயலட்சுமியின் அப்பா மத்திய அரசு அலுவலகம் ஒன்றில் உயர் பொறுப்பில் இருந்தவர். நான்கைந்து குழந்தைகள் தவ்விக் குதித்து விளையாடுமளவிற்கு ராதாகிருஷ்ணன் சாலையில் அவருக்குப் பூர்வீக வீடிருந்தும் வயது கடந்து பிந்திப் பிறந்த விஜயலட்சுமி மட்டுமே ஒரே மகள். ஆச்சாரமான குடும்பமென்பதால் எல்லோரும் சேர்ந்து

விஜயலட்சுமியை ஒதுக்கி வைத்தார்கள். அவருடைய தந்தைக்குப் பாத்தியமான அந்தச் சொத்தைக் குறிவைத்து அக்குடும்பம் செயல்பட்டிருக்கக்கூடச் செய்யலாம் என்கிற பேச்சுமிருந்தது.

வெறும் பத்து வருடங்கள் மட்டுமே விஜயலட்சுமியின் வாழ்வு சுகப்பட்டு வந்தது. புனிதாவைவிட அவளுடைய அண்ணன் மோசஸிற்கு ஏழு வயது அதிகம். புனிதாவின் அப்பா எப்படிச் செத்துப் போனார் என்கிற தகவல் தனக்கு முழுமையாகத் தெரியாது என்று சொன்னான் நிர்மல். நிர்மலின் பள்ளி நண்பனான மோசஸ், தன் தந்தை குறித்து எந்தத் தகவலையும் யாரிடமும் பகிர்ந்து கொண்டதேயில்லையாம். விஜயலட்சுமியின் அப்பா பணியில் இருந்து ஓய்வு பெற்ற பிறகு, தனியாகப் பிள்ளைகளோடு போராடிக் கொண்டிருந்த மகளை அழைத்து வீட்டில் இருத்திக் கொண்டார். தன் மனைவியின் பெயரைக் கொண்ட புனிதாதான் அதற்கடுத்து அவருக்கு எல்லாமுமாக இருந்திருக்கிறாள். அவருமே அடுத்த மூன்று வருடங்களில் மாரடைப்பு வந்து செத்துப் போனார். கடைசிவரை அவர் மோசசை, அவனுடைய அப்பாவான தாமஸின் அங்கமாகத்தான் பார்த்தார் என்பதால் அவனோடு நெருங்கியதே இல்லையாம்.

தன்னுடைய அப்பா இறந்தபிறகு கிடைத்த பணப் பயன்களை வைத்து விஜயலட்சுமி சொந்தமாகத் தொழில் துவங்க இஷ்டப்பட்டிருக்கிறார். பள்ளியிறுதி வகுப்பை எட்டிய மோசஸும் அதற்குத் துணை நின்றிருக்கிறான். இருவரும் சேர்ந்து ஆரம்பத்தில் பெரிய காய்கறிக் கடை வாசல்களில் நொறுக்குத் தீனி விற்கும் கூண்டுக் கடைகளைப் போட்டிருக்கிறார்கள். புனிதாவின் அம்மா புத்திசாலியும்கூட என்பதால், கிடைத்த தொடர்புகளைப் பயன்படுத்தி ஹோட்டலொன்றை ஆரம்பிக்க, பட்ட கஷ்டத்திற்கான பலன் தரும் சுக்கிர திசையாக மாறி ஆழ வேர்பிடித்து நின்று விட்டது அவ்வியாபாரம். நகரில் மூன்று கிளைகளைக் கொண்ட அந்த ஹோட்டல் தரமான சைவ உணவிற்கானது எனப் பெயரும் எடுத்தது. பனிரெண்டுக்கு மேல் படிக்கப் போகாமல், அம்மாவின் வியாபாரத்தை

உடனிருந்து கவனித்துக் கொண்டானாம் மோசஸ். நிர்மலும் அவனது நண்பர்களும் புனிதாவின் வீட்டிலேயே கிடையாய்க் கிடப்பார்களாம்.

பகல் முழுக்க அவனுடைய அம்மா ஹோட்டலை கவனித்துக் கொள்ள, மாலைவேளைகளில் மோசஸ் பொறுப்பெடுப்பதாக ஏற்பாடு இருவருக்குள்ளும். புனிதாவைப் பள்ளிக்குக் கிளப்புவதில் துவங்கி, மாலையில் அவளை மடியில் கிடத்தித் தலையழுத்தி விடுவது வரை அத்தனை வேலைகளையும் மோசஸ்தான் செய்தான். ஒருவகையில் அப்பாவாய்ச் செய்ய வேண்டிய வேலைகளை அண்ணனே செய்தான். தூசு என்றாலே என்னவென்றே தெரியாத பளிங்குச் சிலையாய், புனிதாவை இருவரும் சேர்ந்து வளர்த்தெடுத்து வணிக மேற்படிப்பும் படிக்க வைத்திருக்கிறார்கள்.

“இந்நேரம் மோசஸ் இருந்திருந்தால், நானே உன் கைப்பிடித்து அழைத்துப் போய் பேச்சுவார்த்தையை முடித்து வைத்திருப்பேன்” என்றான் நிர்மல். “ஏன் அவனுக்கு என்னாச்சு” எனக் கேட்ட போது, யாரோ அழைத்தார்கள் என எழுந்து அந்தப் பக்கம் நகர்ந்து போன நிர்மலின் நண்பனொருத்தன் அரண்மனை போலவொரு புதுவீடொன்றைக் கட்டி, பால் காய்ச்ச அழைத்திருந்த விழாவில் அமர்ந்துதான் இருவரும் பேசிக் கொண்டிருந்தோம். அந்த விழாவிற்குப் புனிதா அவளுடைய அம்மாவோடு வந்திருந்தாள். முக்கியெடுத்து எண்ணையில் பொறிக்கப் போடுகிற அச்சுமுறுக்கைப் போல இருவரும் ஒரேமாதிரி அளந்தெடுத்து இருந்தார்கள்.

ஹோட்டலில் ஏதோ வேலையிருப்பதாகச் சொல்லி சீக்கிரமே கிளம்பிப் போனாள் அவளுடைய அம்மா. நிர்மலின் நண்பன் தரைத் தளத்தில் நவீனமான மதுக்கூடம் ஒன்றையும் கட்டியிருந்தான். நண்பர்கள் யார் வேண்டுமானாலும் எந்நேரமும் அங்கே போய்க் குடித்துக் கொள்வது மாதிரி ஏற்பாடு. மதுக்கூடத்தில் இசை ஒலிப்பான்கள் துவங்கி தூங்குவதற்கான பஞ்சு மெத்தைத் திண்டுகள் வரை ஏற்பாடு செய்யப்பட்டிருந்தன. நட்சத்திர உணவகங்களில் இருக்கும்

விடுதியையொத்து வடிவமைக்கப்பட்டிருந்த அந்த உபசார மேடைக்கு உள்ளே போய், அன்றைக்கு விருந்தினர்களுக்கான திரவக் கலவைகளைக் கலக்கும் பொறுப்பை நானேற்றுக் கொண்டேன். நிர்மல் என்னைப் பற்றி அவர்களிடம் சொல்லியிருப்பான் போல.

பிராந்தி, விஸ்கி, ஒயின் என ஒவ்வொன்றிற்கும் பாரம்பரிய வழக்கப்படி குவளைகள் வைக்கப்பட்டிருந்தன. குவளைகளை அடுக்கிப் போத்தல்களைத் தூக்கிப் போட்டுப் பிடித்து என் வித்தையை அவர்கள் மத்தியில் காட்டிக் கொண்டிருந்தாலும், கண்கள் அவளைத் தேடின. என் கையால் அவளுக்கு மூன்று சுவைகளை ஒன்றடக்கியவொரு திரவக் கலப்பான் செய்து கொடுத்துவிட வேண்டுமென ஆவலாய்ப் பறந்தேன். சன்னமான ஒலியில் இசையை உசுப்பி அக்கூட்டமே திளைத்துக் கொண்டிருந்த வேளையில், ஒய்யாரமாய் நடந்து அவள் அம்மதுக்கூடத்திற்கு உள்ளே வந்தாள். அவளை வரவேற்பதற்கான கட்டியமாய் அக்கொண்டாட்டங்கள் இருந்ததாகத் தோன்றியது. அவள் வந்ததும் போத்தல் சுழற்றுவதை நிறுத்திக் கொண்டேன்.

எனக்கு சற்றுத் தொலைவிலிருந்த நாற்காலியில் அமர்ந்திருந்த அவளுக்கு, ஆரஞ்சுச் சாறும் ஒயினும் இரண்டு சிட்டிகையளவு கோனியாக்கும் கலந்து திரவத்தைத் தயார் செய்து நிர்மலின் வருகைக்காகக் காத்திருந்தேன். அவள் அனுமதிக்காமல், அவளருகே நெருங்கி விடக்கூடாதென்பதில் கூடுதல் கவனமிருந்தது எனக்கு. வந்து நின்ற நிர்மல், “கொன்னே போடுவா அவ. ஸ்பிரைட்கூட குடிக்க மாட்டா அவ. ஏற்கனவே சொல்லியிருக்கேன்ல ரெண்டும் வெவ்வேறு துருவம்னு. இந்த இடத்துக்கு அவளை கெஞ்சிக் கதறி கூட்டு வந்திருக்காங்க” என்றான். நண்பர்கள் எல்லோரும் குடிப்பதால், ஏதாவது அவசரத்திற்கு என்ன செய்வதென்பதால், நல்லவேளை அன்றைக்கு நான் குடிக்கவில்லை.

நிர்மல் இந்தத் தகவலைச் சொன்னதும், ஏதோவொரு உள்ளுணர்வு உந்தியதால், அம்மேடையை விட்டு விலகி

இன்னொரு நாற்காலியில் அமர்ந்து கொண்டேன். கிள்ளிப் பருகுகிற மனநிலையிலிருந்து அள்ளிக் குடிக்கிற வெறிக்கு நண்பர்கள் நகர்ந்து விட்டார்கள் என்பதால், யாரும் என் தயவை எதிர்நோக்கவுமில்லை. வேறொரு பக்கம் நான் அமர்ந்திருந்தாலும் என் பக்கவாட்டில் அவள் கண்ணசைவுகள் என்னையிறைஞ்சி ஊடாடுவதையும் உணர்ந்தேயிருந்தேன். யார் முதலில் அப்பனிக்கட்டியை உடைப்பது? கிலோக்கணக்கில் பனிக்கட்டியை இடக்கையால் உடைத்துச் சேர்மானத்தில் தூவியிருக்கிறேன். ஒரு மெல்லிய கோடாய் குறுக்கேயிருக்கும் இப்பனிக்கட்டியை உடைக்க மாளாமல் ஏன் இப்படித் தடுமாறுகிறேன்? அம்மதுகூட வாயில் பக்கத்தில் வந்து நின்று வேறு பக்கம் பார்த்தபடி, ஒருவிதமான விரக்தி மனநிலையில் குமைந்து கொண்டிருந்தேன்.

நண்பர்களை அழைத்துப் போய் விட்டு வர நாலைந்து கார்கள் தயாராக இருந்தன. திரும்பிப் பார்த்த போது, புனிதாவின் பக்கத்தில் நின்று நிர்மல் என்னைச் சுட்டிக் காட்டி ஏதோ பேசுவது தெரிந்தது. அவளும் தோள்களைக் குலுக்கிச் சரியென்பதைப் போல தலையாட்டுவதும் தெரிந்தது. இருவர் கண்களும் ஒருகணம் தொட்டு விலகின என்பதால், எடுத்த எடுப்பில் போகக்கூடாதென்பதால் மெதுவாக ஊர்ந்து நிர்மலை நோக்கிப் போனேன். அவன் பிடி கொடுக்காமல் இன்னொரு பக்கம் நகர்ந்தான். பார்வையைச் சுழற்றிப் பார்க்கையில் அவள் தந்திரமாக நோக்குவதும் தெரிந்தது. நிர்மல் வேண்டுமென்றே என் கையில் சிக்காமல் தப்பித்துக் கொண்டிருப்பதாகப் பட்டது. புனிதா எழுந்து கழிவறை நோக்கிப் போனபோது விரைந்து போய் நிர்மலின் தோளைத் தட்டி இழுத்தேன். “போய்த் தொலை என்னால முடிஞ்ச ஒரு நல்ல காரியம். அவளை வீட்டில கொண்டு போய் விட்டுட்டு வந்திடு. உங்கூட வர்றதுக்கு அவளுக்கு ஆட்சேபம் இல்லையாம்” என்று சொல்லிவிட்டு கையிலிருந்த அதை வானத்தை நோக்கித் தூக்கிப் போட்டான். பன்னைக் கவ்வும் நாயைப் போலப் பாய்ந்து பிடித்தேன் கார் சாவியை.

அத்தியாயம் 22

முன்னமே போய் அமர்ந்து காரின் குளிர்விப்பானை இயக்கி, அவளுக்காகக் காத்திருந்தேன். எங்கே அமர்வாள் அவள் என எதிர்நோக்கிக் காத்திருந்த போது, கண்ணாடிக்கு வெளியே அவள் என்னை நோக்கி நடந்து வந்து கொண்டிருந்தாள். கத்தரிப்பூ நிற சுடிதாருக்கு செங்காந்தள் மலர் நிறத் துப்பட்டாவை அணிந்திருந்தாள். வாசலில் இருந்து முன்படியைத் தாண்டுகிற வரை தலைகுனிந்து நடந்து வந்த அவள் பின்னர் யாரும் கவனிக்கிறார்களா எனப் பார்த்துவிட்டு நிமிர்ந்து காரை நோக்கி நடந்தாள். மையமாய் அவளது முழு உருவத்தையும் பார்த்தபடி, உள்ளடங்கிய அவளது வயிற்றிலிருந்து தலையைத் தூக்கி, முகத்தை ஏறிடுகையில், அதில் என்னவிதமான உணர்வுகள் கொப்பளிக்கின்றன எனக் கவனித்தேன். கண்களில் ஆர்வம், மழைக்குப் பிந்தைய கருவண்டுகளைப் போல ரீங்கரித்தது.

அருகில் வருவதற்கு முன்பு காரிலிருந்து இறங்கிப் பின் கதவைத் திறந்தேன். அவள் அதைக் கவனிக்காதது போலக் கடந்து முன்னிருக்கைக் கதவைத் திறந்து அமர்ந்து மார்பில் கொசுவலையைப் போலப் படர்ந்திருந்த துப்பட்டாவை உருவிக் கழுத்தில் சுற்றிக் கொண்டது வேண்டுமென்றா? தலைமுடியை

அவிழ்த்து விட்டு உதறி மறுபடியும் தூக்கிக் கட்டி, கதவைச் சத்தம் வர அறைந்து சாத்தினாள். என்னிருக்கையில் ஏறி அமர்ந்த நான், “எங்கே போக வேண்டும். உங்களது வீடு எனக்குத் தெரியாது” எனப் பொய் சொன்னேன். “பெயரைச் சொல்லியே கூப்பிடலாம்” என்றாள். “போகப் போகப் பழகிக் கொள்கிறேன்” என்றபோது, என்னை நோக்கி ஒருக்களித்துத் திரும்பி, “இப்போதைக்கு வீட்டுக்குப் போக விருப்பமில்லை. வேறு எங்காவது காரை நிறுத்தாமல் போய் விட்டு வரலாம்” என்றாள். வெயில் இதமாக இறங்கிக் கொண்டிருக்கும் அவ்வேளையில் கடற்கரைச் சாலை உகந்ததாகப் பட்டது.

அனுமதி கேட்கும் தொனியில் அல்லாமல் போவென உத்தரவிடுவதைப் போலவிருந்தது அவளுடைய செய்கை. என் விருப்பமெல்லாம் அந்தக் கணத்தில் அவளுக்குப் பொருட்டாகவே இல்லை. மறுக்கும் நிலையில் நானிருக்க மாட்டேனென அறியாதவளா அவள்? அதற்கு முன்னர் நான் அந்த கிரேக்க கடவுள்களின் அரசி ஹீராவின் குணநலன்கள் குறித்துத் தேடிப் படித்திருந்தேன். தனக்குக் கீழேயிருக்கும் தன் கணவனான, இடிமுழக்கத்தின் தெய்வம் ஜீயஸ் இப்போது இருந்திருந்தால், என்னைப் போலத்தான் நடத்தப்பட்டிருப்பான். ஹீரா அன்பை அள்ளித் தெளிப்பவள் ஆனாலும் தனக்குக் கீழேயிருப்பவனை அடக்கியொடுக்குகிற வித்தை தெரிந்தவள். லில்லி மலர்கள் இருந்திருந்தால் அதுகொண்டு கிரீடம் செய்து அவளின் தலையில் சூடியிருந்திருப்பேன். வார்த்தைகள் எதையும் விசிறாமல், வண்டியை ஒரு ஓரமாக நிறுத்தி தெருவோர பழக்கடையிலிருந்து மாதுளம் பழமொன்றை வாங்கிக் கொண்டு வந்து அவள் கையில் கொடுத்தேன்.

மறுக்காமல் வாங்கிக் கொண்ட அவள், “எனக்குப் பிடிக்குமென்பது உங்களுக்கு எப்படித் தெரியும். திடீரென எதற்காக இதை இப்போது எனக்குக் கொடுத்தீர்கள்” என்றாள். “அது தெரிவதற்கு நீங்கள் கிரேக்கப் புராணங்களைப் பற்றித் தெரிந்திருக்கவேண்டும். ஹீராவை அறிந்திருக்க வேண்டும்” என்றதும், நன்றாகத் திரும்பி அமர்ந்து கைகளை மார்பிற்குக்

குறுக்காக கட்டிக்கொண்டு குறுகுறுவென கண்களையே பார்த்தாள். கண்களைத் தாழ்த்தி நான் அவளது குறுவாளை உற்று நோக்குவதைக் கண்டதும், முதன்முறையாக இதழ் பிரித்து என்னைப் பார்த்துச் சிரித்தாள். நுண்கோடுகளில்லாத நாக்கு நிறக் கீழுதட்டில் மச்சமொன்று இருந்தது.

“ஒருவேளை உங்களை நோக்கி வராமலே போயிருந்தால் என்ன செய்திருப்பீர்கள்” என்றவளுக்கு என்ன பதில் சொல்வது எனத் தெரியாமல் அமைதியாக இருந்தேன். காத்துக் கொண்டிருப்பேனெனச் சொல்லலாமா என யோசித்து விட்டு, பதில் சொல்லாமல் இருப்பதே சிறந்தது என்கிற முடிவிற்கு வந்தேன். வேறொன்றும் பேசாமல் இடைவெளி விட்ட அவள், சற்று நேரம் கழித்து, “ஆனாலும் அசாத்திய பொறுமைதான் உங்களுக்கு. முகத்தை மட்டும் நோக்கும் ஆண்மகன் மீது எனக்கு மரியாதை வரும். முகத்தில் எதைத் தேடினீர்கள்” என்றாள். “சின்ன வயதில் இருந்தே எனக்குக் கிளிமூக்கென்றால் பிடிக்கும்” என்றேன்.

காரின் முன்னிருக்கைக்கு மேலேயிருக்கும் சதுரவடிவிலான அட்டையை இறக்கி, அதனுள்ளிருந்த சிறு கண்ணாடியில் மூக்கைத் தடவிப் பார்த்தவாறு, “ஆனால் இதைத்தான் ஒருத்தன் அறுவை சிகிச்சை பண்ணி தட்டையாக்க வேண்டுமென்று சொன்னான். அதற்கப்புறம் சில நாட்கள் மூக்கை பார்ப்பதற்கே எனக்கு வெறுப்பாக இருந்தது” என்றாள். விவரம் தெரியாதவன் என்று சொல்லலாமா என நினைத்து அதையும் அடக்கி, யாராக இருக்கும் அவன் எனப் பொறாமை கலந்து யோசிக்கத் துவங்கினேன்.

வண்டியை வலது புறமாகத் திருப்பி அந்தச் சாலையில் போகுமாறு கட்டளையிட்டாள். “ஆண்கள் பெண்களைப் பற்றி எல்லா விவரங்களையும் விசாரித்துப் பேசியிருப்பீர்களே” என்றாள் போகிற போக்கில். ஆமாமெனத் தலையசைத்து விட்டு, அடுத்து என்ன என்பதைப் போல அவளை ஏறிட்டுப் பார்த்து விட்டு, “உங்களைப் பற்றிய மேம்போக்கான கதைகள் மட்டுமே தெரியும்” என்றேன்.

“என் அண்ணன் இருந்திருந்தால் நன்றாக இருந்திருக்கும்” என்று சொல்லிவிட்டு அவளது அண்ணன் குறித்துச் சொல்லத் துவங்கினாள். “என் எட்டு வயதில் பெரிய மனுஷியானேன். அழுகை அழுகையாக வந்தது அப்போது. அம்மா அப்போது வியாபாரம் சம்பந்தமாக வெளியூர் போயிருந்தாள். அண்ணனிடம் எப்படிச் சொல்வதென்று தெரியாமல் கதறியழுது கொண்டிருந்தேன். என்னைவிட மூத்தவனான அவன் ஓரளவிற்குக் கணித்து விட்டான். எங்கோ கிளம்பிப் போனவன் திரும்பி வருகையில் கையில் ப்ளாஸ்டிக் சல்லடை ஒன்றினைக் கொண்டு வந்தான். என்னை அழைத்துப் போய் முற்றத்தில் அமரவைத்து தலையில் நீரூற்றினான். பிறகு நாப்கினை என்கையில் கொடுத்துவிட்டு, ‘பாப்பா இதெல்லாம் இயற்கைதான். பயப்படாதே’ என என்னைத் தேற்றினான்” என்றவளை இடைமறித்து, “உங்களைப் பாப்பா என்றா சொல்வார்” என்றேன்.

“செல்லமானவர்களுக்கு நான் என்றும் பாப்பாதான்” என்றவள் அவளது அண்ணன் குறித்து மறுபடி விட்ட இடத்திலிருந்து சொல்லத் துவங்கினாள். “என் அப்பா இல்லாத குறையை அவன்தான் போக்கினான். எனக்கு என்னுடைய அப்பாவின் முகம் மங்கலாகத்தான் நினைவில் இருக்கிறது. என்னுடைய அம்மாவிற்கு அவனே உறுதுணையாகவுமிருந்தான். இந்நேரம் அவன் இருந்திருந்தால் எங்களது ஹோட்டலைப் பெரிய உயரத்திற்கு எடுத்துப் போயிருப்பான்” எனச் சொல்லிவிட்டு காருக்கு வெளியே தெரியும் காட்சிகளை உற்றுப் பார்க்கத் துவங்கினாள். அவள் கண்ணீர் வடிப்பதைப் போலத் தெரிந்தது. அவளைத் தொந்தரவு செய்யாமல் அவள் போக்கில் விட்டேன். வழக்கமாக இதுபோன்ற சமயங்களில் முதுகைத் தொடுவது ஆண்களின் வழக்கமான அவச்செயல்.

கண்களைத் துடைத்துவிட்டு என்னைத் திரும்பிப் பார்த்து, “அவனைப் பல நேரங்களில் ரத்தம்வர கீறி வைத்திருக்கிறேன். அடித்திருக்கிறேன். ஆனால் ஒருநாள்கூட அவனுடைய கை என்மீது பட்டதேயில்லை. சத்தமாகத் திட்டுவதைப் போல

ஒருவார்த்தைகூட என்னிடம் பேசியதில்லை அவன்” என்று சொல்லிவிட்டு என்னையே சிலநொடிகள் உற்றுப் பார்த்தாள். எனக்கு அவள் சிலவற்றை உணர்த்துகிறாள் என்கிற படிப்பினைக்கு வந்து சேர்ந்தேன். பிசிறில்லாத அவளுடைய ஆங்கிலப் பேச்சு குறித்து வியக்கவும் செய்தேன்.

தூரத்தில் வலது பக்கம் ஒரு ஆம்புலன்ஸ் நின்று கொண்டிருந்த காட்சி தெரிந்தது. வண்டியை மெதுவாக ஓட்டச் சொல்லி வண்டியை நிறுத்தச் சொன்னாள் இறங்குவதற்கு முன்பு, “பாயாசம் செஞ்சு வை பாப்பான்னு சொன்னதுதான் அவன் கடைசியா பேசுனது. டம்முன்னு குண்டு வெடிச்ச மாதிரி ஒரு சத்தம் கேட்டுச்சு. ஏழு வருஷம் ஆச்சு” என்று சொல்லிவிட்டுக் காதைப் பொத்திக் கொண்டாள். அவள் என்னை நோக்கிக் கொஞ்சம் நெருங்கி வருகிறாள் என்பதை அக்கணத்தில் உணர்ந்தேன். எதிர்ப்புறம் நடந்து போனவளை நோக்கி அந்த ஆம்புலன்ஸில் இருந்து குதித்த ஓட்டுநர் ஓடி வந்து வணக்கம் வைத்தார். காரிலிருந்து இறங்காமல் அமைதியாய் வேடிக்கை பார்த்தேன்.

அந்த ஆம்புலன்ஸில் மோசஸ் பெயரும் அவர்களது ஹோட்டல் பெயரும் எழுதப்பட்டிருந்தது. அந்த இடத்தில்தான் விபத்து நடந்திருக்கும் என்பதை யூகித்துக் கொண்டேன். அவர்கள் வீட்டிலிருந்து மிகச் சரியாக முப்பத்தேழு கிலோமீட்டரில் மோசஸ் சாலையில் அடிபட்டுச் செத்திருக்கிறான். அந்த ஞாபகமாக அந்த இடத்தில் ஒரு ஆம்புலன்ஸை பிறர் சேவைக்காகத் தானம் செய்து நிறுத்தி வைத்திருக்கிறார்கள் என்பதைப் புரிந்து கொண்டேன். கொஞ்ச நேரம் கைகளைக் கட்டிக்கொண்டு சாலையை வேடிக்கை பார்த்துக் கொண்டிருந்த அவள், பின்பு தேம்பித் தேம்பி அழத் துவங்கினாள்.

என்ன செய்வது எனத் தெரியாமல் அந்த ஓட்டுநர் அருகில் கைகளைப் பிசைந்து நின்று கொண்டிருந்தார். துளியும் தாமதிக்காமல் காரிலிருந்து இறங்கி அவளை நோக்கிப் போன போது, “பத்திரமா பார்த்து கூட்டிட்டு போங்க” என்பதைப் போல அந்த ஓட்டுநர் என்னை நோக்கினார். என்னையறியாமல்

அவளை நோக்கி என் வலது கையை நீட்டினேன். விருட்டென அதை இழுத்துப் பிடித்த அவள், என் தோளில் சாய்ந்து கொண்டாள். அமைதியாக நின்றிருந்த நான் கைப் பிடியை விலக்காமல் முன்னோக்கி நடக்க எத்தனித்தேன்.

தோளிலிருந்து தலையைத் தூக்கிய அவள், எதிர்ப்புறம் இருக்கிற சாலைக்கு என் கைப்பிடியை விடாமல் பற்றித் தொடர்ந்தாள். காரில் ஏறியமர்ந்த அவள், "எங்கண்ணன் முகத்தக்கூட கடைசியா நான் பார்க்கலை. கோபம் அவன் மேல. கடைசியா வந்து முகம் பாருன்னு எல்லாரும் கெஞ்சினாங்க. ஆனா நான் போகவேயில்லை" எனத் தலையை இருகைகளாலும் பிடித்துக் கொண்டு கத்திச் சொன்னாள். அவ்வளவு உயர் சத்தத்தில் அவள் பேசுவாள் என்பதே எனக்கு விந்தையாக இருந்தது. ஹீராவின் கோபதாபங்கள் குறித்து ஏற்கனவே அறிந்துமிருந்தேன். அவளே சொல்லட்டும் என அமைதியாகக் காத்திருந்த போது, "அவன் என்ட்ட பொய் பேசியிருந்தது பிடிக்கலை" என்றாள்.

"ஏன் என்னாச்சு" என்றேன். "அம்மா ஆஸ்பத்திரியிலேயே மயங்கிக் கிடந்தாங்க. நாந்தான் அவனோட போஸ்ட்மார்டம் ரிப்போர்ட்ட வாங்கிப் பாத்தேன். அதில அவன் குடிச்சிருந்ததா போட்டிருந்துச்சு" என்றாள். எச்சில் என் தொண்டைக்குழிக்குள் போன சத்தம் காரின் சத்தத்தை மீறி எனக்கே கேட்டது. வேறெதுவும் பேசாமல் அமைதியாக காரை அவளது வீட்டை நோக்கிச் செலுத்தினேன். சற்று நேரத்தில் சகஜமானவள் முகத்தை வெள்ளைப் பேப்பரை வைத்துத் துடைத்துவிட்டு, என்னை நோக்கித் திரும்பி, "ஏன் அமைதியா வர்றீங்க" என்று சொல்லிக் குறுஞ்சிரிப்பை உதிர்த்தாள். "இல்லை உங்க அண்ணனைப் பத்தி யோசிச்சுக்கிட்டு வர்றேன்" என்றேன்.

அவளிடம் முகவரி கேட்காமலேயே மிகச் சரியாக வீட்டு வாசலில் போய்க் காரை நிறுத்தியபோது, "பொய் பொய் அம்புட்டும் பொய். ஆனா சின்னப் பொய்களையெல்லாம் கணக்கில சேர்க்க மாட்டேன்" எனச் சொல்லி, என் இடதுகையில் மெல்லமாகக் கிள்ளிவிட்டு இறங்கி கதவைச் சாத்தினாள்.

விந்தையும் பயமும் கலந்த உணர்வில் அவளை உள்ளிருந்து ஏறிட்டுப் பார்த்தபோது, கண்ணாடியை இறக்கச் சொன்னாள். கழுத்தை உள்நோக்கி நுழைத்து, அந்தக் குறுவாளை எனது கண்களுக்கு நேராகக் காட்டிச் சொன்னாள். "எங்கம்மாவுக்கு தனியா போராடி தொழில் பார்க்கறவங்கன்னா ரெம்பப் பிடிக்கும்". ஹீராவின் கட்டளைக் குரலாய் அதுவொலித்தது.

அத்தியாயம் 23

வியாபாரமென்பது ஒரு அரிப்பு என்கிற மாதிரியான உணர்வு எனப் பிறர் சொல்லக் கேள்விப்பட்டிருக்கிறேன். வேறொரு அரிப்பின் நிமித்தமாக அதை நான் செய்யத் துணிந்தேன். "ஆம்பிளைகளுக்கு தலையில முடி மேலேறுறப்பயும் பொம்பளைங்களுக்கு மொலை பூமியை நோக்கி கீழ தளந்து தொங்கறப்பயும் அந்த அரிப்பு தன்னால நின்னுடும் மாப்பிள்ளை. அதுவரைக்கும் மாடு மாதிரி சுவத்தில வச்சு தேய்ச்சு சொறிஞ்சிக்கிட்டு இருக்க வேண்டியதுதான்" என ஒருதடவை அசோகன் சொன்னான். அவன் சொன்னது கொச்சையாக இருந்தாலும், ஆழமாக யோசித்துப் பார்த்தால் அதுதான் உண்மையென்று தெரிகிறது. நிர்பந்தமே எச்செயலையும் செய்யத் தூண்டுகிறது என்பது என்னளவிலும் உறுதியானது. பிறர் பார்வையில் அவன் பொறுக்கியாகத் தெரிந்தாலும், அசோகன் போகிற போக்கில் வாழ்க்கை குறித்து எவ்வளவோ விஷயங்களை எடுத்துச் சொல்லியிருக்கிறான். என் விஷயத்தில் கூடுமானவரை அவன் பொறுப்பானவனாக நடந்ததாகவே எனக்குள் அப்போது ஒரு தோற்றம் கிடைத்தது. இதுவரைக்கும் அவன் என் கைப்பிடித்து அழைத்துப் போய் எந்த மொட்டைக் கிணற்றிலும் தள்ளி விடவில்லையே?

ஒதுங்கி நின்று ஒரு நிழலைப் போல் என்னை அவன் தொடர்வது எனக்குப் பிடித்தும் இருந்ததா? எவ்வளவோ மரியாதைக் குறைவாக நடத்தியிருந்தும் என்னை அவன் கைகழுவ நினைத்தே பார்க்காத அக்குணம் அரிதானது என்பதையும் அறிந்திருந்தேன். தனியாக வியாபாரம் செய்யப் போகிறேன் என்று சொன்னால் இருகரம் தட்டி வரவேற்பவனாகவும் அவன் இருக்கத்தான் செய்வான். அவனுமே தனியாகத் தொழில்நடத்தி நட்டப்பட்டவன்தானே? அவன் விட்டதை நான் விரைந்து தொட்டுவிடுவேன் என்கிற வகையில் உளமோடு மகிழ்வான் என்றே தோன்றியது. அவனுடைய தொழில் முயற்சி நொடித்ததற்கு ஆயிரம் காரணங்களைச் சொல்லலாம். அவனே அதன் முழுமுதல் காரணமாக குடும்பம் கருதக்கூடச் செய்யலாம். சரியான பதத்தில் பாலில் உறைபோடாவிட்டால், தயிராய் அது எப்படி உருமாறும்? ஆச்சி மட்டுமே அவனைக் கெட்டித் தயிராக்க வாழ்நாள் முழுவதும் போராடினாள். உறை தயிரை தள்ளி மாய்த்ததை நினைக்கும்போது மட்டும் அசோகன் மீது மெலிதான வெறுப்பு எழுந்தது.

என்னைக் கைதூக்கி விட ஆட்கள் இருந்ததைப் போல, அவனுக்கும் அமைந்திருந்தால், வேறொரு உயரத்தில்கூட அவன் அமர்ந்து இருந்திருக்கலாம். புத்திக்கெல்லாம் ஒரு குறைச்சலுமில்லை. எவ்வளவு விலைகூடிய வண்டியாக இருந்தாலும், ஒருதடவை பிரித்துப் போட்டுவிட்டால், எதெது எங்கெங்கு பொருந்துமென உணர்ந்து நுணுக்கமாக மறுபடி மாட்டி விடுவான். சின்னச் சின்ன நட்டுகளோடு உறவாடுகிறவனிடம் எப்போதும் துல்லியம் சற்றுத் தூக்கலாகவே இருக்கும். அவனைப் பிடித்த கிரகமோ என்னவோ, நதி போல ஓட வேண்டியவன் சாக்கடையாய்ச் சந்தி சிரித்துக் கொண்டிருந்தான். அசோகனை அழைத்துப் பக்கத்தில் வைத்துக் கொண்டால் அனுசரணையாக இருக்குமென்றும் எனக்கு அந்தக் கணத்தில் தோன்றியது.

உதவிகள் என்பது இரண்டாம்பட்சம்தான். சரியோ, தவறோ நம்மை முழுக்க அறிந்தவர்கள் உடனிருந்தால் போகிற

பயணத்தில் அலுப்புத் தட்டாது என்பது விதிதானே? பிறர் வாழ்க்கையில் அவன் அத்துமீறி ஆர்ப்பாட்டங்கள் நடத்தியிருந்தாலும், என் ஒற்றைக் குரலுக்கு அடிபணிகிற வளர்ப்பு நாயாகவே எப்போதும் இருந்திருக்கிறான். புனிதாவிடம் எடுத்துச் சொன்னால், அசோகனை அனுமதிப்பாள் என்றே நம்பினேன். இந்த விஷயத்தில் என் குடும்பத்தின் மீது நம்பிக்கையை இழந்திருந்தேன்.

பழகிய சில நாட்களிலேயே புனிதா என் வீட்டார் அத்தனை பேரின் எண்களையும் வாங்கிப் பேசி விட்டாள். தனித்தே வாழ்ந்தவள் என்பதால், அவளுக்குச் சொந்தங்கள் எனப் பெரிய கூட்டமே தேவைப்பட்டது. “உன்னை ரெம்பப் பிடிச்சதுக்கு காரணமே அம்மா, அத்தை, சித்தி, பெரியப்பான்னு பெரிய கூட்டத்தையே நெஞ்சில சுமந்துக்கிட்டு இருக்கறதுதான். குடும்பத்தை உதறாதவன் ஒருபோதும் மனைவியை உதற மாட்டான். பொண்டாட்டி பேச்சை கேட்டுக்கிட்டு உதறுகிறவன் ஒருநாள் வேறொரு பேச்சைக் கேட்டு பொண்டாட்டியையும் உதறுவான்” எனத் தீவிரமாக யோசிப்பதைப் போல விரலை மூக்கிற்குப் பக்கத்தில் தேய்த்தபடி, என் தோளில் சாய்ந்து கொண்டு சொன்னாள் அதனாலேயே அசோகனுக்கும் அடைக்கலம் கொடுத்து விடுவாள் என்கிற நம்பிக்கை பிச்சிப் பூவைப் போல எனக்குள் மலர்ந்தது. அந்த நினைப்பின் நறுமணமே சுகந்தமாகவும் இருந்தது. எச்சூழலிலும் விட்டுவிடவே முடியாத உறவென அவளுக்கு உணர்த்தும் கடமையும் எனக்கிருந்தது. ஆச்சி கடத்திய பொறுப்புணர்வு என்கிற உறைதயிரை என் உள்ளங்கைகளுக்குள் வைத்துப் பொத்திப் பாதுகாப்பதை புனிதாவும் உணர்வாள். பெருங்குடும்பமென்றால் அசோகனும் அடங்கியதுதானே?

பார் வைக்கிற ஆசையை எல்லாம் கொஞ்ச காலம் மூட்டை கட்டி வைத்துவிட்டு, ஹோட்டலொன்றைத் துவங்க நினைப்பதாக நிர்மலிடம் சொன்னபோது, என் முடிவைப் புரிந்து கொண்டு, “எதுக்கு தனியா ஆரம்பிக்கணும். தெரிஞ்சவங்க ஹோட்டலொன்னை லீசுக்கு எடுத்து முதல்ல நடத்திப்

பாக்கலாம்” என்றான். புனிதாவை அழைத்து அதுகுறித்துச் சொல்லவும் செய்தான். கையிலிருந்த சேமிப்பு, நிர்மல் தந்த பணம் போக, புனிதாவும் அவளுடைய அம்மாவிற்குத் தெரியாமல் வங்கியில் லோன் போட்டுக் கொஞ்சம் கொடுத்தாள். அவளது குடும்ப வியாபாரத்தை ஒப்பிடுகையில், நானெடுத்த ஹோட்டல் எள்ளளவுதான் என்றாலும், சொந்தமாக ஒன்றைத் துவங்கப் போகிறோம் என்கிற பெருமிதம் பூரித்தது. “எங்கம்மா தெருவில நின்னு வியாபாரம் பார்த்துத்தான் இந்த இடத்துக்கு வந்திருக்காங்கங்கறத புரிஞ்சுக்கோங்க” என்றாள் புனிதா.

அசோகனுக்கு அசைவ ருசியியல் அத்துப்படி என்பதால், அவனைத் தேடிப்பிடித்து அழைக்க வேண்டுமென பரபரத்தேன். சுக்காவைத் தொட்டுப் பார்த்துவிட்டே வேக்காடு சரியாக இருக்கிறதா என்பதைச் சொல்லிவிடுவான். நாட்டுக்கோழி ரசத்தை கைநடுக் குழியில் ஊற்றி சர்ரென உறிஞ்சிப் பதத்தைப் பக்குவம் பார்க்கிற வித்தையும் அவனுக்குத் தெரியும். தின்று கெட்டவன்களே மிகச் சிறந்த சமையல் மேற்பார்வையாளர்களாகவும் இருப்பார்கள். தலைசிறந்த சமையற்கலை நிபுணர்களை வைத்து வண்டியை ஓட்ட முடிகிற வியாபாரம் இதுவல்ல. இஞ்சிப் பூண்டு மூட்டைகளைத் தூக்குகிற மாதிரி சுமந்து ஓடவேண்டிய கட்டாயம் இருக்கிற முனைப்பு. துப்புரவுப் பணியாளர்கள் தெருவைப் பெருக்க வருவதற்கு முன்பு விரல்கள் வெங்காயத்தை உரிக்கத் தயாராக வேண்டும்.

அம்மா, அப்பா, சித்தியென குடும்பமே சின்னதாய் ஒரு வேன் பிடித்துத் திறப்புவிழாவிற்குக் கிளம்பி வந்தது. கடைதிறப்பெல்லாம் அவர்களுக்கு ஒரு பொருட்டேயில்லை, புனிதாவைப் பார்க்க வேண்டும் அவர்களுக்கு. துருப்பிடிக்க விடாமல் முலாம் பூசப்பட்டு, பல ஆண்டுகளாக அவர்கள் பொத்திப் பாதுகாத்த அங்குசத்தைக் கைமாற்றி விட வேண்டுமென்கிற அங்கலாய்ப்பு. அப்பா சந்தனக் கலரில் போன தீபாவளிக்கு எடுத்துக் கொடுத்த சில்க் சட்டை போட்டுக் கொண்டு ஹோட்டலைச் சுற்றிச் சுற்றி வந்தார்.

சித்தி அடுக்களைக்குள் போய் சம்பந்தா சம்பந்தமில்லாமல் ஆட்களிடம் விசாரணைகள் போட்டுக் கொண்டிருந்தாள்.

முதல் விருந்தைச் சுவைத்துப் பார்த்துத் தரம் சொல்ல நண்பர்கள் பலரை அழைத்திருந்தேன். நண்பர்களோடு வருகிற ஒவ்வொரு பெண்ணைப் பார்க்கும்போதும் அம்மா பார்வையால் அவளாவெனக் கேட்பாள். “ஏம்மா நீ கொஞ்ச நேரம் சும்மாயிரேன். உன் மருமக வந்தான்னா இந்த ஏரியாவே டாலடிக்கும். அப்ப நீயே தெரிஞ்சுக்குவ அவதான்னு” என்றேன். “கௌமாரியம்மன் கோவில் எண்ணெய் சிக்கு மை கொண்டு வந்திருக்கேன். கன்னத்தில ஒண்ணு வச்சு விடுவேன். ஒண்ணும் சொல்லமாட்டாள்ள. பெரிய எடத்துப் பொண்ணு” என்றாள் சித்தி. எனக்கே புனிதா இவர்களையெல்லாம் எப்படி எதிர்கொள்ளப் போகிறாள் என்பது குறித்த பரிதவிப்பும் இருந்தது. புதிதாய் நுழைகிற மாடு மிரண்டுவிட்டால், கொட்டகை தாங்காது.

காரைத் தூரத்திலேயே நிறுத்தி விட்டு, பச்சை நிற சேலையில் கிளி அன்னநடை போட்டு ஹோட்டலை நோக்கி நடந்து வந்தது. “ஆத்தி மீனாட்சிக்கு பச்சை பட்டு சாத்துனது போல இருக்கு” என வாய்விட்டுச் சொன்னாள் அம்மா. மருமகள் குறித்த ஓரவஞ்சனை ஏதேனும் அம்மாவின் கண்களில் தெரிகிறதாவெனப் பார்த்தேன். அவள் என்னை மட்டுமல்ல அவளையுமே சேர்த்து பச்சை பட்டிடம் ஒப்படைத்து விடுகிற தோரணையில் நின்றாள். யாரையும் திரும்பிப் பார்க்காமல் வந்த புனிதா, நேராக அம்மாவின் அருகில் வந்து அவளது கைகளைப் பிடித்துத் தடவிவிட்டு, கூட்டம் என்று பார்க்காமல் அரைமுதுகு குனிந்து காலில் விழுவதைப் போலத் தொட்டு விட்டு எழுந்தாள். அம்மாவின் வயிறு நூறு நன்னாரி சர்பத் குடித்ததைப் போலக் குளிர்ந்து விட்டது.

“எப்படி எங்கம்மான்னு கரெக்டா கண்டுபிடிச்சே” என பின்னர் புனிதாவிடம் கேட்டேன். “அதான் உன் மீசையை எடுத்திட்டா அப்படியே உங்கம்மா முகம் வந்திருதே” என்றாள்.

அம்மாவும் சித்தியும் அவளை ஹோட்டலில் இருந்த மேலாளர் அறைக்குள் அழைத்துப் போனார்கள். நான் போய்ப் பார்த்த போது, புனிதாவின் நெற்றியில் அம்மா குங்குமம் பூசிக் கொண்டிருந்தாள். சித்தி அந்தக் கருப்பு மையை என்ன செய்தாள் என எனக்குத் தெரியவில்லை. என்னை அவர்கள் உள்ளே நிற்க அனுமதிக்கவில்லை. “பொம்பளைங்க பேசற இடத்தில ஒட்டுக் கேக்கறது கெட்ட பழக்கம். அப்படியே அவன் புத்தி. ஒழுங்கா போய் வந்தவங்களைக் கவனி” என அம்மா என்னை விரட்டி விட்டாள். அவருக்கும் சேர்த்துச் சொன்னதைப் போல எடுத்துக் கொண்டு இலையை எடுத்துக் கொண்டு அங்குமிங்கும் ஓடினார் அப்பா.

சமையலுக்கு இளையான்குடியில் இருந்து ஆட்களை அழைத்து வந்து தங்க வைத்திருந்தேன். நண்பர்கள் எல்லோருமே பதார்த்தங்கள் எல்லாமும் சிறப்பாக வந்திருப்பதாகச் சொன்னார்கள். சீக்கிரமே இரண்டு மூன்று கிளைகளைத் துவங்கி விடலாம் என்றாள் என் தோழியொருத்தி. “ஒரு விஷயம் புரிஞ்சுக்கோ. இங்க பெரிசா ஆரம்பிக்கிற எதுவும் சிறப்பா போறதில்லை. கௌரவத்துக்குத்தான் மாவு இடிச்சுக்கிட்டு இருக்காங்க. வியாபாரத்தில சில சமயங்கள்ல சிறியதே சிறப்பு. சின்னதா பல இடங்கள்ல விரிக்கிற உத்திதான் எப்பவும் ஜெயிக்கும். அதை மறந்துராத. இதை எந்த பிஸினஸ் ஸ்கூல்லயும் கத்து தர மாட்டாங்க. இதுநாள் வரை நீ வேலை பார்த்திருக்க. எவனோ வீட்டுக் காசு அது. ஆனா இன்னைக்கு இது உன் காசு. எங்க நம்பிக்கை. புனிதாவோட வாழ்க்கை” எனத் தீவிரமான குரலில் பேசிக் கொண்டிருந்த நிர்மலை கையடக்கி அமர்த்தி, “நீ கிளம்பு முதல்ல. போய் இதையெல்லாம் விவரிச்சு புத்தகம் எழுது. கேப்மேயருக்கு பெறகு இந்த ஏரியால நல்ல ஆட்களே இல்லை” என்றேன். “டேய் நானும் காசு போட்டுருக்கேண்டா. குறைஞ்சபட்சம் அறிவுரையாவது சொல்லவிடு” எனச் சிரித்துக் கொண்டே சொல்லிவிட்டுக் கிளம்பிப் போனான். நண்பர்களோடு இணைந்து புனிதாவும் சினிமாவிற்குப் போவதாகச் சொல்லிவிட்டுக் கிளம்பினாள்.

போவதற்கு முன்பு அம்மா அவளது கையைப் பிடித்துக் கொண்டு காரணமேயில்லாமல் அழுதபோது, புனிதாவும் கண்களை யாருக்கும் தெரியாமல் துடைத்துக் கொண்டாள். சித்தி வழி உறவுக்கார ஆச்சி ஒருத்தி எல்லோரையும் தள்ளிக் கொண்டு முன்னே வந்து, "ஏத்தா நல்லமாரியா பொழைச்சுக்கோ. வேலீல போற ஓணானை மட்டும் வீட்டுக்குள்ள விட்டுராத. ஆம புகுந்த வீடாட்டம் தொம்சமாயிடும்" எனச் சொல்லி விட்டு ஒற்றைப் பாம்படம் ஒன்றைப் புனிதாவின் கையில் திணித்தாள். எல்லோரும் சேர்ந்து ஒற்றை அரசனுக்கு எதிராக கண்ணுக்குத் தெரியாத வாளைச் சுழற்றிப் போராடி விட்டுக் கிளம்பிப் போனார்கள்.

புனிதா நடந்து முடிந்த இந்தச் சந்திப்புகளை எப்படி எடுத்துக் கொண்டாள் என்பதைத் தெரிந்து கொள்ள ஆர்வமாக இருந்தேன். இரவில் அவளை அழைத்துக் கேட்ட போது, "ரெம்ப நாள் கழிச்சு சத்தமும் சந்தோஷமுமா இருக்கற மாதிரி இருக்கு. போய்த் தூங்கு. இனிமே இரவுப் பேச்சு ஆகறதில்லை" என்றாள். அதிகாலை நான்கு மணிக்குத் தொலைபேசி அழைப்பு அவளிடமிருந்து வந்தது. "சீக்கிரம் எந்திருச்சு ரெடியாகு" என்று சொல்லிவிட்டு இணைப்பைத் துண்டித்தாள். அதற்கடுத்து ஹோட்டலின் நிர்வாகத்தை அவள் என்னைக் கேட்காமலேயே எடுத்துக் கொண்டாள். சமையல் மேற்பார்வையாளர் பணியை எடுத்துச் செய்யத் துவங்கினேன் நான். ஆரம்பத்தில் அது சம்பந்தமான சிக்கல்கள் எதுவும் எனக்குள் எழவுமில்லை.

அத்தியாயம் 24

கருப்பு புல்லட் ஒன்றை அக்குவேறாகப் பிரித்து எதிரே இருந்த, பெட்ரோல் ஊற்றப்பட்ட சிமென்ட் அள்ளுகிற இரும்புச் சட்டிக்குள் போட்டு அலசியபடி இருந்த அசோகன், சாக்கடையைப் போல கறுப்பு நிறமாய் இருந்த அதற்குள் இருந்த சின்ன நட்டொன்றைத் தூக்கிக் காட்டி, "என்னடா இது சின்ன நட்டுதான்னு இதைப் பாக்காத மாப்பிள்ளை. இந்த மொத்த வண்டில, ஆயிரம் ரூபாய் இருக்கற சாதனங்கள்கூட இருக்கு. ஆனா இந்த நட்டோட விலை வெறும் ரெண்டு ரூபாய்தான். ஆனா இந்த நட்டு இல்லாட்டி ஒட்டுமொத்த இஞ்சினும் ஓடாது. வண்டி ஒரு அடிகூட இந்த நட்டு இல்லாம முன்னேறாது. சின்ன நட்டுதானே இதுன்னு எவனாலும் ஏளனமா பேச முடியாது. பேசித்தான் பாக்கச் சொல்லேன். அதுமாதிரிதான் மாப்பிள்ளை. நாம சின்ன நட்டாகூட இருக்கலாம். ஆனால் நானில்லாட்டி எதுவும் அசையாதுங்கற நம்பிக்கை வேணும் மாப்பிள்ளை எப்பவும்" என்றான். அப்படியான தன்னம்பிக்கைவாதியாக ஒரு காலத்தில் இருந்தவன்தான் அவனும்.

ஹோட்டல் நிர்வாகத்தில் அந்த நட்டைப் போலவே என்னை நினைத்துக் கொண்டேன். சில சமயங்களில் விருந்துக்கான சமையல் வேலைகள் நடக்கையில் வெகு சீக்கிரமே ஏதாவது

சொல்லிவிட்டு, ஹோட்டலில் வந்து நிற்பாள் புனிதா. கால்கடுக்க அவள் அங்குமிங்கும் ஓடிக் கொண்டிருப்பதைப் பார்க்கும் போது எனக்கு நெஞ்சு பாரமாக இருக்கும். ஒருதடவை அயர்ச்சியாய் ஒருகாலைத் தூக்கி இன்னொரு கால் மீது வைத்து அவளுடைய பாதத்தை அவளே அழுத்தி விடுவதைப் பார்த்த போது நெக்குருகி விட்டேன். என்ன இல்லை இவளிடம்? தோராயமாகச் சில கோடிகளாவது அவளது பெயரில் இருக்கும்.

இத்தனைக்கும் இந்த இடைப்பட்ட காலத்தில் நிறைய பேர் அவளைப் பெண்கேட்டுத் திரும்பி விட்டனர். முன்னாள் அமைச்சர் ஒருத்தனின் பையனுக்கு அவளைக் கேட்டு வந்தார்கள். கோவை பக்கத்தில் அவர்களுக்கு ஆயிரம் ஏக்கர் நிலம் இருப்பதாகவெல்லாம் கணக்குச் சொன்னார்கள். "அங்கே போய் என்னை சமையல் வேலை பண்ணச் சொல்றீயா" எனச் சொல்லி அவளது அம்மாவிடம் ஒரேவரியில் மறுத்துவிட்டாள் புனிதா. அவளுடைய அம்மாவுமே இவளையும் வியாபாரத்தையும் கவனித்துக் கொள்கிற மாதிரி கைக்கு அடக்கமான ஆளைத்தான் தேடிக் கொண்டிருக்கிறார் என்பதும் எனக்குத் தெரியும். ஆயிரம் ஏக்கரையெல்லாம் விட்டுவிட்டு இங்கேயும் சமையல்கட்டிற்கும் நடுஹாலுக்கும்தானே மாறிமாறி ஓடிக் கொண்டிருக்கிறாள் என்பதை நினைக்கும்போது, அவளுடைய அர்ப்பணிப்பு எனக்கு உறைத்தது. எனக்காகத்தானே அவள் செங்கல் சுமக்கிறாள் என்பதும் புரிந்தது. "எங்ககிட்ட இல்லாத காசா. எனக்குத் தேவை கௌரவம். அதை நீ சம்பாதிச்சா போதும். கடவுள் காசைக் கொடுக்கணும்னு நெனைச்சா கூரைய உடைச்சுட்டு உள்ள கொட்டிருவாரு. புடுங்கணும்னு நெனைச்சா அடுத்த நிமிஷம் தட்டு ஏந்திருவோம். நாங்க பாக்காத வாழ்க்கையா? நான் விருப்பப்படற கௌரவத்தைச் சாம்பாதிச்சுக் கொடுத்திடு. உன்னை உக்கார வச்சு காலம்பூரா பார்த்துக்குவேன். இவ்வளவு காசு இருந்தாலும் எங்கண்ணன திருப்பிக் கொண்டு வர முடிஞ்சதா" என்றாள் என்னிடம்.

ஏனெனக் கேட்டபோது, "என்னம்மோ தெரியலை. உங்கூட

இருக்கறப்ப எங்கண்ணன்கூட இருக்கற மாதிரி உணர்வு வருது” என்றாள். அதன் அடியாழத்தைப் புரிந்துகொண்டு மேற்கொண்டு அது சம்பந்தமாக எதுவும் பேசவில்லை. அவளுடைய அம்மாவிற்குமே அரசல்புரசலாக இவள் வந்து போவது தெரிந்திருக்கும்தான். இவளாகச் சொல்லட்டும் எனக் காத்துக் கொண்டிருப்பாரோ, என்னவோ? நங்கூரத்தை விடுவித்துக் கொண்டு எங்களுடைய கப்பல் ஒவ்வொரு அடியாக, எழும்பி வரும் ஆணலைகளின் மீதேறி நகர்ந்து கொண்டிருந்தது. தள்ளாட்டங்கள் இருக்கத்தான் செய்தன என்றாலும், கரை சேர்ந்துவிடுவோம் என்கிற நம்பிக்கை துளிர்த்தது. யார் மாலுமியாக இருந்தால் என்ன கரை சேர்ந்தால் போதும் என்கிற நம்பிக்கைக்கு வந்து சேர்ந்திருந்தேன்.

ஆனாலும் சில சமயங்களில் இப்படி ரெண்டாம் நம்பராக இருப்பது குறித்த பதற்றங்களும் வந்து போகும். வேலை செய்கிற பையன்கள் என்னைவிட அவளுடைய வார்த்தைக்குக் கட்டுப்படுவதைப் பார்க்கையில், “எல்லா மயிரையும் நான் பாத்துக்கிறேன். நீ கிளம்பிப் போ” என அவளை நோக்கிக் கத்த வேண்டும் போல இருக்கும். ஆனால் அவள் எனக்குச் செய்தவற்றை உள்ளூர நினைத்ததும் கோபம் தன்னால் அடங்கிப் போகும்.

புனிதாவின் உழைப்பை ஒப்பிடுகையில் நானெல்லாம் பெரிய இலைவிருந்தின் முனையில் வைக்கப்படும் சிறுகைத்துளி உப்பே. ஹோட்டலை மட்டுமல்லாமல் எல்லா வகைகளிலும் அவள் என்னை ஆக்கிரமித்திருந்தாள். என்ன சாப்பிடுவது என்பதில் துவங்கி, என்ன உடுத்துவது என்கிற வரை அவளுடைய அனுமதி இல்லாமல் எதையுமே செய்ய முடியாது. சண்டை போட்டால்கூட பரவாயில்லை. எதற்கெடுத்தாலும் மடியை முட்டுகிற கன்றைப் போல முணுக்கென்று முட்டிக்கொண்டு அழுபவளிடம் என்ன செய்ய?

தனித்தமர்ந்து மருகும் ஒத்தைக்காட்டுக் குரங்கை எப்படிச் சமாதானம் செய்ய? பல நேரங்களில் வலுக்கட்டாயமாகக்

கட்டிப்பிடித்து முத்தமிட்டே அவளது கோபத்தைத் தணித்திருக்கிறேன். தடித்த வார்த்தைகளை அவளால் ஒருபோதும் தாங்கிக் கொள்ளவே முடியாது. எதைச் சொன்னாலும் தங்கமே என்று சொல்லி ஆரம்பித்தால்தான் அதைச் செய்யலாமா என்பதையே யோசிப்பாள். மாற்றுத் தரப்பொன்று இருக்கிறது என்பதையே பல நேரங்களில் வசதியாய் மறந்தும் விடுவாள்.

மனம் முழுக்க சீக்கிரம் வியாபாரம் துலங்கி வரவேண்டும் என்பதே வியாபித்திருந்ததால், சரசங்கள் குறித்த நோக்கங்கள் இல்லாமல் இருந்தேன். அதிகபட்சம் கடற்கரைக்குப் போய் அவளது இடுப்பைச் சுற்றி ஒட்டியாணம் போலக் கைகளைக் கோர்த்து நடப்பேன். என் தோளில் தலைசாய்த்து கடலலையைப் பார்ப்பதே அவளுக்கும் அப்போதைக்குப் போதுமானதாக இருந்தது. இருநூறு பேருக்குச் சாப்பாட்டிற்கான வியாபாரம் அன்றைக்குத் திகைந்து வந்திருந்தது. ஒருகட்டத்தில் அவள் நிற்கவே முடியாமல் இடுப்பைப் பிடித்துக் கொண்டு பக்கத்தில் இருந்த நாற்காலியில் அமர்ந்து மூச்சு வாங்குவதைத் தூரத்தில் இருந்து பார்த்தேன். எத்தனை பேர் இருந்தாலும் உடனடியாக ஓடிப்போய் அவளின் கால்களைத் தூக்கி என் நெஞ்சில் வைத்து அழுத்தி விட வேண்டும் போலத் தோன்றியது.

மதியச் சாப்பாட்டிற்குப் பின்னரான பொழுதுகள், இளமதிய வெயிலைப் போல மந்தமானவை. புனிதாவை காரிலேற்றி என்னுடைய வீட்டிற்கு அழைத்துப் போனேன். “என்னது. என்ன பண்ணப் போற” என்றாள். “நீதான் கைகொடுத்தாகூட கையெடுத்து வணக்கம் சொல்ற கட்டுப்பட்டியாமே” என்றதற்கு, “அவன்களுக்கு கையைக் கொடுத்தால் அடுத்து எதைப் பிடிப்பான்கள் என்பது எனக்குத் தெரியாதா” என்று சொல்லிவிட்டு என் கன்னத்தைப் பிடித்துக் கிள்ளினாள். கதவைத் திறந்ததும் அவளைப் பின்னால் இருந்து அணைத்து கைகளை வயிற்றைச் சுற்றிப் போர்த்திக் கழுத்தில் முகம் புதைத்து அவளை படுக்கையறை நோக்கித் தள்ளியபோது மறுப்பேதும் சொல்லவில்லை.

அவளை படுக்கையின் நடுவில் அமர வைத்துவிட்டு, தலையணையைத் தூக்கி என் முதுகிற்குப் போட்டுக் கொண்டு, இரண்டு பெருவிரல்களால் மெல்ல அவளுடைய கழுத்தை நீவிவிடத் துவங்கினேன். “என்னம்மோ தெரியலை. இன்னைக்கு உனக்கு அழுத்திவிடணும்னு தோணுச்சு. நீ கால்வலிக்க உக்காந்திருக்கறத பார்க்க குற்றவுணர்வா இருந்துச்சு” என்றேன். “குற்றவுணர்வில இருக்கற ஆள் செய்ற மாதிரி காரியம் நீ செய்யலையே” என்றாள். பேசாதே என்பதைப் போல என் ஆள்காட்டி விரலை அவளது உதட்டின் மீது வைத்தேன். அதைப் பிடித்து இழுத்துக் கடித்தாள். விரலை விடுவித்து அவளது கிளிமூக்கு நுனியை அழுத்திப் பிடித்தேன். மூச்சுவிடக் கொஞ்சம் சிரமப்பட்ட அவள், “ரெம்ப டார்ச்சர் பண்றேன்னு கொல்லப் பாக்கியா” என்றாள்.

அன்றைக்குக் கறுப்பு நிற சுடிதாரணிந்து சடையைப் பின்னிப் போட்டிருந்தாள். அதைத் தூக்கி அவளது மார்பிற்குப் பக்கமாகப் போட்டு விட்டு, கழுத்தை மெல்லமாகக் கடித்தேன். முதுகிற்குப் பக்கமாக ஜிப் வைத்திருக்கிற மாதிரியான வடிவமைப்பது. கழுத்திலிருந்து இறங்கி மெல்லமாய் அவளது முதுகு துவங்கி உடுக்கையிடுப்பு வரை எல்லா பக்கங்களிலும் அழுத்தி விடத் துவங்கினேன். “இங்க இன்னும் கொஞ்சம் அழுத்து” என உள்ளாடை கொக்கி இருக்கிற நடுமுதுகைத் தொட்டுக் காண்பித்தாள்.

முதுகிற்குப் பின்னாலிருக்கிற ஜிப்பை சத்தம் வருகிற மாதிரி இழுத்தேன். சிவப்பு நிற உள்ளாடையில் வெள்ளி நிற கொக்கி தெரிந்தது. அந்த இடத்தை அழுத்திவிட்டு, அக்கொக்கியைக் கழற்ற முயன்றபோது, கைகளைப் பின்புறமாக வளைத்து அவளே விடுவித்தாள் அதை. முதுகிலிருந்து இடுப்பு வரை கைகளால் உடலைத் தடவியபடி சுடிதாரைத் தூக்கி வயிற்றிற்கு நகர்ந்த மாத்திரத்தில், திரும்பியமர்ந்து என்னை மல்லாக்கத் தள்ளினாள்.

கைகளை விடுவித்துக் கொண்டு நான் அவளுக்கு வழிவிட்டேன்.

என் மேல் நெடுஞ்சாண்கிடையாகப் படுத்துக் கொண்ட அவள் என் கழுத்துக்குப் பக்கத்தில் கன்னத்தை வைத்துக் கொண்டு, "இப்படியே நாள் முழுக்க படுத்துக் கிடக்கணும் போல இருக்கு" என்றபோது, என்னுடைய காமம் வற்றி, அவள் மீதான குழந்தைமை பொங்கி வழிந்தது.

முதுகைப் பாசத்தோடு தடவிக் கொடுத்து விட்டு, கன்னத்தை வருடிவிட்டு, அவளது முகத்தைத் தூக்கி உதடுகளைக் கவ்வினேன். எச்சில் பரவத் துவங்கிய சில நொடிகளில் விசுக்கென முகத்தைப் பின்னோக்கி இழுத்தாள். மார்பில் இரு முழங்கைகளையும் ஊன்றி, அக்குறுவாள் மூக்கை என் உதட்டிற்கு அருகில் வைத்து கண்களை நிலைகுத்திப் பார்த்து, "பொய் சொல்லாம சொல்லு. குடிச்சிருக்கீயா" என்றாள். இல்லையென்கிற மாதிரி தலையாட்டிய போது, என்னிலிருந்து விடுவித்துக் கொண்டு எழுந்து என் கால்மாட்டிற்குப் பக்கத்தில் அமர்ந்து உடைகளைச் சரி செய்தபடி, "பொய். பொய் அம்புட்டும் பொய். உங்கம்மாவே சொல்லிருக்காங்க. வாயைத் திறந்தா பொய் பேசுவான்னு" என்றாள்.

எனக்குள் கோபம் நெருஞ்சி முள்ளைப் போல முட்டிக் கொண்டு வந்தது. "நான் குடிக்கலை. அவங்க சொன்னாங்க. இவங்க சொன்னாங்கன்னு கட்டுப்பட்டியா இருக்காத. ஆமா அப்படியே குடிச்சிருந்தாலும் என்னவாம். அப்படி என்ன தகாததை நான் செஞ்சுட்டதா நெனைக்கிற. ஊர் உலகத்தில யார் குடிக்கலை. குடி குடின்னு குடிய பாத்து எல்லாரும் ஏன் பயந்து நடுங்கறீங்க. உலகம் முழுக்க குடிக்கிறாங்க. இங்கதான் அதை வச்சு பெரிய டிராமா பண்ணிக்கிட்டு இருக்கீங்க" என வழக்கத்துக்கு மாறான சத்தத்துடன் கேட்டேன்.

"உனக்கு குடியைப் பற்றி என்ன தெரியும்" எனச் சட்டென ஆங்கிலத்திற்கு மாறி என்னிடமிருந்து விலகி அமர்ந்தாள்.

"நான் மொடா குடிகாரன் இல்லை. என்னால் தரமான ஒரு மூடியால்கூட போதையாகி விட முடியும்" என்றேன்.

“சந்தர்ப்ப வசத்தில் குடிப்பவனைப் பற்றி எனக்குப் பிரச்சினையில்லை. நீ குடியைக் கொண்டாடுகிறாய். அது உன் அடியாழத்தில் ஓடுகிற நீரோடையாக இருக்கிறது. ஆழமாக ஒன்றில் நீ ஈடுபடுகையில் உன் நாக்கில் அந்தச் சுவை பால்குடியைப் போல மேலேறி வருகிறது. அதை நீ மறக்க வேண்டுமென விரும்புகிறேன். எனக்குப் பிடிக்கவே பிடிக்காத மணம் அது. அதை நான் வெறுக்கிறேன்” என்றாள்.

“உலகம் முழுக்கக் குடிக்கிறார்கள்” என்றேன்.

“ஆனால் இந்தியாவில் நீங்கள் அப்படிக் குடிக்கவில்லை” என்றாள்.

“நீ தோற்றத்தில் மார்டனாக இருந்தாலும் பத்தாம்பசலித்தனமாக இருக்கிறாய். என்னைக்கூட நீ ஒரு அடிமையைப் போலத்தான் பல நேரங்களில் நடத்துகிறாய். எனக்கும் எல்லா விஷயங்கள் குறித்தும் தனிப்பட்ட விருப்பு வெறுப்பு இருக்கிறது. உன்னை மாதிரியே நீ மட்டும்தான் இருக்க முடியும். எனக்கும் தனிப்பட்ட சுதந்திரங்கள் இருக்கின்றன. தேர்வுகள் இருக்கின்றன” என என்னையறியாமல் வார்த்தைகள் கொப்பளித்துக் கொண்டு விழுந்தன.

“ஒன்றைப் பேசும்போது இன்னொன்றைச் சேர்ப்பது ஆண்களின் வழக்கம். அதைத் தனியாகப் பேசு. என்னுடைய மனம் இந்தியப் பெண் மனம்தான்” என்றாள்.

“எல்லாம் ஒன்றுதான். உனக்காக பார் வைக்கும் ஆசையை எல்லாம் மூட்டை கட்டி வைத்தேன். ஹோட்டல் நடத்தக்கூட முன்வந்தேன்” என்றபோது, “அப்ப விரும்பாமத்தான் என்கூட இருக்கீயா” என்று சொல்லிவிட்டு அழத் தயாரானபோது எனக்கு இன்னும் கோபம் அதிகமானது.

“அழுதழுது காரியத்தைச் சாதிக்கிற புத்தி உங்களை விட்டு எப்ப போகும்” என்று சொல்லியபோது அவள் மேலும் அழத் துவங்கியிருந்தாள். தலைமுடியைப் பிடித்து இழுத்து அவளைத் தள்ளி விடவேண்டும் போலத் தோன்றியது எனக்கு. கோபத்தோடு

அவளை நோக்கி நகர்ந்தபோது குழந்தையைப் போல, “நீ நல்லா இருக்கணும்னு நெனைக்கிறது காரியம் சாதிக்கிறதா” எனச் சொல்லிவிட்டு ஏங்கியேங்கி அழத் துவங்கினாள். என் மனம் அக்கணத்தில் உடைந்து பனிக்கட்டியானது. அவள் கையைப் பிடித்து இழுத்து விரல்களை வருடிய போதும் அழுகையை நிறுத்த முடியாமல் ஏங்கிய போது, அவளுக்கு மூச்சு முட்ட ஆரம்பித்தது.

அழுகை கொஞ்சம் அடங்கிய பிறகு, தூரத்தில் கிடந்த துப்பட்டாவை எடுத்து முகத்தைத் துடைத்த படி கரகரத்த குரலில், “எங்கப்பா எப்படி செத்தாருன்னு உனக்குத் தெரியுமா” என்றாள். அவளே சொல்லட்டுமென அமைதியாக இருந்தேன்.

“குடி குடி எந்நேரமும் குடி. ஒருகட்டத்தில அவரால குடியில்லாம மாடிப்படில ஏறக்கூட முடியாது. பைக்கோட கிளட்ச அழுத்தக்கூட முடியாம கை படபடன்னு நடுங்கும். சின்னப் பிள்ளையா இருந்தப்ப, அம்மாவுக்கும் அவருக்கும் சண்டை நடக்கிறத என்னால உணர முடியும். என்னைத் தூக்கிக் கொஞ்சறேன்னு ஒருதடவை என் மேல வாமிட் எடுத்திட்டாரு. வேலைக்கும் ஒருகட்டத்தில போக முடியலை. ஒருநாள் எந்திரிக்கக்கூட முடியாம எங்கம்மா கால்ல விழுந்து எனக்கு எப்டீயாச்சும் குடிக்க வாங்கிக் குடுன்னு கெஞ்சியிருக்காரு. எங்கம்மா வேற வழியில்லாம அவங்க ஆபிஸ்ல வேலை பார்த்த ஒருத்தர் வீட்டுக்கு வண்டியெடுத்துட்டுப் போயி வெட்கம் தாங்காம கெஞ்சி வாங்கிட்டு வந்து கொடுத்தாங்க” எனச் சொல்லிவிட்டு மீண்டும் அழ ஆரம்பித்தாள்.

கோழி இறகை விரிப்பதைப் போல இருகைகளையும் விரித்து அவளை என் பக்கமாக இழுத்து நெஞ்சிற்குள் போட்டுக் கொண்டேன். குரலைத் தாழ்த்தி மறுபடி சொல்லத் துவங்கினாள். “எப்படின்னாலும் கொஞ்ச நாள்ல செத்துருவாரு. பேசாம உங்கப்பாகூட போயி சேந்திருங்கன்னு எல்லாரும் அம்மாட்ட சொன்னாங்க. ஆனா அம்மா மறுத்திட்டாங்க. எங்கப்பாவோட ஆள்ககிட்ட சொன்னப்ப யாருமே காதுகுடுத்து கேக்கலை.

எங்க தாத்தாட்டயும் போயி நிக்க முடியாது. எங்கண்ணனை போயி பாட்டில் வாங்கிட்டு வாடான்னு அசிங்கமா பேசி அடிப்பாராம். எங்கண்ணன் சொல்லுச்சு. கடைசில அவனும் அதாலதான் செத்தான். சாகறதுக்கு ஒருமாசம் முன்னாடி அவரால குடிக்காம ஒரு இட்லிகூட சாப்பிட முடியலை. ஆஸ்பத்திரிக்குக் கொண்டு போகவும் அம்மாட்ட அந்த நேரத்தில காசில்லை. ஒருநாள் நைட்டு அவரோட ரூம்ல இருந்து தள்ளாடிக்கிட்டே நெஞ்சை பிடிச்சுக்கிட்டு வந்தவரு, நாங்க படுத்திருக்க பெட்ல தொப்புன்னு விழுந்துட்டாரு. அம்மா திருப்பி போட்டு கன்னத்தை தட்டிப் பார்த்திருக்காங்க. வாயில கோடு மாதிரி ரத்தம் வழிய செத்துப் போயிட்டாரு. சின்னக் குழந்தைங்க எங்களுக்குத் தெரியக்கூடாதுன்னு துண்ட எடுத்து ரத்தத்தைத் துடைச்சுட்டு அவர தூங்கற மாதிரி விட்டுட்டு எங்க போகன்னு தெரியாம நைட் முழுக்க எங்கம்மா உக்காந்து அழுதுக்கிட்டு இருந்திருக்காங்க. இப்ப மாதிரி அப்ப போனும் இல்லை" எனச் சொன்னபோது, அவள் வழியவிட்ட சூடான கண்ணீர், மேல் பட்டன்கள் இல்லாத என் நெஞ்சில் வழிந்தது.

"யோசிச்சுப் பாரு. எனக்குப் பயமா இருக்கு. நீ கிடைச்சப்ப அவ்ளோ சந்தோஷப்பட்டேன். ஆமா உன்னை அடக்கறேந்தான். மன்னிச்சிடு. ஆனா அதை நான் பிடிச்சுச் செய்றேன். எங்கம்மா அதுக்கடுத்து எவ்ளோ கஷ்டப்பட்டாங்க தெரியுமா. நீ குடிப்பேன்னு தெரிஞ்சா ஒரு நிமிஷத்தில விட்டெறிஞ்சுருவாங்க. அன்னைக்கு நிர்மல் கேட்டான்னு சொன்னதுக்கே, கோடி ரூபா குடுத்தாகூட இடத்தைக் கொடுக்க மாட்டேன்னு சொன்னாங்க. சந்திக்கவே மறுத்திட்டாங்க தெரியுமா. எங்கம்மாவை விடு நீ எனக்கு வேணும். கடைசிவரைக்கும் வேணும். தனியா என்னால ஒரு நிமிஷம்கூட இருக்க முடியலை. இப்படியே உங்கூட படுத்துக்கிட்டு இருக்கணும் போல இருக்கு. என்னைவிட அந்த போதை பெரிசா என்ன" எனச் சொல்லிவிட்டு என் முகத்தை ஏறிட்டுப் பார்த்தாள். இல்லையென நான் தலையசைத்தபோது, என் விழியோரமிருந்தும் இரு சொட்டுகள் விழுந்தன.

அவளை இழுத்து வலிக்காமல் கன்னத்தைக் கடித்தேன். "ஆ

வலிக்குது" என்றாள். "வலிக்கறதுக்குத்தான் கடிக்கறது" என்றேன். "மன்னிச்சிரு. இனிமே நீ உனக்குப் பிடிச்ச மாதிரியே இரு" என்றாள். "இல்லை உனக்குப் பிடிச்ச மாதிரியே இருக்கேன்" என்று சொல்லிவிட்டு, முத்தமிட அவளது உதட்டை நோக்கிப் போனேன். முகத்தைப் பின்னால் இழுத்துக் கொண்ட அவள், என் நெஞ்சில் முத்தமிட்டு விட்டு, "எங்கப்பா செத்துக் கிடந்தது தெரியாம, சின்னப் பிள்ளையா இருந்த நான் அவரோட நெஞ்சில ஏறி விளையாடினேனாம்" என்றாள். மல்லாக்கப் படுத்து அவளைத் தூக்கி என் நெஞ்சில் பரப்பி இருகைகளாலும் அணைத்துக் கொண்டேன். என் தொடையோடு அவளது தொடையை நன்றாகப் பொருத்திக் கொண்டு மேலுமொரு சட்டை பட்டனைக் கழற்றிவிட்டு என் நெஞ்சில் கன்னத்தைப் பொத்திப் படுத்தாள்.

என் நெஞ்சை அழுத்திய அவளது மார்பகங்கள் சுமையாய்த் தெரியவில்லை எனக்கு. சிவந்து கிடந்த அவளது கிளிமூக்கையே பார்த்தபடி, கடுமையான அந்த முடிவை எப்படி எடுப்பதென வெகுநேரம் யோசித்துக் கொண்டிருந்தேன். இவளுக்காக எதையும் செய்யலாமென அக்கணத்தில் ஒரு வைராக்கியம் எனக்குள் எழுந்தது. அசோகன் என நினைத்தாலே எனது நுனிநாக்கில் கசப்பான பிராந்தி ருசி படர்வதைத் தனித்துக் கவனித்தேன் அப்போது.

அத்தியாயம் 25

எனக்குப் பிடித்த கடலின் மடியில் அமர்ந்து, தூரத்தில் ஆடியபடி, கரை நோக்கி நகரும் நாட்டுப் படகுகளைப் பார்த்துக் கொண்டிருந்தேன். ஒருகாலத்தில் என் மீனவ நண்பர்களோடிணைந்து நடுக்கடலில் மீன்பாடு பார்க்கப் போகிறவனாகவும் இருந்தேன். கரை நோக்கிச் சீறிப் பாயும் பைபர் படகில் கயிறெதையும் பிடிக்காமல், இடுப்பில் கையூன்றி நின்றபடி திரும்பி வந்ததை நினைத்துக் கொண்டேன். கடலைப் பொறுத்தவரை கரை மட்டுமே இலக்கு. நன்றாக உருண்டு புரண்டு விளையாடிய கடலுமே இப்போது மாறிப் போய்விட்டதாகத் தோன்றியது. நின்றால், முன்னமெல்லாம் என் இடுப்புயரத்திற்குப் படுத்துக் கிடந்த கடல் இப்போது என் நெஞ்சு மட்டத்திற்கு உயர்ந்து விட்டதாகத் தோன்றுவது தோற்றப் பிழையோ? மறுபடி கடலுக்குள் மீன்பாடிற்குப் போவதை நினைக்கும்போதே அச்சம் சூழ்ந்தது. எப்போதும் இல்லாத வகையில் நாயுருவிப் புற்களைப் போல அச்சம் என்னை எப்படி வந்து ஒட்டிக் கொண்டது?

காற்றிலாடும் அச்சத்தின் கிளையை இறுகப் பிடித்துக் கொண்டு தொங்கிய புனிதா, அதை என்னையறியாமல் எனக்குள்ளும் கடத்தி விதைத்துக் கொண்டிருந்தாள். இருசக்கர

வாகனத்தில் போவதற்கு என்னை அவள் அனுமதிக்கவே இல்லை. நெடுஞ்சாலைப் பயணங்களில் காரைக்கூட அறுபது கிலோமீட்டர் வேகத்துக்கு மேல் ஓட்டக் கூடாதெனக் கட்டளையிட்டாள். போகிற ஊரின் கிலோமீட்டர் தூரத்தை முன்பே கணக்கிட்டு, எங்கே இருக்கிறாய் எனக் கேட்டுக் கொண்டே இருப்பாள். வாயில் வந்த ஏதாவதொரு ஊரைச் சொன்னால், “அப்படியானால் நீ நூறு கிலோ மீட்டர் வேகத்தில் போகிறாய்” எனச் சொல்லி அழுது கொண்டே தொலைபேசி இணைப்பைத் துண்டிக்கிறவளாக இருந்தாள். உச்சகட்டமாக எங்காவது கிளம்பிப் போகும்போது, “அறுபது கிலோ மீட்டருக்கு மேலே போக மாட்டேன்னு என் தலையில அடிச்சு சத்தியம் பண்ணு” என்பாள்.

அடுத்த தெருவிற்குக் கேட்குமளவிற்குக் கத்திப் பேசும் இயல்புடைய நான் மெல்லிய சத்தத்திற்குப் பழக்கப்பட வேண்டியதாகப் போய்விட்டது. ஏதாவது குரல் உயர்த்திப் பேசத் துவங்கும்போதே, “காது வலிக்குது. கொஞ்சம் மெதுவா பேசு” என்பாள். அவள் சத்தங்களுக்கு அப்பாற்பட்ட, கருவறைக்குள் இருக்கிற மாதிரியான கதகதப்பான வளையத்திற்குள் வாழவே பிரியப்பட்டாள். எனக்கோ கடலலைகள் படகை உடைக்க முயல்வதை வேடிக்கை பார்க்க வேண்டும். அந்தரத்தில் உயர்ந்து பறந்து அலைகளின் நடுவே தொப்பென கீழே விழும் மோட்டார் படகின் மாலுமியாக பயணப்படவே உள்ளம் விரும்பியது. முலைக்காம்புகள் தரைதொட்டுத் தொங்கும் காட்டுப் பன்றி காத்திருந்து தோண்டிய சர்க்கரை வள்ளிக் கிழங்கைப் போல என்னை நினைத்துக் கொண்ட அவள், கட்டிலில் கிடக்கும் பொம்மையைப் போல என்னை இறுகப்பற்றியும் கொண்டாள். எந்நேரம் வேண்டுமானாலும் நான் செத்துப் போய்விடுவேன் என அவள் அதிகப்படியான அச்சத்தில் உழன்றாள். இறுக அவள் கட்டிக் கொண்டிருக்கும் போது, கதகதப்பாக இருந்தாலும் மூச்சு முட்டும் எனக்கு.

சாரல் மழைக்கு முந்தைய மேகமென என்னைச் சூழ்ந்த இம்மாற்றத்தை நண்பர்களும் அறிந்தேயிருந்தார்கள். “உன்

போக்கில ஒரு குறிப்பிட்ட காலத்தை வாழ்ந்து முடிச்சிட்டே. அவள் போக்கில கொஞ்சம் வாழ்ந்துதான் பாரேன். தப்பா என்ன சொல்லிட்டா” என நிர்மல் ஒருதடவை என்னைப் பார்க்க வைத்துக்கொண்டு குடித்தபோது சொன்னான். “எனக்கே இப்படியொரு ஆள் கிடைச்சா நல்லா இருக்கும்னுதான் தோணுதுடா. புரிஞ்சுக்கோ. எங்கங்கயோ தேடி கடைசீல இப்படி ஒருத்தங்க கிடைக்கலீயேன்னுதான் இந்த வட்டம் வந்து முடியும்” என மனதின் ஆழத்தில் இருந்து அவன் சொன்னபோது கொஞ்சம் பெருமிதமாகவும் இருந்தது.

அலையில் நீந்திக் கரை வந்த கடல் நண்டொன்று திரும்பவும் கடலுக்குள் போகத் தத்தளித்துக் கொண்டிருந்த போது புனிதா சொன்னது குறித்துச் சிந்தித்துப் பார்த்தேன். அப்பாகூட என்னை இந்தளவிற்கு ஆக்கிரமித்து நினைவில் துரத்தியது இல்லை. கடைசியாய் எப்போது என்னுடைய அப்பா குறித்துச் சிந்தித்தேன் என யோசித்துப் பார்த்தேன். அந்தளவிற்குத்தான் குடும்பத்தின் மீதான ஒட்டுதல்கள் இருந்தன. அதனாலேயே அவர்கள் என்னை எந்நேரம் வேண்டுமானாலும் பரதேசம் போகிறவனாகவே கற்பனை செய்து கொண்டார்கள். அச்சமின்மையும் அசோகனும் பிரிக்கவியலா புள்ளியாய் ஒன்றுகூடி என்னுள் அதுவரை ஓர் அடையாளக் குறியாய், யாரும் அறியாத மச்சம் போல இருந்ததை உணர்ந்தேன். இந்த ஒட்டுமொத்த குடும்பமும் அச்சம் என்கிற அரிவாள்மனையில் குறுக்கே போட்டு வெட்டும் வாழைக்காயைப் போலத்தான் என்னை நடத்தியிருக்கிறார்கள். முட்டிமோதி இயல்பாகப் பழத்தைக் கனியவிடாமல், அரிசிச் சாக்கிற்குள் போட்டு பழுக்க வைக்கிறவர்களாகவே இருந்தார்கள். சின்னஞ்சிறு தூக்கணாங்குருவியின் தலையில் ஒட்டுமொத்த பாரத்தையும் அச்சத்தையும் சுமத்தினார்கள்.

யாரையும் குற்றம் சொல்லும் நிலையிலும் நானப்போது இல்லை. எனக்கொரு படகு கிடைத்திருக்கிறது, ஆனால் அதைக் கடலில் ஓட்டிக்கொண்டு போகமுடியாது. நீச்சல் குளத்தில் ஓட்டி, நினைவில் கடலைக் கொண்டு வர வேண்டிய

நிர்பந்தமானாலும், அப்படகு எனக்குப் பிடிக்கவும் செய்திருந்தது. கடந்து வந்த இந்தக் குறுகிய காலங்களில் என் நினைவு தெரிந்து எதையெல்லாம் துள்ளத் துடிக்க உதறியிருக்கிறேன் எனச் சிந்தித்தேன். உலுக்கியெடுத்து தலையைத் தொங்கப் போடுகிற மாதிரி எதையுமே உதறியதில்லை. உலகில் ஏதாவது ஒன்றை மட்டுமே பற்றிக்கொள்ள வேண்டுமென்கிற நிலை வந்தால், யாரை பற்றிக்கொள்வேன். புனிதாவா? அசோகனா? இரண்டும் ஒன்றா? பைத்தியக்காரத்தனமான ஒப்பீடல்லவா இது?

செருப்புகளில் ஒட்டியிருந்த நீரூறிய கெட்டி மண்ணை, சத்தமிடத் தரையில் தட்டி அகற்றிக் கொண்டிருந்த போது, தெரியாத எண்ணில் இருந்து தொலைபேசி அழைப்பொன்று வந்தது. கட்டத்தில் அஷ்டம குரு என்பதைப் போல, ரயில்நிலையத்தின் எட்டாம் நடைமேடையில் அசோகன் எனக்காகக் காத்திருப்பதாகச் சொன்னான். உடனடியாகப் புனிதாவை அழைத்து, “அவனா வந்திருக்கான். ஒரு வாய்ப்புக் கொடுத்துப் பார்ப்போம். இல்லாட்டி பத்து நாள் வச்சிட்டு திருப்பி அனுப்பிர்றேன்” என்றதற்கு, “உன் விருப்பம். நான் அம்மாகூட கொஞ்சம் வெளியில வந்திருக்கேன்” எனச் சொல்லி விட்டு இணைப்பைத் துண்டித்தாள். எது உண்மை அதில்?

காலில் செருப்பில்லாமல், என்னைக் கண்டதும் ஓட்டமும் நடையுமாய் முன்னேறி ஓடிவந்தான் அசோகன். “உன் கால் ரெண்டும் வீங்கியிருந்ததா சொன்னாங்க. செருப்பை எங்கே” என்றதற்கு, “அது ஒரு பெரிய கதை மாப்பிள்ளை. ஆந்திரா பார்டர்ல நமக்கு ஒரு குருராயர் கிடைச்சிட்டாரு. ஒரு கட்டிங்க போட்டுட்டு சொல்றேன். பெரிய எடத்துச் சம்பந்தம் திகைஞ்சிருச்சாம்ல. ஹோட்டல் ஆரம்பிச்சிட்டீயாமே. இனிமே என்னால வேற எங்கயும் ஓட முடியாது மாப்பிள்ளை” என்றான் அசோகன். புனிதா அன்றைக்கு ஹோட்டல் பக்கமே எட்டிப் பார்க்கவில்லை. நிறைய முறை அழைத்தும் தொலைபேசியை எடுக்கவும் செய்யவில்லை. அசோகனை அழைத்துப் போய் துணிமணிகளும் செருப்பும் வாங்கிக் கொடுத்தேன். வெள்ளைச்

சட்டைகள் சிலவற்றை எடுத்துக் கொடுத்து, "இங்க நீ பக்கி பய மாதிரி சுத்தி மானத்தை வாங்கிராத. சம்பந்தங்காரங்க வந்து போற எடம். என் மரியாதையை தயவுசெய்து காப்பாத்து" என்றபோது முகத்தைச் சுழித்துக் குறுகுறுவென என்னையே பார்த்தான்.

வந்தவுடனேயே அசோகன் வேலையாட்களை மிரட்டியுருட்டிக் கொண்டிருந்தான். கறி வேக்காட்டைப் பார்க்கிறேனெனச் சொல்லித் தட்டில் அள்ளிப் போட்டுச் சாப்பிட்டான். இடையிடையே வெளியில் போய்விட்டு வந்து வாயைத் துடைத்துக் கொண்டு என்னைவிட்டுத் தள்ளியே நடந்தான். ஹோட்டல் வாயிலில் காரிலிருந்து மறுநாள் புனிதா இறங்கும் போது, வைத்த கண் வாங்காமல், அசோகன் பார்ப்பதைத் தூரத்திலிருந்து பார்த்தேன்.

அவன் கண்களில் பொறாமையுணர்வு மின்மினிப் பூச்சிகளின் சுவாச அணைப்பைப் போல மின்னி மறைவதைப் பார்த்தேன். ஏதோ அவன் ஹோட்டலினுள் வரவேற்பதைப் போல ஓடிச் சென்று, "உள்ளே வாம்மா மருமகளே" என்றான். அவள் எதுவும் எடுத்தெறிந்து பேசி விடுவாளோ என பயத்திலிருந்தேன். அவள் வேலையாட்களுக்கு உதிர்ப்பதைப் போல சிரிப்பை விசிறிவிட்டு என்னை நோக்கி வந்தபோது அவனும் பின்னாலேயே அறைநோக்கி வந்தான்.

"நீ அங்க இரு" என்றேன் முந்திக்கொண்டு அவனிடம். அசோகன் மிகையாகப் புனிதாவிடம் நடித்துக் கொண்டிருந்ததை நான் மட்டும் அறிந்திருந்தேன். ஒருகட்டத்தில் புனிதா அவனது நடிப்பை நம்பவும் துவங்கினாள். "நல்ல மனுஷனாத்தான் இருக்காரு. ஏன் உங்க குடும்பம் அவரை வில்லனைப் போல பாக்கறாங்க" என்றாள். வந்தவகையில் இலாபம் என்பதால் எதையும் நான் உடைத்துச் சொல்ல விரும்பவும் இல்லை. மூன்று நாட்களில் அவனுடைய வேலையை மெல்லத் துவங்கிவிட்டான். புனிதா சொல்லிய வேலைகளை மேற்கொள்ளும் ஆட்களை வேறு எதையாவது செய்யப் பணித்தான். "இது என்

மாப்பிள்ளையோட ஹோட்டலு தம்பி. பொண்ணுங்க என்ன இருந்தாலும் கொஞ்ச காலம் கழிச்சு புள்ளைகுட்டிங்கன்னு வந்திட்டா வீட்லதான இருக்கணும்" என ஆட்களிடம் வாயாட ஆரம்பித்தது என் காதுகளுக்கும் வந்து சேர்ந்தது. அடிக்கடி புனிதாவின் கிளிமூக்கு இது சம்பந்தமாகச் சிவக்கவும் செய்தது.

பணியாளர்கள் என்பதைத் தாண்டி அவனொரு கட்டத்தில் எனக்கும் புனிதாவிற்கும் இடையிலான கோட்டின் மீதும் கால்வைத்து நடக்கத் துவங்கினான். "மாப்பிள்ளை தெனமும் சுடுதண்ணீலதான் குளிக்கிறான். நரம்புத் தளர்ச்சி வந்திரப் போகுது" என அக்கறையாகச் சொல்வதைப் போலப் புனிதாவிடம் சொன்னபோது, "உங்க வேலையைப் பாருங்க. நான் சின்ன வயசில இருந்து சுடுதண்ணீலதான் குளிக்கிறேன். எனக்கொண்ணும் வரலையே" என முகத்திலடித்த மாதிரி சொல்லிவிட்டதாகச் சொன்னாள். புனிதா சிவப்பிறைச்சிகளை என் கண்முன்னால் காட்டவே மாட்டாள். "நல்லா சாப்பிடற வயசில மாப்பிள்ளை பருப்பு பயிறுன்னு கண்டதைக் கொறிச்சுக்கிட்டு இருக்கானே. நீ சொல்லித்தான் செய்றானா? அவனால ரெம்ப நாளைக்கெல்லாம் அடிமை சேவகம் பண்ண முடியாது. அடியாழத்தில அவன் வேறொரு ஆள்" என்றிருக்கிறான். அவளிடமிருந்து என்னைத் தட்டிப் பறிக்க முயல்கிறானெனப் புரிந்து கொண்டு விட்டாள் புனிதா.

அந்தமுறை எனக்கே நிறைய வேலைகள் இருந்ததாலும், அவனது கதைகள் மீதான ஆர்வம் அற்றுப் போயிருந்ததாலும் அவனை விலக்கியே நடந்ததை அசோகன் கூர்மையாகக் கவனித்துக் கொண்டிருந்தான். ஹோட்டலின் நிர்வாகம் துவங்கி என்மீதான ஆதிக்கம் வரை புனிதாவின் கையெங்கும் ஓங்கியிருப்பதையும் அவன் நோக்கத் தவறவில்லை. இரண்டுமூன்று முறை அவன் குடியை ஊற்றிக் கொடுத்தபோது, மறுத்ததையும் அவன் மதிப்புக் குறைவாகவும் எடுத்துக்கொண்டான். புனிதா அடிக்கடி வந்து போகிற வீடென்பதால், அவனை ஹோட்டலிலேயே தங்கிக்கொள்ளச் சொன்னபோது, "நாலைஞ்சு நாள்ள நான் கிளம்பிருவேன் மாப்பிள்ளை. வேலைக்காரங்ககூட இப்ப

போய்த் தங்கினா நல்லா இருக்காது. வெள்ளைச் சட்டை போட்டு சுத்தவும் செஞ்சிட்டேன்" என்றான். அவனிருப்பதால் புனிதா வீட்டின் படியேறாததால் என்னுடல் நமநமக்கவும் செய்தது.

குடியின் உச்சத்தில் வலுக்கட்டாயமாக என் கால்களை இழுத்து வைத்து அழுத்தியபடி, "என்ன மாப்பிள்ளை ஏணி வந்ததும் எட்டி உதைக்கலாம்னு பாத்தியா" என்றான். தலையைத் தூக்கிப் பார்த்த நான், "எல்லாருக்கும் ஒரு எல்லை இருக்கு. என் எல்லையில நீ இருக்கற வரைக்கும் பிரச்சினை இல்லை. அவளோட எல்லைக்குப் போகாம இருந்தீன்னா காலம் பூரா பிரச்சினை இல்லை" என்றேன். "யார் பொருளுக்கு யார் சொந்தம் கொண்டாடறது. நான் சொல்ற கதையைக் கேப்பீயா மாட்டீயா" என்றான் உடனடியாக. "சும்மா எரிச்சலைக் கௌப்பாம போய் படு" என்று சொல்லிவிட்டு எழுந்து என்னுடைய அறைக்குள் போய்க் கதவைச் சாத்தினேன். மிகைபோதையில் வெளியிலிருந்து தட்டிக்கொண்டே இருந்தான்.

எரிச்சலாகி கதவைத் திறந்து வெளியே வந்து, "என்னதான் உன் பிரச்சினை. சொல்லித் தொலை" என்றேன். தரைமுழுக்க பரோட்டாவை சால்னாவுடன் பரப்பி விசிறியெறிந்திருந்தான். மொசைக் தரையில் அது மலக்கிடங்கில் சிதறிக் கிடப்பதைப் போலப் பரவியிருந்தது. "நான் பார்க்காத பொருளா மாப்பிள்ளை. பொருளு லூஸாயிடுச்சுன்னு வை. இன்னொரு டைட்டான பொருள நோக்கி ஓடுவோம். பொருளு உன் கண்ணை மறைக்குது இப்ப. ஒருநா சித்தம் அடங்குனபெறகு மாமன நீ தேடுவ. அது என்ன பெரிய பொல்லா பொருளு. கார்ல இருந்து எறங்குனா பத்து இஞ்ச் இருந்திரப் போகுதா" என அவன் சொல்லிக் கொண்டிருந்த போது, நெஞ்சில் மிதிக்கக் காலை ஓங்கினேன்.

"மிதி மாப்பிள்ளை மிதி. எம் மாமியாக்காரிட்ட நான் மாட்டிக்கிட்ட மாதிரி நீ மாட்டிக்கிட்ட பாத்துக்க. இன்னைக்குக் கொஞ்சுவாளுக. அப்புறம் காலம்பூரா நீ அடிமை வாழ்க்கையத்தான் வாழப் போற. சிங்கம் மாதிரி இருந்தவனை

செதைச்சு நாய் மாதிரி கூனிக் குறுக வச்சுட்டாளே. மாமனைப் பாத்தியா இந்த வயசிலயும் சிங்கம் மாதிரி சுத்தறேன். கண்ணுக்கு முன்னாடி நெனைச்ச பொம்பளைய கற்பனையா சித்திரம் மாதிரி கொண்டு வர முடிஞ்சிருச்சுன்னா நேரா பொம்பளையே தேவையில்லை மாப்பிள்ளை. கைக்கும் வாய்க்கும்னு கைமுட்டி அடிச்சிட்டுப் போய்கிட்டே இருக்கலாம். அந்த சொகமும் அடங்கிருச்சுன்னா பொம்பளைங்கறது நம்ம கூட இருக்கற தொயரம்தான். முடியாத காலத்தில காலுக்கு அடீல படுத்து கெடக்கற நாயும் பொம்பளையும் ஒண்ணுதான். இருக்கும் அவ்வளவுதான்" என அவன் உளறிக் கொண்டிருந்ததைக் கேட்கப் பிடிக்காமல் கதவைச் சாத்தி உள்ளே போனேன்.

மறுநாள் காலை எதுவுமே நடக்காத மாதிரி காரில் ஏறியமர்ந்து ஹோட்டலுக்குக் கிளம்பி வந்தான். வரும்வழியில் அவனாக ஏதாவது பேசுவானென எதிர்பார்த்தேன். என் வாயால் அவனைக் கிளம்பிப் போகச் சொல்லிவிடக்கூடாது என்பதிலும் உறுதியாக இருந்தேன். ஹோட்டலில் உள்ள பணியாளர்கள் சிலரிடம்கூட அவன் இப்படி அக்குருவமாகப் பேசுவது தெரிந்தது. தூரத்து உறவினர் ஒருத்தர் எனக்குத் தொலைபேசி செய்து, "என்னப்பா ஏதோ ரெண்டு பிள்ளைகளோட விதவையான பொம்பளை ஒருத்தியை கல்யாணம் பண்ணப் போறீயாமே" என்றார் அக்கறையாக விசாரிப்பதைப் போல. "யார் சொன்னது" என்றதற்கு, "உண்மைன்னா அது காத்தில அடிச்சிக்கிட்டு வரத்தானப்பா செய்யும். படிச்ச பிள்ளை ஏதோ பக்குவமா பாத்துச் செய்யு. குடும்ப கௌரவம்னு ஒண்ணு இருக்கும்ல" என்றார்.

அவளை எதிர்கொள்கிற சமயங்களில் அவன் பவ்யமாகக் கூனிக் குறுகுவதைப் போல நடித்தான். இவன் இப்படியெல்லாம் பேசினான் என்று எப்படி புனிதாவிடம் போய்ச் சொல்வது? அதேவேளையில் அவன் என் மீது கொட்டுகிற அன்பில் துளியளவு கறையைக்கூடப் பார்க்கவும் முடியவில்லை. ஆங்காரத்தில் அவ்வப்போது இப்படியெல்லாம் பேசக்கூடிய ஆள்தான் அவன் என்பதால், மனதில் எதையும் வைத்துக் கொள்ள மாட்டான்

என்கிற நம்பிக்கையை எனக்குள் உருவாக்கினேன். அவனாகக் கிளம்பிப் போகிற மாதிரியான சமிக்ஞைகளும் தெரியவும் இல்லை. அசோகன் வந்த பிறகு புனிதா அடிக்கடி என் கண்களை உற்றுப் பார்த்தாள். அது மங்கலாக மஞ்சள் பூத்துத் தெரிகிறதென்றால் குடித்திருக்கிறேனென்று அர்த்தம். குடிக்கிற சமயங்களில் புனிதாவை ஒட்டுமொத்த பெண்ணினத்தின் பிரதிநிதியாய் முன்னிறுத்தி மிக மோசமாக என்னிடம் பேசத் துவங்கினான் அசோகன்.

அதை வாகாய்த் தவிர்த்த நான், வெகு சீக்கிரம் அசோகனின் வன்மத்திலிருந்து புனிதாவை மீட்டெடுத்து விடவேண்டுமென எண்ணத் துவங்கினேன். சொல்லடியும் கண்ணடியும் படவே கூடாதென ஆச்சி ஒருத்தி சின்னவயதில் என்னிடம் சொல்வாள். அன்றைக்கு நானும் புனிதாவும் வேறொரு இடத்திற்குப் போய்விட்டு, மதியம் போல ஹோட்டலுக்குள் நுழைந்தபோது, பணியாளர்கள் பரபரப்பாக நின்று கொண்டிருந்தார்கள். கடைக் கல்லாவில் ஐயாயிரம் ரூபாயைக் காணவில்லை. என்னை நிமிர்ந்து பார்த்த புனிதாவிடம், “இல்லை அவன் செலவுக்குத் தனியா தெனமும் முன்னூத்தம்பது ரூபாய் தந்திடறேன்” என்றாலும், அசோகன் வேலையாகக்கூட இருக்கலாமோ என மனம் எண்ணமொன்றைத் தூக்கி முன்னே போட்டது.

அடுத்த நாள் எனக்கொரு வியாபாரச் சந்திப்பு இருந்ததால் புனிதாவை ஹோட்டலில் இருத்திவிட்டுக் கிளம்பிப் போனேன். போவதற்கு முன்பு அசோகனை நோட்டம் விட்டபோது, டெலிவரி கொடுக்கப் போகும் வண்டிகளைக் கழற்றிப் போட்டு சரி பண்ணுகிற கைவேலைகளைச் செய்து கொண்டிருந்தான். இன்ஜினுக்கு பெட்ரோலை எடுத்துப் போகிற பைப் ஒன்றைக் கழற்றி சங்கூதுவதைப் போல உப்பிக்கொண்டு ஊதினான். என்னைப் பார்த்துச் சிரித்து, “பத்திரமா போயிட்டு வா மாப்பிள்ளை. ஒருநா உன் காரையும் பாப்பா காரையும் பிரிச்சு போட்டு சரி பண்ணித் தர்றேன்” என்றபோது எனக்கும் சிரிப்பு வந்து விட்டது. என்னவிதமான கோமாளி இவன்?

நான் திரும்பி வந்த போது, மயான அமைதியில் இருந்தது ஹோட்டல். புனிதாவைத் தேடினால், அவள் கிளம்பிப் போய்விட்டதாகச் சொன்னார்கள். விபரீதமாக ஏதோ நடந்திருக்கிறது என்பது மட்டும் உறைத்தது. துணை மேலாளர் பொறுப்பில் இருந்தவனை அழைத்துக் கேட்டபோது அவன் சொல்லத் தயங்கி, தொடையில் மெல்லமாய் விரல்களால் தட்டியபடி நின்றான். சமையலறைக்குள் நுழைந்து பார்த்த போது, சமைத்த பொருட்கள் யாவும் கீழே சிதறிக் கிடந்தன. சமையலறைக்கும் கழிவறைக்கும் செல்கிற மூன்றடி அகலப் பாதையில், இடுப்பு பேன்ட் இறங்கிச் சரிந்து கிடந்த நிலையில் அசோகன் முனகியபடி குப்புறப் படுத்திருந்தான். அவன் வாயிலிருந்து எச்சில் கோழை தரையில் ஒழுகிக் கொண்டிருந்தது. தரையிலிலேயே சிறுநீரும் கழித்திருந்தான்.

கடைப் பையன் ஒருத்தன் விவரமாக நடந்ததைச் சொன்னான். “அந்தக்கா கிச்சன்ல நின்னுக்கிட்டு இருந்தாங்க. இவரு குடிபோதையில உள்ள வந்து கறியை எடுத்து தட்டில போட்டப்ப, அந்தக்கா ஏன் இப்படிப் பண்றீங்கன்னு கேட்டாங்க. அதுக்கு இவர் அசிங்கமா திட்டிட்டு சட்டியெல்லாத்தையும் தூக்கிக் கவுத்திட்டாரு” என்று சொல்லி நிறுத்தினான். “என்னன்னு கரெக்டா சொல்லு” என அவனது தோளைப் பிடித்து உலுக்கினேன். ”பச்சை தேவிடியாங்கதான் இப்படி க்ளப் கடை ஏவாரத்தில வந்து நிப்பாங்க. ஆயிரம் பொம்பளைகள பாத்தவன் நான் கரெக்டா அது எனக்கு தெரியும். உம்மூஞ்சில அது தெளிவா எழுதி ஒட்டிருக்குன்னார்” என்றான்.

கோபம் தலைக்கேறி அவனை ஆட்களின் உதவியோடு குண்டுகட்டாகத் தூக்கிக் காரின் பின்னிருக்கையில் கிடத்தி, ரயில் நிலையத்தில் கொண்டுபோய் போட்டுவிட்டு வரலாம் எனக் கிளம்பிப் போனேன். பாதி போதை தெளிந்து தட்டுத் தடுமாறி எழுந்தமர்ந்த அவன், “சாப்பிட்டீயா மாப்பிள்ளை. ரெம்ப நேரமா உன்னை ஆளே காணலீயே” என்றான் அப்பாவியாய். உண்மையான அன்போடுதான் அதைக் கேட்டான் என்பது எனக்கு நன்றாகத் தெரியும்தானே?

இரயில் நிலையத்தில் வண்டியை நிறுத்தி அவனை இறங்கச் சொன்னேன்.

செருப்பில்லாமல்தான் அவனை அங்கிருந்து தூக்கிப் போட்டுக் கொண்டு வந்திருந்தேன். வெறுங்காலோடுதான் அவன் பயணத்தை இனித் துவங்கவும் போகிறான். அசோகனின் சிறப்பம்சம் என்னவெனில், மற்றவர்களைப் போல அல்லாமல், போதையில் என்ன பேசினாலும் அது அவனுக்குத் துல்லியமாக நினைவில் இருக்கும். வேண்டுமென்றேதான் எதையும் போதையில் செய்வான் என்பதைச் சின்ன வயதில் இருந்தே தெரிந்தும் வைத்திருக்கிறேன். மற்றவர்களிடம் எப்படியோ, ஆனால் என்னை ஒருபோதும் இந்த விஷயத்தில் ஏமாற்றமுடியாது என்பது அவனுக்கும் தெரியும்.

போதை முற்றிலும் இறங்கி நிதானத்திற்கு வந்திருந்த அசோகன் நடந்து அங்கிருந்த திண்டில் அமர்ந்தான். "அதான் காசு நெறைய வச்சுருக்கீயே. எனக்குத் தெரியாதா. கிளம்பிப் போ. எப்பயாச்சும் எனக்குத் தோணுச்சுன்னா உன்னை வந்து பாக்கறேன்" என்றபோது, "என்ன மாப்பிள்ளை திருட்டுப் பட்டம் கட்டி அனுப்பப் பாக்கிறீயா" என்றான். பையிலிருந்து கொஞ்சம் பணத்தை எடுத்து அவனிடம் கொடுத்த போது வாங்கிய அவன் வானத்தை அண்ணாந்து பார்த்து விசும்பத் துவங்கினான். கடைசி கொழுகயிற்றையும் விட்டுவிட்டதாக அந்தச் சமயத்தில் அவன் நினைத்திருக்கக்கூடும். அவனுடைய பையிலிருந்த துண்டை எடுத்து முகத்தை அழுத்தமாகத் துடைத்துவிட்டு, "உன் கையால எனக்கு ஒரு சுக்கா வாங்கித் தாயேன் மாப்பிள்ளை. சாப்பிடணும் போல இருக்கு" என்ற போது எனக்குக் குமட்டிக் கொண்டு வந்தது.

மனிதனா அல்லது மிருகமா இவன்? எந்த நேரத்தில் எது தோன்றுகிறது இவனுக்கு? ஆனாலும் நான் கேட்ட போதெல்லாம் வெண்ணை ரொட்டி வாங்கித் தந்தவன் என்கிற நன்றிப் பெருக்கு எனக்குள் அச்சூழலிலும் எட்டிப் பார்த்தது. சாலையைத் தாண்டிப்போய் அதை வாங்கிக் கொண்டு வந்து

கொடுத்தேன். கர்சீப்பை எடுத்து விரித்துவிட்டு, சுடச் சுட இருந்த அந்தப் பொட்டலத்தை மடியில் விரித்து அதில் கைவைத்த போது, “அவளை என்ன சொல்லி வஞ்ச” என்றேன். சுக்காவில் இருந்து கையை எடுக்காமல் தலையை முன்னோக்கி சற்றுக் குனிந்து புருவங்கள் இரண்டையும் மேல்நோக்கி உயர்த்தி என் கண்களை ஊடுருவிப் பார்த்து, “பச்சைக் கிளி மாதிரி இருக்கேம்மான்னு சொன்னேன். ஏன் அது உண்மைதானே” என்றான். என் வாழ்நாளில் முதன்முறையாக ஓங்கி அவன் கன்னத்தில் அறைந்துவிட்டுத் திரும்பிப் பார்க்காமல் நடந்தேன். தரையில் சிதறினாலும் கறித் துண்டுகளை ஒன்றுவிடாமல் பொறுக்கித் தின்றுவிடுவான் என்பதும் எனக்குத் தெரியும்.

அத்தியாயம் 26

பெருச்சாளி நிச்சயம் தோண்டித் துருவிக் கறித் துண்டுகளை நடுவீட்டில் இறைத்துவிடும் என்பது தெரிந்தும், அந்தப் பொந்திற்குள் வலுக்கட்டாயமாக அவனை நுழைத்தது சம்பந்தமான குற்றவுணர்வில் அவ்வப்போது தத்தளித்துக் கொண்டிருந்தேன். அசோகனை ரயில் நிலையத்தில் இறக்கித் தள்ளிவிட்டு வந்த அன்றைக்கு, புனிதா அழுத அழுகைக்கு அளவேயில்லை. இதுவரை அவளது வாழ்நாளில் கேட்டேயிராத அவதூறான வார்த்தைகளுக்காக ஆண்டாண்டு காலம் தேக்கி வைத்த கண்ணீரைச் சிற்றருவியைப் போல வாரியிறைத்தாள். "நெஜமா எனக்காக அவரைக் கன்னத்தில அடிச்சீயா" என அடிக்கடி கேட்டுக் கொண்டிருந்தாள். "தயவுசெய்து யாரிடமும் இதைப் பற்றி சொல்லிவிடாதே" என அவளிடம் கேட்டுக் கொண்டேன்.

அசோகன் இணைப்பில் வரவேயில்லை என்பது சிலசமயங்களில் உறைத்தாலும், அப்புறம் மனமொட்டி அதைக் கடந்து போகவும் துவங்கியிருந்தேன். அம்மாகூட சிலசமயங்களில், "என்ன அவனோட சத்தத்தையே காணோம். எங்கயாச்சும் போய்த் தொலைஞ்சிருப்பான்" எனச் சொல்வாள். எல்லோருக்குமே

அவன் கடையில் செய்த காரியங்கள் தெரிந்திருந்தன. கையாடல் குறித்து ஆளுக்கொரு தொகையை மனம் போன போக்கில் ஏற்றிச் சொல்லிக் கொண்டிருந்தார்கள். ஊரில் சில பேர் "பீரோவுக்குள்ள வச்சிருந்த பத்து பவுன் சங்கிலியைத் தூக்கிட்டு ஓடிட்டானாம். வேலீல போற ஓணான எடுத்து வேட்டிக்குள்ள விட்டா அது சக்கரைய பூச்சின்னு நெனைச்சு நாக்கால நக்கத்தான் செய்யும்" என்றெல்லாம் கதை பரப்பிக் கொண்டிருப்பதாக எனக்கும் செய்தி வந்தது. புனிதாவின் ஆளுகைக்குள் முற்றிலும் அடங்கியொடுங்கி, எதிர்ப்பேச்சில்லாமல் வாழப் பழகியிருந்தேன். இதுவரை சுவைத்திராத அனுபவமாக அது இருந்தாலும், மூளைக்குள் கருவண்டொன்று பழைய சுவைமொட்டுகளை அவ்வப்போது கடித்துக் கொண்டுமிருந்தது.

இறுக்கிப் பிடித்து மூச்சையடக்குகிற தவக்காலம் மாதிரி இருந்தது வாழ்க்கை. "ஜாதகத்தில இன்னமும் வியாழ நோக்கம் கூடி வரலை. வந்ததும் செஞ்சிருவோம். ஆக்கப் பொறுத்தவங்க ஆறப் பொறுக்கமாட்டோமா" எனத் திருமணத்தைத் தள்ளி வைக்கும் முடிவிற்கு வந்து சேர்ந்திருந்தார்கள். புனிதாவிற்குமே அவளுடைய அம்மாவிடம் பேசுவதற்கான தைரியத்தைத் திரட்டக் காலம் தேவையாகயிருந்தது. ஹோட்டலின் இரண்டாவது கிளை துவங்குவதற்கான காலமும் இனிப்பான சிறுபூவன் பழத்தைப் போலக் கனிந்தும் வந்தது.

திடீரென ஒருநாள் தெரியாத தரைவழி இணைப்பிலிருந்து தொலைபேசி அழைப்பொன்று வந்தது. எடுத்துக் காதில் வைத்து அமைதியாக இருந்தபோது, அந்தப் பக்கம் மூச்சை நன்றாக இழுத்து விடுகிற சத்தம் கேட்டது. "வாலைத்தேவி பேய்க் கோலம் பூண்டு பிசாசா உன்னோட இருக்கா. உன்னைப் பிடிச்ச காமரூபிணியா இருக்கா. ரத்தம் குடிக்காம அடங்க மாட்டா அவ. நஞ்சை உனக்கு ஊட்டி விடறவளா இருக்கா. அவளைச் சாந்தமாக்கணும்னா குடும்பத்தோட என் கால்ல விழுந்து மன்னிப்புக் கேளு. சாந்த சொரூபியா ஆத்தாள்வாலையா அவளை மாத்திக் கொடுக்கிறேன்" எனக் கணீர்க் குரலில்

சொல்லிவிட்டுத் தொலைபேசி இணைப்பைத் துண்டித்தான் அசோகன். தொலைபேசியை வைத்துவிட்டு அரைமணி நேரம் தனியாக அமர்ந்து அவன் என்ன சொல்ல வருகிறானென யோசித்துப் பார்த்தும் பிடி கிடைக்கவில்லை.

இந்த மாதிரியாகப் பூடகமாகப் பேசுகிற ஆளில்லை அவன். எதைச் சொல்லவருகிறான் என்பதை முழுக்கவும் அறியமுடியாமல் தவித்த நான், புனிதா உட்பட வேறு யாரிடமும் அதுகுறித்துச் சொல்லாமலும் தவிர்த்தேன். அசோகன் என் உள்ளத்திற்குள் புகுந்து ஏதோ சித்து விளையாட்டு ஆட முயல்கிறான் என்கிற முடிவிற்கு வந்து சேர்ந்தேன். சிலசமயம் இரவுகளில் அவன் சொன்னது நினைவிற்கு வரும். கனவிலொரு நாள் கோரைப் பற்களோடு புனிதா வந்தபோது, எழுந்தமர்ந்து தண்ணீர் குடித்துவிட்டுச் சிரித்துக் கொண்டேன்.

மறுநாள் அவள் என்னைப் பார்க்க வந்தபோது அழகிய மாதுளம் முத்துப் பற்களைக் காட்டிச் சிரித்தபோது, சத்தமிட்டுச் சிரித்தேன். “எதற்காக இப்படிச் சிரிக்கிறாய்” என்றவளிடம், “இல்லை பேய்ப்படம் ஒண்ணு பாத்திட்டு தூங்கினேன். நீ கோரைப் பல்லோட வந்த மாதிரி கனவு வந்திச்சு” என்றேன். “அப்ப நான் உனக்குப் பேயா. மீனாட்சின்னுல்லாம் கதைதான் விட்டியா” என்றாள். “எப்பவும் நீ எனக்கு மீனாட்சிதான்” என்று சொல்லி அவளை இறுக்கியணைத்து உதட்டில் முத்தமிட்டேன். என் கீழுதட்டைக் கடித்து விட்டு, “ஆமா பேயா மாறி உன் உடம்பெல்லாம் கடிச்சுப் புண்ணாக்கப் போறேன்” என்றாள். வெறும்வாயில் முழம் போடுகிறவனே அசோகன் என்ற போதிலும், அவனது தீவினையின் பார்வை ஒருபோதும் புனிதாவின் மேல் பட்டுவிடக்கூடாதென்கிற பதைபதைப்பும் அந்நேரத்தில் எழுந்தது.

தீட்டு, செய்வினைகள் குறித்தெல்லாம் சின்னவயதிலிருந்தே தாய்ப்பாலைப் போல ஊற்றி வளர்த்ததால், அதன்மீது ஆணித்தரமான தீவிர நம்பிக்கை இல்லாவிட்டாலும், இருந்தால் என்ன செய்வது என்கிற மடத்தனமும் என்னிடமுண்டு. அதிகப்படியான வேண்டுதல்களை நெல்லி மூட்டையைப்

போலக் கட்டிக்கொண்டு அப்பயத்தைக் கடப்பேன். மூட்டை சிதறிவிட்டால் என் அடியாழம் ஆட்டமும் கண்டுவிடும். என் வீட்டைத் தவிர்த்து, புனிதாவின் பொருட்டு நானுமேகூட தனிப்பட்ட முறையில் நிறைய நேர்த்திகளை மிச்சம் வைத்திருந்தேன். சில நேரங்களில் இதென்ன முட்டாள்த்தனமான சிந்தனை என்று தோன்றினாலும், அதிலிருந்து என்னால் தப்பவியலவில்லை.

சித்தி மதிய நேரமொன்றில் அழைத்து சுகுணாவை மருத்துவமனையில் சேர்த்திருப்பதாகச் சொன்னாள். ”மாசமா இருக்கறதால ஹோட்டல் திறப்பு விழாவுக்கு வரமுடியலைன்னு சொன்னாங்கள்ல அந்தப் பொண்ணா. உங்க சித்தி பொண்ணுதான அது” என்றாள் புனிதா. “இல்லை. வெளியில் அப்படிச் சொல்வார்கள். அது அசோகனின் பெண்” என்றேன். “ஏன் இதுவரைக்கும் என்ட்ட அதைச் சொல்லலை. நான் வேறு ஆளா” என வழக்கம் போலக் கோபித்துக் கொண்டாள். “அசோகன் சம்பந்தமாக இதுவரை உன்னிடம் பேச ஏதோவொரு தயக்கம்” என்று சொல்லிவிட்டு அந்தக் கதையைச் சொன்னேன் அவளிடம்.

அசோகனின் மூத்த பெண்ணான சுகுணாவை, சித்தி எடுத்து வளர்த்தாள். சித்தியின் வீட்டுப் படியேறி வந்த சுமதி, “என்னால சமாளிக்க முடியலை. ஒரு பிள்ளைய படிக்க வச்சு மேலேத்திக் கொடுத்தீங்கன்னா புண்ணியமா போகும்” எனச் சொல்லி சுகுணாவிற்கு எட்டு வயது ஆனபோது ஒப்படைத்தாள். சித்திக்கு ஏற்கனவே இரண்டு பிள்ளைகள் இருந்தாலும், மடிப்பிச்சை கேட்டு வந்ததால் யாரிடமும் அனுமதி கேட்காமலேயே ஒத்துக் கொண்டாள். “முறைப்பயன் இருக்கற வீட்டுல ஒப்படைச்சா நல்லா வராது” எனச் சொல்லி எங்கள் வீட்டில் கேட்க அவர்கள் யோசிக்கவே இல்லை. ஆனால் நான் தங்கை என்கிற ஸ்தானத்தைத் தாண்டி வேறு மாதிரி சிந்தித்ததே இல்லை அவள்குறித்து. அசோகனே ஒருதடவை, “எனக்கு நீ பிள்ளைன்னா. அவள்க உன் தங்கச்சிகதானே மாப்பிள்ளை” என்றான்.

சித்தி வீட்டிற்குப் போகும் போதெல்லாம் அந்தச் சின்னப் பெண்ணைப் பார்த்திருக்கிறேன். பனிரெண்டுக்கு மேலே சித்தி அவளைப் படிக்கவும் வைக்கவில்லை. எந்நேரமும் ஏதாவது வேலை செய்து கொண்டேயிருப்பாள். அசோகனைப் போலவே நெற்றியில் இருந்த காயமொன்றைக் காட்டி வினவியபோது, "அத்தை பூரிக் கட்டையால அடிச்சிருச்சுண்ணே" என்றாள். செலவுக்கு வைத்துக் கொள்ளச் சொல்லி பணம் கொடுத்த போது, அதை வாங்க மறுத்து விட்டாள். இன்னொரு தடவை போனபோது, அவள் எங்கேயென சித்தியிடம் கேட்கையில், "லீவு விட்டிருக்காங்கள்ல அதான் நேரம் போகலைன்னு பக்கத்து புளிக் கொட்டகைக்கு போயிருக்கா" என்றாள்.

வரிசையாய் பெண்கள் ஆஸ்பெட்டாஸ் வேய்ந்த கூரைக்கு அடியில் அமர்ந்து ரத்தப்புளி தட்டிக் கொண்டிருந்தார்கள். நீளவாக்கிலான புளியை எடுத்து அதன் நாரைத் தனியாக ஒதுக்கி ஒரு கல்லில் வைத்து புளியங்கொட்டைத் தனியாகத் தெறித்து விழும்படி சுத்தியலால் அடித்துக் கொண்டிருந்தார்கள். சாம்பாருக்கும் புளிக்குழம்பிற்கும் போடுகிற அதை அன்றைக்கு வேறுமாதிரியாகப் பார்த்தேன். உப்புப் போட்டுத் தின்றும் சொரணை வராத ஒரு சொறிநாயின் பிள்ளை, உப்பிற்கு நிகரான புளியைச் சோற்றுக்காகத் தட்டிக் கொண்டிருந்தாள். அசோகன் அந்நேரம் என் கையில் கிடைத்திருந்தால், அடித்துத் துவைத்து விடுகிறளவிற்குக் கோபம் முட்டிக் கொண்டு வந்தது. என்ன தலையெழுத்து இவளுக்கு? பேசாமல் என்னுடைய வீட்டிற்கு அழைத்துப் போய்விடலாம் என்றுகூடத் தோன்றியது. சின்னவயதில் அவள் பொம்மை மாதிரி இருப்பாள். நானே பலதடவை அவளை மடியில் கிடத்திக் கன்னத்தைக் கடித்து வைத்திருக்கிறேன்.

பெரிய மனுஷி மாதிரி இடுப்பில் சொருகியிருந்த பாவாடையை கீழே இழுத்துவிட்டு, தாவணியைச் சரிசெய்தபடி, "சர்பத் வாங்கிட்டு வர்றேன். குடிக்கிறீயாண்ணே" என்று கறுத்துச் சிறுத்துப் போயிருந்த முகத்தில் வெண்பற்களைக் காட்டிச் சிரித்தபடி கேட்டபோது என் கண்கள் கலங்கின. வீட்டுக்கு

வந்தபிறகு, “சுகுணாவை எங்கள் வீட்டிற்கு கூப்டு போகலாமா?” என்றதற்கு, “ஏன் கூப்டு போயி வயித்துல எதையாச்சும் சுமக்க வச்சு அனுப்பறதுக்கா. என்ன இருந்தாலும் அவன் அப்பன் புத்தி உனக்கும் இருக்கும்ல” என்றாள் சித்தி மூர்க்கமாக.

அதற்கடுத்துச் சில ஆண்டுகள் சித்தியுடனான பேச்சு வார்த்தையை இச்சுடுசொல்லின் காரணமாக நிறுத்திவிட்டேன். பிறகு, “வயசுக்கோளாறுல ஏதாச்சும் நடந்திரக்கூடாதுன்னு ஒரு எச்சரிக்கைல சொன்னேன். என் மவன்ட்ட கூட சுதந்திரமா பேசக்கூட முடியாத வாழ்க்கை என்ன வாழ்க்கை” என ஒப்பாரி வைத்ததால், பட்டும் படாமலும் மட்டும் பேசிக் கொண்டாலும், அவளுடைய துர்வார்த்தை புளியங்கொட்டையை நசுக்குகிற சுத்தியலைப் போல எனக்குள் ஆழமாக அடிகொடுத்து ஊடுருவியிருந்தது.

அதற்கடுத்து சித்தி வீட்டுப் பக்கமே தலைவைக்கவில்லை. “செத்தா கோடித் துணி எடுத்துப் போடவாவது வருவீயாலே” என்றாள். “அவ குணம்தான் எல்லாருக்கும் தெரியும்ல. இதை எதுக்கு பெரிசு பண்ணிக்கிட்டு. நாளைப் பின்னே அசோகனே எம்பிள்ளை கையைப் பிடிச்சு உன் மவன் இழுத்தான்னு வந்து நின்னாலும் நிப்பான்” என்றாள் அம்மா. எல்லோரும் கைவிட்ட நிலையில் சித்தி, கூலோ குறையோ என்கிற மாதிரி எடுத்து வளர்த்த வகையில் அவள்மீது எனக்குக் கொஞ்சம் மரியாதையும் இருந்தது.

ஐந்து பவுனும் பத்தாயிரம் ரொக்கமும் கொடுத்து சுகுணாவை பரோட்டோ கடை வைத்திருந்த ஒருத்தருக்குக் கட்டிக் கொடுத்தார்கள். யாரையும் வரவேண்டாம் எனச் சொல்லி விட்டு கௌமாரியம்மன் கோவிலில் வைத்து எளிமையாகத் திருமணத்தை முடித்துவிட்டாள் சித்தி. அப்பா எங்கே போய்த் தொலைந்தான் எனத் தெரியாமல் வாக்கப்பட்டுப் போனாள் சுகுணா. சித்தி அதோடு சுகுணா குறித்த அக்கறைகளையும் தலைமுழுகினாள்.

போனயிடத்தில் இதுவே இளக்காரமாகப் போய்விட்டது.

அங்கே போயும் அடிமை போஜனம்தான் வாய்த்தது அவளுக்கு. நாள் முழுவதும் அமர்ந்து பரோட்டாவிற்கு மாவு பிசைந்து கொண்டிருந்தாள் சுகுணா. என்றாவது போய் அவளுக்குக் கொஞ்சம் பணம் கொடுக்க வேண்டுமென நினைத்தும், நேரம் அமைந்து வராமல் தட்டிப் போய்க் கொண்டிருந்தது. அவளது பிள்ளையை என் மடியில் அமரவைத்து மொட்டை போட்டு, சித்தியின் முகத்தில் ஊமத்தங்காய் சேர்த்து அரைத்த மையைப் பூச வேண்டும் என்றுகூட யோசித்திருக்கிறேன். "நாம வேணா அந்தக் குழந்தைக்கு வாழ்நாள் முழுக்க ஆகிற எல்லா செலவையும் ஏத்துக்கலாம்" என்றாள் புனிதா. எல்லோர்மீதும் இறங்கிப் போய்ப் பாசம் காட்டுகிற இவளை என்ன பெயர் சொல்லி அழைக்க?

அப்பாவிற்குத் தொலைபேசி செய்து என்ன நடந்தது எனக் கேட்டபோது, "அசோகன் அங்க போயிருப்பான் போல. அவனுக்கும் மருமகனுக்கும் கைகலப்பு வந்திருச்சாம். அப்பறம் நடந்த சண்டைல அந்தப் பொண்ணு ரோக்கர் அடிச்சிருச்சுன்னு சொன்னாங்க. என்ன நடந்துச்சுன்னு சரியா தெரியலை" என்றார் பட்டும்படாமல். இந்நேரம் எனக்கு நடந்திருந்தால், இப்படிப் பதறாமல் கதை போலச் சொல்வாரா? சித்திக்கு மறுபடி நானே தொலைபேசி செய்தேன். "செத்த நேரம் இரு. வெளீல வந்துக்கறேன்" எனச் சொல்லிவிட்டு அந்த முனை அமைதியாக இருந்தது.

"ஏப்பா ஏதோ கெட்ட நேரம் நம்மளைச் சுத்த ஆரம்பிச்சிருச்சு போல. அசோகன் கைல எலுமிச்சம்பழமும் மிளகாயும் எடுத்துட்டுப் போயி அவங்க மருமகன் வாசல்ல நின்னு கத்தியிருக்கான். கைல ஏதோ குச்சி வச்சிருந்தானாம். அதை கடை வாசல்ல ஊணி ஏதோ மந்திரம் சொல்லிருக்கான். அவரு யாரோ எதுவோன்னு நெனைச்சு அந்தாலே போடான்னு தள்ளி விட்டிருக்கார். வீட்டில இருந்த சுகுணா வெளீல வந்து பார்த்தா இவன். வாப்பா வீட்டுக்குள்ளன்னு சொல்லிருக்கா. உன்னையும் உன் ஓடுகாலி ஆத்தாகாரியையும் அழிக்காம விடமாட்டேன்னு தாம்தூம்னு குதிச்சிருக்கான். பொறுக்கமாட்டாம மருமகன்

அவனை அடிக்க ரெண்டு பேரும் தரையில கட்டி உருண்டதை ஊரே வேடிக்கை பார்த்திருக்கு. எங்கப்பாதான் அதுன்னு இவ குறுக்க போயி விழுந்திருக்கா. இவளையும் போட்டு ஆத்திரத்தில மிதிச்சிருக்கான் புருஷன்காரன். இந்தமாறி கேடுகெட்ட அப்பன் இருக்கான்னு தெரிஞ்சிருந்தா, உங்கம்மா ஓடுகாலின்னு தெரிஞ்சிருந்தா உன்னைக் கட்டியிருக்கவே மாட்டேன்னு அவன் சுருக்குன்னு சொல்லிட்டான்" என்றாள் சித்தி.

பிறகு அவளே தொடர்ந்து, "சுகுணாட்ட ஆஸ்பத்திரில வச்சு ஏண்டி, அவனைப் பத்திதான் நமக்குத் தெரியுமே. அதுக்காக இப்படி அவசரப்பட்டுட்டியேன்னு கேட்டேன். ஊரெல்லாம் பிச்சையெடுத்து வாழ வச்சான். சீப்பட்டு வாழற இந்தப் பொழைப்பும் அவனுக்கு பொறுக்கலை போல. நான் செத்ததைப் பார்த்த பெறகாவது அவன் திருந்தட்டும்னு எடுத்துக் குடிச்சேன்ங்கறா. ஏதோ ஒரு ஆத்திரம் கண்ணை மறைச்சிருச்சு. இப்ப என் பிள்ளைய நினைச்சா கெதக்குன்னு இருக்குங்கறா" என்று சொல்லி விட்டு தன்னையடக்க மாட்டாமல் சித்தி கேவி அழத் துவங்கினாள். வளர்த்த பாசம் ஒரு ஓரத்தில் ஒட்டிக் கொண்டிருக்கும்தானே?

இரண்டுநாள் கழித்து சிகிச்சை பலனளிக்காமல் சுகுணா, தனது இரண்டு வயது பெண்குழந்தையை அநாதையாக விட்டுவிட்டுச் செத்துவிட்டதாகத் தகவல் தந்தார்கள். அந்தச் செய்தியைக் கேட்ட கணத்தில் அசோகன் மீது எனக்கு ஆழமான வெறுப்பு எழுந்தது. அதற்கு முன்னர் அப்படியொரு அடர்த்தியான மனவிலக்கத்தை அவன் குறித்து நான் அடைந்ததே இல்லை.

"போலீஸ் கேஸ் ஆயிரக்கூடாதுன்னு ஆட்களை வச்சு சமாளிச்சு உடனே எரிக்கப் போறாங்க. நாம போயி நின்னு எதும் பரபரப்பு ஆக்க வேண்டாம். அந்தப் பையனும் ரெம்ப நல்லவந்தான். ஏதோ ஆத்திரத்தில அப்படிக் கேட்டுட்டான். அவனும் என்ன செய்வான் பாவம். அவ பிள்ளைக்கு ஏதாச்சும் செஞ்சு விட்டிரலாம்" எனக் கிளம்பிப் போக நினைத்தவனை

எல்லோரும் சேர்ந்து பல்வேறு காரணங்கள் சொல்லித் தடுத்தார்கள். மனம் வெதும்பி மேலே ஓடும் மின்விசிறியைப் பார்த்தபடி இரவு படுத்துக் கிடக்கையில், கண்ணுக்குள் சித்திரமாய்ச் சின்னவயது சுகுணா வெள்ளை நிற ப்ராக் அணிந்து தத்தக்கா பித்தக்காவென நடந்து வரும் காட்சி எழுந்து வந்த போது கண்கள் கசிந்தன. புனிதா தன் வார்த்தையிலிருந்து எப்போதும் பின்வாங்க மாட்டாள் என்பதே அப்போதைக்கு ஆறுதலாக இருந்தது.

அத்தியாயம் 27

வில்லில் நாண்பூட்டி மூச்சடக்கி எக்கி அம்பை எய்கையில் அதுசென்றுவிழும் திசைவரை உன் எல்லை என்பதைப் போல, அசோகன் அதுவரை தான் புழங்கிய திசையெல்லாம் வன்மத்தை விதைத்து முன்னேறிக் கொண்டிருந்தான். எதனைக் கொண்டு அடித்தால் அக்குடும்பத்தின் அடியாழம் மலைத் தீயைப் போலப் பற்றிக் கொள்ளும் என்பதை அவன் அறிந்திருந்ததாக உணர்ந்தேன். அச்சத்தை ஒரு சாணியுருண்டையைப் போலத் திரட்டி, ஒவ்வொரு வீட்டின் மனவறைக்குள்ளும் வீசிக் கொண்டிருந்தான். அப்பிபட்டி வீட்டு வாசலில் நின்று ஓலமிட்ட போது மணிமேகலை ஆச்சி, யாரோ குடுகுடுப்பைக்காரன் வந்ததைப் போல நினைத்து பழைய கஞ்சியை சட்டியில் ஊற்றிக் கொண்டு போய் நின்று பார்த்திருக்கிறாள்.

ஆரம்பத்தில் அடையாளம் காணமுடியாமல் சிரமப்பட்டுவிட்டு, அசோகனே அவன் என உணர்ந்ததும், "ஏய்யா அசோகா இது என்ன கோலம்? என் மவனா இது? வேற யாரோன்னு நெனைச்சு கஞ்சி சட்டியோட வந்து நின்னுட்டேன். மன்னிச்சிருய்யா. உள்ள வா. காபித் தண்ணி எடுத்திட்டு வர்றேன்" எனச் சொல்லிக் கையைத் தொடப் போயிருக்கிறாள். "நான் உனக்கு

மகனா? இப்ப எங்கூட நீ படுத்தாகூட பத்துப் பிள்ளை பெத்துக் குடுத்திடுவேன். வயசானவன் வேட்டிக்குள்ள தலையை விட்டு ஐஸ் குச்சிய நக்கி சொத்தை ஆட்டையைப் போட்டவள்தானே நீ” என அவன் சொன்னதும், நெஞ்சைப் பிடித்துக்கொண்டு அந்த நிலைவாசல் தேக்குக் கட்டையில் முதுகைச் சாய்ந்து நின்றுவிட்டாள் மணிமேகலை ஆச்சி. “நாக்கில விஷம் ஏறி நின்னான். கோமாரி வந்த மாடு மாதிரி கண்ணெல்லாம் உருண்டு அவன் வாயில இருந்து எச்சில் தன்னைப் போல ஒழுகுச்சு” என்றாள் என்னிடம்.

அவளைக் கடந்து உள்ளே போன அசோகன் அவனுடைய ஆச்சி இருந்த அறைக்குள் போய், குத்தவைத்து அமர்ந்து கையோடு கொண்டு போயிருந்த சூடத்தை எடுத்துக் கொளுத்தி மந்திரங்களைப் போல எதையோ உருப் போட்டிருக்கிறான். கொஞ்ச நேரம் செய்வதறியாமல் நின்று பார்த்த மணிமேகலை ஆச்சி வீட்டில் வேறு யாரும் இல்லாததால், பயந்துபோய் அக்கம்பக்கத்தில் ஆட்களை அழைக்க ஓடியிருக்கிறாள். அவர்கள் வருவதற்குள் அசோகன் வெளியேறி விட்டான். துணிந்து ஒருத்தர் உள்ளே போய்ப் பார்த்தபோது, சூடம் கொளுத்திய இடத்தை மையமாக வைத்துக் கோலம் போட்ட மாதிரி சுற்றிச் சாம்பலால் சக்கரமொன்றை வரைந்து வைத்துப் போயிருந்தான். விவரம் தெரிந்த ஒருத்தர் அந்தச் சாம்பலை எடுத்து முகர்ந்து பார்த்துவிட்டு, “மனுஷன எரிச்ச சாம்பல்தான் இது. ஏதோ செய்வினை வைக்கிறாப்புல தோணுது. உங்க ஆட்களை வரச் சொல்லி என்னன்னு பாருங்க” என்று சொன்ன பிறகு மணிமேகலை ஆச்சி உடனடியாக என்னைத் தொலைபேசியில் பிடித்துச் சொன்னாள்.

“ரெண்டு ஆம்பளைப் பிள்ளைங்களையும் தூக்கிக் கொடுத்தாச்சு. உதவிக்கு பெரிய மனுஷனும் இல்லை. இருக்கற நண்டு சிண்டுகளை வச்சுத்தான் மிச்ச வாழ்க்கையை ஓட்டணும். இவன் என்ன அக்குருவம் பண்றான்னு தெரியலையே. எனக்கு கையும் ஓடலை காலும் ஓடலை. உன்ட்ட பேசுனா சமாதானமா இருக்கும்ணு தோணுச்சு” என்றவளிடம், “அவன்

சும்மா உங்களை பயங்காட்டறான். விட்டுத் தள்ளுங்க. இனிமே வர மாட்டான்” என்றதற்கு, “இல்லை ராசா. அச்சு அசலா சாம்பலை வச்சு சக்கரத்தை வரைஞ்சிருக்கான். ரசமட்டம் படிச்ச ஆட்களால மட்டும்தான் இப்படி பூர்த்தியா வரைய முடியும்னு பக்கத்து வீட்டில ஒருத்தர் சொன்னாரு” என்றாள். இனி என்ன சொன்னாலும் இவர்கள் அச்சப்படுவதை நிறுத்தப் போவதில்லை என்பது எனக்குப் புரிந்தது.

அசோகன் அடுத்ததாகச் சித்தி வீட்டிற்குச் சென்றிருந்த போது, சமையல்கட்டில் ஏதோ கைவேலையாக இருந்திருக்கிறாள். கெடா வெட்டு ஒன்றிற்குப் போய்விட்டு வந்த சித்தப்பா, கொஞ்சம் குடித்திருந்ததால் அசந்து கட்டிலில் தூங்கிக் கொண்டிருந்திருக்கிறார். என்னவோ சத்தம் கேட்கிறதே என்று நினைத்து அந்த அறைக்குள் வந்து பார்த்த சித்தி மிரண்டு விட்டாள். சித்தப்பாவின் தலைமாட்டில் அமர்ந்து சத்தம் வராமல் மந்திர உச்சாடனங்கள் செய்து கொண்டிருந்திருக்கிறான் அசோகன். கையில் மரக் குச்சியொன்றைக் கெட்டியாகப் பிடித்துக்கொண்டு அமர்ந்திருந்த அவன் சித்தியைப் பார்த்ததும், “உன் தாலியறுக்கிற நேரம் கூடி வந்திருச்சு” என்றுமட்டும் சொல்லிவிட்டு விறுக்கென வீட்டை விட்டு வெளியேறியிருக்கிறான்.

“பாய்மாருக வச்சிருந்த மாதிரி நெஞ்சு வரைக்கும் தாடி வச்சு கறுத்துப் போயி ஆளே வேற மாதிரி நின்னான். அவன் போன பெறகும்கூட பொண வாடை போகலை. அந்தக் குச்சி பச்சையா இருந்தாலும் எண்ணையெல்லாம் தேய்ச்சு மழுமழுப்பா இருந்துச்சு. என்ன பண்றதுன்னு தெரியலை. நான் என்ன துரோகம் பண்ணேன் அவனுக்கு. அவன் பெத்துப் போட்டதை நாந்தானே எடுத்து வளர்த்தேன். இவந்தானே அதை சுடுகாட்டுக்கு அனுப்பினான்” என்றாள் அழுதுகொண்டே. அடுத்ததாக எங்கே போவான் என்பதையும் அறிந்தேயிருந்தேன்.

சுமதியின் வீட்டிற்குக் கிளம்பிப் போயிருந்த அவனை

அக்கம்பக்கத்தினர் இணைந்து அடித்துத் துரத்தியிருக்கிறார்கள். காவல் நிலையத்தில் ஒப்படைக்கும் எண்ணத்தோடு கையைக் கட்ட முயன்றவர்களைக் கடித்து வைத்துவிட்டுத் தப்பித்து விட்டான். போகையில் மஞ்சள் துணியொன்றில் முடிந்து வைத்திருந்ததை வீட்டினுள் தூக்கி எறிந்துவிட்டு ஓடியிருக்கிறான். பயந்து நடுங்கி அதை சுமதியின் அம்மா எடுத்துப் பார்த்தபோது, அதில் அழுகிய சிறுபெண்ணொருத்தியின் சுண்டு விரலொன்று இருந்திருக்கிறது. சுமதிக்கு உதவ வந்தவர்கள் நினைத்தால் அவனைத் துரத்திப் பிடித்திருக்கலாம். எல்லோரும் அந்தச் சுண்டுவிரலைப் பார்த்துவிட்டு, ஏதோ மந்திரச் செயலென நினைத்து பயந்து ஒதுங்கிக் கொண்டனர். சோழிகளையும் வெண் கட்டங்களையும் பார்த்தே வாழ்ந்த கூட்டுமனம் பயந்து விட்டது.

சுமதியும் நடக்கவே சிரமப்பட்ட அவளுடைய அம்மாவையும் அப்பாவையும் அழைத்துக் கொண்டு எங்கள் வீட்டிற்கு வந்த போது, அங்கேயும் வந்து போயிருந்தான் அசோகன். ஆனால் வீட்டினுள் காலெடுத்து வைக்கவில்லை. வாசலில் நின்று, “என்னைக் கும்பிடச் சொல்லு. அவனை அவள்ட்ட இருந்து மீட்டெடுக்காம ஓய மாட்டேன். அவன் வாழ்க்கை அப்பத்தான் சுகப்படும்” என்று சொல்லிவிட்டு ஓடிவிட்டான். வேறெதோ பிச்சைக்காரன் என நினைத்த அப்பா, இந்தக் கதையெல்லாம் கேட்டபிறகே அசோகனே அதுவென்கிற நிதானத்திற்கு வந்து சேர்ந்திருந்தார். சுமதி என்னிடம் பேச வேண்டுமென உறுதியாய் நின்றபோது, “எம்புள்ளையை விட்டிருங்க. அவன் இப்பத்தான் கொஞ்சம் எந்திருச்சு வந்துக்கிட்டு இருக்கான்” என்றிருக்கிறாள் அம்மா.

“உங்க பையனை விட்டா எங்களுக்கு கதி இல்லை. ஏற்கனவே ஒரு பிள்ளைய தொலையக் கொடுத்திட்டோம். ரெண்டாம் பொண்ணுக்கு அப்பா செத்துட்டாருன்னு சொல்லி ஒரு எடத்தில பேசி முடிச்சிருக்கோம். காலேஜ் போன வகையில அவளுக்கு பழக்கமான எடம். பொய் சொன்னோம்னு தெரிஞ்சா அந்த இடம் தட்டிப் போயிடும். கொஞ்சம்

வசதியான ஆள்க அவங்க. புள்ளை மூஞ்சிக்காவது இந்த ஒரு உதவியை பண்ணிக் குடுத்திடுங்க. இனிமே இந்த திசைக்கே எட்டிப் பார்க்க மாட்டோம். இன்னொருத்தியும் வரிசைல காத்திருக்கா. அவள்களுக்கு அப்பன் முகமே மறந்திருச்சு. எங்க இடத்துக்கு இனிமே அந்தக் கட்டையில போறவன் வரவே கூடாது" என்று அழுதிருக்கிறாள். தூக்க மாட்டாமல் தொங்கிக் கிடக்கிற உடம்பு கனத்தை மீறி அவளுடைய அம்மா எழுந்து அப்பாவின் காலில் விழுந்திருக்கிறாள். சுமதியின் அப்பாவுமே கையெடுத்துக் கும்பிட்டுப் பொலபொலவெனக் கண்ணீர் விட்டிருக்கிறார்.

அசோகன் சென்று மீண்ட இடங்களிலிருந்து வயிற்று வலி வந்த சினைமாடு கதறுவதைப் போலக் கூக்குரல்கள் என்னை நோக்கி வந்தடைந்தன. ஒரு இடத்திற்கு மட்டும் போயிருந்தால், அறிவியல் பூர்வமான விளக்கங்கள் சொல்லி மனதைத் தேற்றவியலும். அவன் இதுமாதிரியான சித்து வேலைகளின் மீது நம்பிக்கை கொண்ட எல்லோர் வீட்டிற்கும் போய் வந்துவிட்டதால், அவனெறிந்த எரிபந்து கூரைகளின் மீது பற்றியெரிந்தது. காவல்துறையில் புகாரளித்து அவனைத் தூக்கி உள்ளே போடலாம் என்பதை ஒரு யோசனையாகக்கூட யாரும் முன்வைக்கவில்லை.

அவன் போய் வந்த இடங்களில் எல்லாம் அவதூறாக எல்லோரையும் பேசியிருக்கிறான். ஆனால் என்னைப் பற்றி ஒருவார்த்தைகூட பிசகாகப் பேசவில்லை என்பதையும் கேட்டுத் தெரிந்து கொண்டேன். ஆழ்ந்த யோசனையில் இருந்தபோது ஆச்சி நினைவிற்கு வந்தாள். அவளோடு பேசியதையெல்லாம் மறுபடி நினைவில் ஓட்டிப் பார்த்தேன். இந்தக் கதைகளையெல்லாம் எங்கள் வீட்டின் வழியாகக் கேட்டிருந்த புனிதாவும் படபடப்பாக இருந்தாள். அப்படி இருக்கிற சமயங்களில் நெற்றியைச் சுருக்கி மூக்கை மேலும் கீழும் ஆட்டிக் கொண்டிருப்பாள். என்னருகே வந்தமர்ந்த அவள், "இதெல்லாம் உண்மையா? நீ நம்பறியா. இப்படியெல்லாமா பண்ணுவாரு" என்றாள். நம்பவில்லை என்பது போல அவளிடம்

தலையசைத்துச் சொன்னாலும், உள்ளுக்குள் அவன் இப்போது என்னவாக மாறிப் போயிருக்கிறான் என்கிற குழப்பம் கூடிய விசாரணை ஓடிக் கொண்டிருந்தது.

இத்தனைக்கும் அவன் கோவிலுக்கெல்லாம் போய் சாமி கும்பிட்டதைப் பார்த்தேயில்லை. கெடா வெட்டுச் சோறு திங்க மட்டுமே அவன் கோவில் வாசலை மிதிக்கிற ஆள் என்பது எனக்கு நன்றாகத் தெரியும். அதுவரை அவனுடைய பேச்சில் மதம் சம்பந்தப்பட்ட விவரணைகளைக் கேட்டே இருந்ததில்லை. கடைசியாய் கால் வீங்கியது சரியானது பற்றி கேட்ட போது, "குருராயர்" என்று சொன்ன வார்த்தையைப் பிடித்துச் சுற்றிச் சுற்றி யோசித்தபோது புகைமூட்டம் இளம்வெயில் கண்ட பங்குனிப் பனியைப் போல மெல்ல விலகுவதைப் போலப்பட்டது. இவர்களையெல்லாம் அவன் வேண்டுமென்றே பழிவாங்குகிறான் என்பது மட்டும் நிச்சயமாகத் தெரிந்தது. அதுநாள்வரை அடக்கி வைத்திருந்த வன்மத்தை வெறி கொண்டு ஏன் இவன் இப்போது பீய்ச்சியடிக்கிறான் என எனக்குள் கேட்டுக் கொண்டேன்.

கடைசி மீட்பாய் இருந்த என் கைக்கயிற்றை இழந்துவிட்ட துக்கமே இதற்குப் பின்னால் இருக்கிற ஆணிவேரா? அவன் என்னை இன்னொரு கைக்குத் தூக்கிக் கொடுத்துவிட்ட திருப்தியை அடைவதற்குப் பதில், அதன் நேரெதிர் முனைக்குப் போய் நிற்கிறானா? நியாயமாய் நற்கைகளில் நான் சேர்ந்தது குறித்து அவன் மகிழ்ந்திருக்க வேண்டும். மாறாக சுழியத்தின் எல்லையில் போய் நின்று அவனது யாத்திரையை மயான வாடையினூடாக, அவன் துள்ளி விளையாடிய மனங்களுக்குள் ஏனோ நடத்திக் கொண்டிருக்கிறான். என்னுடன் கடைசியாய் இருந்த போது, "நானும் நீயும் ஒரே கூட்டிலதான் பெறந்தோம். இன்னைக்கு நீ பளிங்கு கார்ல போற ராசாவாயிட்ட. நான் தெருப் பிச்சைக்காரன் ஆயிட்டேன். நீ உச்சில உக்காந்திருக்கயே அந்த கட்டிடத்துக்கு சாந்தோட சேர்த்து என்னோட ரத்தத்தையும் குழைச்சிருக்கேன்" என அவன் சொன்னதற்கு இன்னொரு அர்த்தமும் இருக்கலாம் என அப்போது யோசிக்கத்

தலைப்பட்டேன்.

ஒவ்வொரு நகமாகக் கடித்துத் துப்பிக் கொண்டிருந்தபோது, அருகில் வந்தமர்ந்த புனிதா, வாயிலிருந்து என் பாம்பு விரலை விடுவித்து விட்டு, அதன் தடிநுனிப் பகுதியை அழுத்தி விட்டாள். “நீ எங்கயும் போகாத. எதுக்கு வம்பு” என்றவளிடம், “போகாட்டி இங்கயும் நிச்சயமா வருவான். அது தேவையில்லாத அக்கப்போரு. வேணும்னே உங்கம்மாட்ட போய் நின்னா தப்பாயிடும். உங்கம்மா முன்னாடி ஏதாச்சும் செஞ்சுட்டான்னா காலத்துக்கும் என்னை பத்தின வெறுப்பா அது பதிஞ்சுடும். உனக்கும் தேவையில்லாத மன உளைச்சல் வரும். அங்க என்னை கூப்பிடறதுதான் அவனோட நோக்கம். போய் அடிச்சதுக்கு மன்னிப்பு கேட்டுட்டா சரியாயிடுவான். இல்லாட்டி கொஞ்சம் லூஸாயிருப்பான் போல. ஏதாச்சும் ஆஸ்பத்திரில சேத்து விட்டிரலாம்” என்றேன்.

“உன்னை அவர் அடிச்சுக் கிடிச்சு வச்சிட்டா என்ன பண்றது?” என்றவளிடம், “உயிரே போனாலும் அவன் என்னை அடிக்க மாட்டான். நான் அன்பா வெஷத்தை கொடுத்தாகூட தயங்காம வாங்கி குடிச்சிடுவான்” என்ற போதும் புனிதாவிடம் பயம் விலகவில்லை என்பதை அழத் தயாராக இருக்கிற அவளுடைய கண்கள் காட்டிக் கொடுத்தன. கடைசியாய் அவனழைத்த தரைத்தள எண்ணைத் தேடி எடுத்து, திரும்ப அழைத்தேன். அந்த ஊரின் பெயரைச் சொன்னார்கள். வரைபடத்தை எடுத்து அந்த ஊரின் மீது கைவைத்து வாய்விட்டுப் படித்தேன். கோணப்பட்டி. சிறுமலை அடிவாரத்தில் இருந்தது அவ்வூர்.

அத்தியாயம் 28

கிளம்புகையில் அப்பா, “வெறி பிடிச்சு அலையிற பேயி, நாயி ரெண்டோட கண்ணை மட்டும் நேருக்கு நேர் உத்துப் பார்க்கக்கூடாது. பக்கவாட்டிலதான் பார்க்கணும்” என்றார். பட்டும் படாமல் விலகி நடப்பாரே தவிர, எப்போதும் இப்படியெல்லாம் ஆணித்தரமாகப் பேசக்கூடியவர் அல்ல அவர். எல்லோருமே அசோகனைச் சுற்றி ஆபத்தான நெருப்பு வளையத்தைப் போர்த்தி, பல்வேறு வகையான மிகைக் கற்பனைகளினூடாக நடுங்கிக் கொண்டிருந்தார்கள். என்னை ஏதாவது செய்து விட்டால் என்னாவது என உண்மையாகப் பயந்தது புனிதா மட்டுமே. மற்றவர்களுக்கு என்னைக் காட்டிலும் என்ன நடக்கலாமென்பதே கிளர்ச்சியூட்டுவதாக இருந்தது. இவர்களின் உள்ளத்தை அசைத்துப் பார்த்து மிரட்டுவது மட்டுமே அவனது நோக்கம் என உறுதியாக நம்பினேன்.

இதுவரையிலான அவனது நகர்வுகளை எல்லாம் தொகுத்துப் புரிந்து கொண்டதில், அம்முடிவிற்கே என்னால் வரவும் முடிந்தது. என்னுடைய அப்பாவை ஒருகையால் தூக்கி விசிறி, மல்லாக்கப் போட்டு மிதித்துவிட முடியும் அவனால். ஆனாலும் ஒரு சத்தியத்திற்குக் கட்டுப்பட்டு அன்றைக்கு அடிக்காமல்

விட்டது இவர்களுக்கு ஏன் புரியாமல் போனது? குருநாதரை மீறி மெக்கானிக் தொழிலை அவனால் பார்த்திருக்க முடியாதா?

அந்தப் பிராந்தியத்தைச் சுற்றி என்னுடைய தொடர்புகளின் வழி நண்பர்கள் நிறைய பேர் இருந்தார்கள். “எதுக்கும் பாதுகாப்புக்கு யாராச்சும் நாலைஞ்சு பேரை ஜீப்புல தூக்கி போட்டுக்க” என்ற நிர்மலிடம், “என்னங்கடா ஆச்சு உங்களுக்கு. என்னைத் தொட்டுத் தூக்கி வளர்த்த அசோகனைத்தான் பார்க்கப் போறேன்” என்றபோது, “ஆமாம் நல்ல மனுஷந்தான். காலேஜில ஒருதடவை உன் ரூமில தனியா அவர் உக்காந்திருந்தப்ப பார்த்திருக்கேன்” என்றான். நிச்சயம் இது புனிதாவின் வேலையாகத்தான் இருக்கும் எனச் சந்தேககம் கொண்டேன்.

அடிவாரத்தில் அசோகனின் பெயரைச் சொல்லி விசாரித்த போது, யாருக்கும் அவனைத் தெரியாமல் இருந்தது. ஏதோவொரு பொறிதட்ட, “ஆத்தாள் வாலையை மீட்டுத் தர்றவரு” என்றதும், “ஓ மம்மாவா” என்றார்கள். அதென்ன மம்மா? “அவரைப் பாக்கணும்னா எட்டு கிலோ மீட்டர் நீங்க செங்குத்தா மலையேறணுமே. அந்தா இருக்கற உச்சி மேடு இருக்குல்ல. அதில இருக்கற மொட்டை பாறைல இருக்காரு. ஐந்நூறு வருஷ ஆலமரமொன்னு நூறு கிளை பரப்பி ராட்சத குடை மாதிரி இருக்கும். அதுக்கு அடீலதான் இருப்பாரு. இருங்க. அவரோட கையாள் ஒருத்தன் சின்னுன்னு ஒரு நொண்டிப்பய வருவான். பளியர் வீட்டு ஆளுக. உங்களுக்கு பாக்கணும்னு கொடுத்து வச்சிருந்துச்சுன்னா அவன் வருவான். அவம் கூப்டு போயிடுவான்” என்றார் ஒருத்தர்.

“சின்ன வயசா தெரியுது. புள்ளை வயித்தில தங்கலீயா” என்றவரிடம், ஆமாம் என்று சொல்லிப் பிடி கொடுத்தபோது, “அதுக்கு நீங்க உங்க சம்சாரத்தையும் சேத்துக் கூப்டு வரணும். இரண்டு நாள் மேலேயே இருந்து அங்கருக்க பாறைச் சுனையில நீரெடுத்து ரெண்டு பேரும் குளிச்சு மொழுகி சுத்தபத்தமா இருக்கணும். மம்மா நாப்பத்தெட்டு மூலிகைய அரச்சு பத்தியம் செஞ்சு தருவாரு. அதை உங்க சம்சாரம் உள்ளங்கையை

குவிச்சு முட்டி போட்டு வாங்கிக் குடிக்கணும். குடிச்ச ரெண்டு நாள்ள வயித்தில பிள்ளை தங்கிடும். மம்மாவோட விந்துல்லா அது. அந்த தண்ணிய விந்துன்னு சொல்லித்தான் தருவாரு" என்றார். சத்தம் போட்டுச் சிரித்துவிடக்கூடாது என்பதிலும் கவனமாக இருந்த அதேசமயத்தில், இவ்வளவு குறுகிய காலத்தில் அவன் எப்படி இவ்வாறு உருமாறி நின்றான் என்பது குறித்த ஆச்சரியமும் எனக்குள் எழுந்தது.

வேறு யாரையாவது சொல்கிறார்களோ என்கிற ஐயமுமுண்டு. "ஆரம்ப காலத்தில மெக்கானிக்கா இருந்தவர்தான. அப்புறம் அவர் ஆந்திராவுக்குப் போயி ஒரு குருகிட்ட வித்தை கத்துக்கிட்டார். பெறகு இமயமலைக்குப் போயிட்டு திரும்பி இங்க வந்திருக்கார்" என்று விளக்கினார் பெரியவர் ஒருத்தர்.

என்னால் விவரிக்கப்பட்ட அங்க அடையாளங்கள் மம்மாவிற்கும் அப்படியே பொருந்திப் போயின. "எங்க பக்கமெல்லாம் எல்லாரும் கூலி வேலைப்பாடு ஜனங்க. யாராச்சும் தற்கொலை பண்ணிக்கிட்டாங்கன்னா, போலீஸுக்கு அஞ்சோ பத்தோ கொடுத்திட்டு, ஒடம்ப இந்த சின்னு பயகிட்ட தந்திடுவோம். கூட முடிஞ்ச காசை கொடுத்திடுவோம். அவன் ஒத்தை ஆளா முதுகில, சாக்கில முடிஞ்சு சுமந்தே பொணத்தை மேலே கொண்டு போயி, மம்மாட்ட கொடுத்து எரிச்சு சாம்பலை மட்டும் கீழே வந்து கொடுத்திடுவான். பின்னால ஊர் சுத்தற பேயா மாறாம ஜென்மத்தை முறிச்சுக் குடுத்திருவாரு" என்றொருத்தர் சொன்னபோது குமட்டிக் கொண்டு வந்தது எனக்கு? எப்பேர்பட்ட குடும்பத்தில் பிறந்து கடைசியில் சுடலையாய்ப் பிணமெரிக்கிறானா? எங்களது தரப்பில் சொல்வதைப் போல நல்லதும் கெட்டதும் கலந்து நிறைய புனைவுகளை விரித்து அவன் குறித்த சித்திரத்தை வரைந்து காட்டினார்கள்.

"அவரு எப்பவாச்சும் கீழே வருவாரு. அவர் பாட்டுக்குத் தனியா ஏதோ ஒரு பாட்டை பாடிக்கிட்டே ரோட்ட அளந்துக்கிட்டு நடப்பாரு. கடமை முடிஞ்சதும் அப்படியே மலைல மறைஞ்சு

போயி, அந்தப் பக்கம் போயிடுவேன்னு சின்னுட்ட சொன்னாராம்” என்றார் தேநீர்க்கடை வைத்திருந்தவர். மலை குளிரடிக்கத் துவங்கிய போது, புதுத் தேயிலையைப் போட்டு, எலுமிச்சம் பிழிந்து சில்வர் தம்ளரில் கொண்டு வந்து கொடுத்து விட்டு, “அதான் புழங்குற சாதின்னு மொகத்த பாத்தாலே தெரியுதே” என்றார் பக்கத்தில் இருந்தவரிடம்.

நானிருந்த நேரத்தில், வலது மணிக்கட்டு உடைந்த பதிமூன்று வயது மதிக்கத்தக்க பையனை, கல்லூரி மாணவன் ஒருத்தன் அழைத்து வந்தான். “இந்தா அவங்க சொல்ற மம்மாதான் இவன் கையை உடைச்சான். கதையைச் சொல்லுடா” என்றான் அந்தப் பையனை நோக்கி.

ஆடுமேய்க்கிற அந்தப் பையன் பனங்காடுகளில் அமர்ந்து விடாமல் கைமுட்டியடிக்கிற பழக்கத்தைக் கற்றுக் கொண்டான். விழிகள் கிறங்கியபடி எப்போதும் அலைகிற அவனைப் பார்த்துப் பயந்த அவனுடைய அம்மா மலையிலிருந்து கீழே இறங்கி வந்திருக்கிற மம்மாவிடம் அழைத்துப் போய்க் காட்டியிருக்கிறாள். காமரூபிணி, வாலைத்தேவி குடிகொண்டு விட்டாள் என்று சொல்லிக் கையை உடைத்து விட்டதை விவரித்த அந்தப் பையன், “அன்னைக்கே போலீஸ்ல புடிச்சு கொடுத்திருக்கணும். இவங்கம்மா பயபக்தியோட வேண்டாம்னுட்டாங்க. இந்த ஜனங்களும் முட்டாப் பசங்க” என்று சொல்லி விட்டு எட்டாக மடிக்கப்பட்ட ஒரு துண்டுச் செய்தித் தாளை எடுத்துக் கையில் கொடுத்தான்.

கன்னிமலைக் கரடு என்கிற இன்னொரு மலையில், சித்தத்தை அடக்கித் தவம் இருப்பதாகச் சொல்லி மலைமேல் பதினான்கு நாட்கள் தனியாக இருந்த இளைஞர்கள் இரண்டு பேர் செத்துப்போனது குறித்த செய்தி அதில் இருந்தது. “ஏப்பா நீ கரட்டுக்கு பக்கத்து ஊர்க்காரந்தானே. என்ன நடந்துச்சுன்னு சொல்லு” என்றார் தேநீர்க்கடைக்காரர். “மம்மாவை அந்தப் பசங்க பார்க்க வந்திருப்பாங்க போல. இவரு கைநிறைய லேகியத்தை கொடுத்து அனுப்பிச்சிருக்கார். போகையில

அவங்க சிநேகிதக்காரங்ககிட்ட கையில இருக்க லேகியத்தைக் காட்டிட்டுப் போயிருக்கானுக. கன்னிமலை கரட்டு உச்சில சின்னதா சிவன் கோயில் ஒண்ணு இருக்கு. வழக்கமா உள்ளூர் ஆளுக அங்க போறதே இல்லை. இவர்ட்ட இருந்து கிளம்பிப் போன அந்த ரெண்டு பசங்களும் கொஞ்சம் அப்படி இப்படின்னு ஆம்பளைச் சொகம் கண்டவங்க. ரெண்டு பேரும் மலையுச்சிக்கு போயி வெறும் வயித்தில அந்த லேகியத்தை மட்டும் தின்னுட்டு, கட்டிப்பிடிச்சே படுத்து கிடந்திருக்காங்க போல. ஆடு மேய்க்கிற சின்னப் பையன் ஒருத்தன் மலையில மல்லாக்கப் படுத்திருக்க பசங்களை பத்தி கீழே வந்து சொன்ன பெறகுதான் எல்லாருக்கும் தெரியும். ஊரே மலையேறிப் போயி அந்தப் பசங்க ஒடம்ப கயிறு கட்டிக் கீழே தூக்கிட்டு வந்திச்சு" என்றவரிடம், "இவர்தான் அதற்குக் காரணம் என எப்படிச் சொல்கிறீர்கள்?" எனக் கேட்டேன். "ரத்தத்தில சொவத்தில மம்மான்னு எழுதியிருந்துச்சாம்" என்றார்.

மாமா என்றுகூட எழுதியிருக்கலாம் அல்லவா? எந்த மாதிரி இணையிலும் ஒருத்தர் மாமாவாகத்தானே இருக்கவும் முடியும்? ஆணும் பெண்ணும் ஒட்டி உறவாடுகிற காதலையே ஏற்றுக்கொள்ளாத இவ்வூர், அந்தப் பையன்களை எப்படி ஏற்றுக் கொள்வார்கள்? "ஏன் போலீஸிற்குப் போகலாமே" என்றேன். "அவருக்கு போலீஸ்லயும் பயபக்தியோட ஆள்க இருக்காங்க. காத்துவாக்கில வர்றதையெல்லாம் கோர்ட்டுக்குக் கொண்டு போயி நாளை பின்னைக்கு கேஸ் கட்ட தூக்கிகிட்டு அலைய முடியாதுன்னுட்டாங்களாம். அந்தப் பயக பக்கமும் செல்வாக்கான ஆட்க இல்லை" என்றார்கள். வேலிகளே இல்லாத படல்களைத் தள்ளிக்கொண்டு காற்றைப் போல உலவிய, இந்த மாதிரியான கதைகளையெல்லாம் நான் சர்வசாதாரணமாகவே எடுத்துக் கொண்டேன்.

ஆனால் அவன் பிணமெரிக்கிறான் என்று சொன்னதைத்தான் என்னால் ஜீரணிக்கவே இயலவில்லை. அப்பிப்பட்டி வீட்டில் தூவிய சாம்பல், சுமதியின் வீட்டில் விசிறியெறிந்த சுண்டு விரல் இவற்றையெல்லாம் கோர்த்து அந்தத் தகவல் உண்மைதான்

என்கிற முடிவிற்கு வந்து சேர்ந்தேன். எதற்காக அவனது ஓட்டத்தை சுடலையில் கொண்டு போய் முடித்தான்? தாத்தா இந்நேரம் இருந்திருந்தால், நெஞ்சைப் பிடித்துச் சரிந்திருப்பார். ஆச்சி இதற்காகவா அவனுக்காக அத்தனை சிரமங்களையும் தாங்கி அங்கனக்குழியில் வீழ்ந்தாள்?

வீட்டாரிடம் போய் இந்தத் தகவலைச் சொல்லவே முடியாதே? என் கல்யாணத்தில் உறுத்தாக நின்று சீர் செய்கிற தாய்மாமன் பிணமெரிக்கிறவர் என்று சொன்னால், புனிதாவின் அம்மா எப்படி எடுத்துக் கொள்வார்? அந்தக் கோலத்தில் திருமணத்தின் போது வந்து அவன் நின்று விட்டால் என்னாவது? அசோகனுக்கே இன்னும் இரண்டு பெண்பிள்ளைகள் மிச்சமிருக்கிறார்களே? சம்பந்தக்காரர் வீட்டில் எப்படி எடுத்துக் கொள்வார்கள்? பிணமெரிப்பது என்பது ஒருசாராரின் தொழில்தான் என அறிவு சொன்னாலும், ஆண்டாண்டுகாலமாக அதுசம்பந்தமாக உருவாக்கித் தேக்கி வைத்திருந்த கருத்துகள் குமட்டலை உருவாக்கின. அறிவை பலசமயங்களில் உள்ளுக்குள் உறைந்திருக்கிற நெஞ்சுச் சளியைப் போலக் கறுத்த நாள்பட்ட கருத்து, செவிளில் அடித்துத் துரத்தி விடுகிறது.

அதுவே உண்மையாக இருந்தாலும், யாருக்காக இதையெல்லாம் செய்து பணம் சம்பாதிக்கிறான் என்கிற கேள்வியும் எழுந்தது. "அட நீங்க வேற தம்பி. போலீஸுக்கே ரெண்டாயிரம் ரூவாதான் தருவாங்க. பூராம் ஏழை பாழைங்க. அன்னைக்கு உழைச்ச கஞ்சித் தண்ணி. ரெண்டு மூணு நூறு ரூவா குவார்ட்டரும் ஒரு ஐந்நூறு ரூபாயும் தருவாங்க. அவ்ளோதான். பெட்ரோலுக்குன்னு ஒரு ஐம்பது ரூவா சேத்து வாங்கிக்குவாங்க. இந்த சின்னுப் பய கீழே கிடக்கிற பழைய டயரை எல்லாம் எடுத்துப் போய் மேல வச்சிருப்பான்" என தேநீர்க்கடைக்காரர் விவரித்த போது, என் கண்கள் கலங்கிவிட்டன. எங்கும் போக வழியில்லாமல்தானே இவன் இப்படிக் கிடந்து அல்லாடுகிறான் எனவும் தோன்றியது. ஆனால் புயலடிக்கிற போதுகூட கப்பல் நங்கூரத்தை மதிக்காவிட்டால் எப்படி? காற்றுகூட கணவாய்

இல்லாத இடங்களில் கட்டுப்படத்தானே செய்கிறது?

ஊராரின் இந்த விவரணைகளின் வழியாக அசோகன் குறித்து வேறு விதமாகவும் அப்போது சிந்திக்கத் துவங்கியிருந்தேன். அதுவரை அவன் குடும்பத்திற்கு மட்டுமே பாரமாகவும் துக்கங்களை உருவாக்குகிறவனாகவும் இருந்தான். இப்போது அந்தக் குறுகிய வட்டத்தைத் தாண்டி, ஏழை பாழைகளையும் ஏமாற்றிப் பிழைக்கத் துவங்கி விட்டான் என்று தோன்றியது. அந்த வயதில் கைமுட்டியடிப்பது சாதாரணமான விஷயமென்பது அசோகனுக்குத் தெரியாதா? எதற்காக அந்தச் சின்னப் பையனின் கையை உடைக்க வேண்டும்? அதற்காகவெல்லாம் செய்ய வேண்டுமெனில் அசோகனின் உடலில் ஒரு உறுப்பு மிச்சமிருக்காது. "மாப்பிள்ளை சம்போகத்தில உச்சம்ங்கறது கைவேலை பாக்கறதுதான். நெனைச்ச பொண்ண கண்ணுக்கு முன்னாடி கொண்டு வர்றது சாதாரண பட்ட காரியமா" என அவனே என்னிடம் ஒருதடவை சொல்லவும் செய்திருக்கிறான். மாலைக் குளிரடிக்கிற அந்தச் சமயத்தில் அசோகன் அம்மலையில் சிதறிக்கிடக்கிற பாறாங்கல்லைப் போலக் கனமாகத் தெரிந்தான் எனக்கு. எதிர்பார்த்துக் காத்திருந்த சின்னு ஒச்சமான கைத்தோளில் ஒரு வேன் டயரை கோர்த்துப் போட்டு, இன்னொரு கையில் தடிமன் கூடிய, வெள்ளை நிற ரெக்ஸின் பையொன்றைப் பிடித்து எங்களை நோக்கி நடந்து வந்தார். அந்த பையை எங்கோ பார்த்த மாதிரி இருக்கிறதே என, நினைவில் விரட்டிப் பிடித்தபோது சட்டென அடையாளம் கண்டேன். யார் கண்ணிலும் பட்டுவிடக்கூடாது என என்னுடைய வீட்டில் புனிதாவின் இரண்டு மூன்று உள்ளாடைகளைப் பொதித்து ஒளித்து வைத்த, எட்டாக மடித்து இன்னொன்றில் பொத்தி வைக்கிற மாதிரி வடிவமைக்கப்பட்ட வெள்ளைப் பை அது.

அத்தியாயம் 29

தேநீர்க் கடைக்கு எதிரேயிருந்த மாட்டுக் கொட்டகையொன்றினுள் படுத்துக் கொள்ளச் சொல்லி போர்வையும் பாயும் கொடுத்தார்கள். தொழுவத்தில் கட்டிப் போட்டிருந்த, ஜல்லிக்கட்டிற்கு அவிழ்த்து விடும் தேனி மலைமாடொன்று சிங்கத்தைப் போல விடாது கர்ஜித்துக் கொண்டிருந்தது. "புது ஆள்களைப் பாத்தா இப்படித்தான் மெரண்டு விரட்டும். அவுத்து விட்டோம்னா ரத்தாம் பார்க்காம ஓயாது" என்று சொல்லிவிட்டு கயிறு சரியாகக் கட்டப்பட்டிருக்கிறதா என இரண்டுதடவை இழுத்துப் பார்த்துப் பரிசோதித்தார் அதன் உரிமையாளர். கனவில் புனிதாவின் உடலைக் கவ்விப் பிடித்திருக்கிற எனக்கு உரிமையான உள்ளாடைகள் கொடியில் சடசடத்துப் பறந்தன. ஆச்சி என் காலடியில் அமர்ந்து காலை அழுத்திவிட்டுக் கொண்டிருந்தாள். கால்களில் ஆச்சியின் நிறைய கோடுகள் நிறைந்த விரல்களின் வெதுவெதுப்பை உணர்ந்தபோது, மூச்சுமுட்டுமளவிற்குப் பட்டணம் பொடி வாசனை என்னைச் சூழ்ந்ததும் எழுந்தமர்ந்தேன்.

"என்ன சாமி கெட்ட கனா எதுவும் கண்டீங்களா" என்றார் சின்னு பீடி புகைத்தபடி. கண்களை அரக்கித் தேய்த்து

விட்டு, "சாமின்னுலாம் சொல்லாதீங்க. எனக்கு உங்க மகன் வயசு" என்றேன் உள்ளார்ந்த அன்போடு. "எங்க பக்கத்தில பிள்ளைகளைக்கூட சாமின்னுதான் கூப்பிடுவோம். நீங்களும் என் மகன் மாதிரிதான் இருக்கீங்க. வளர்ந்த நெலா வெளிச்சத்தில தூங்கிக்கிட்டு இருந்த உங்க மொகத்தை பார்த்தேன். எம்மவனும் இப்படித்தான் தூங்கறப்ப நெத்திய அடிக்கடி சுருக்குவான்" என்று சொல்லிவிட்டு வானத்தைப் பார்த்து, "நாளைக்கு நெறைஞ்ச பௌர்ணமி" என்றார்.

கண்களுக்கு எல்லாமும் புலப்படுகிற மாதிரி வெளிச்சம் இருந்ததால், "இப்ப கிளம்பினா சரியா இருக்கும்ல" என்றேன். "பூச்சி பொட்டுக. ஒத்தை முனிக தடத்தை மறிச்சு நிக்கற நேரம். நடக்கவும் தெம்பு வேணும். சாமி கொஞ்ச நேரம் தூங்கணும்" என்றார் சின்னு. அதற்கடுத்துத் தூக்கம் பிடிக்காமல் புரண்டு கொண்டு, அவ்வப்போது பாதிக் கண்களைத் திறந்து சின்னுவைப் பார்த்துக் கொண்டிருந்தேன். அவர் தனக்குள் பாடிக்கொண்டு ஒரு பீடி அணைந்ததும் இன்னொன்றை உடனடியாகப் பற்ற வைத்துக் கொண்டிருந்தார். அதிகாலையில் எழுந்து எவ்வளவு நாளிருக்கும் என யோசித்தேன். மல்லாந்து வானத்தைப் பார்த்து, நிலவைச் சுற்றி இறைந்திருக்கிற நட்சத்திரங்களை எண்ணிக் கொண்டிருந்தேன்.

நிலவைச் சுற்றி வெள்ளையாய்க் கோட்டை கிட்டத்தில் கட்டியிருந்தது. இருளடங்கி வானம் செவ்வரளிப் பூக்களையொத்த நிறத்திற்கு மாறத் துவங்கியது. அந்நிறம் மெல்ல உருமாறி ஆரஞ்சு நிறத்திற்குச் சடுதியில் மாறியது. அவனின் வருகைக்கு முன்னே ஒளிதான் கட்டியங் கூறுகிறது போல. இளம்சூட்டை பரப்பியவாறு எழுந்த அந்த மஞ்சள்நிறப் பந்து, கைக்கு எட்டும் தொலைவில் பக்கத்தில் தெரிந்தது. இவ்வளவு கிட்டத்தில் நான் அதுவரை சூரியனைப் பார்த்ததேயில்லை. முழுக்கவும் மஞ்சள் நிரம்பிய வானத்தில் சூரியனை ஊடுருவிப் போகிற மாதிரி இணைப் பறவைகள் காலை வலசைக்குக் கிளம்பின. காற்றில்லாமல் கப்பென இருந்தது வானம். மஞ்சள் ஒளியை மட்டும் நெஞ்சில் நிறுத்தி மேகங்களேயில்லாமல்

மாசற்று தெளிந்து விரிந்து கிடந்தது வானம். குழப்பமான எண்ணங்களைப் போலச் சிதறிக் கிடந்த நட்சத்திரங்கள் எல்லாம் எங்கே போயின? நானும் அதுவும் மட்டுமே இப்பூலோகத்தில் இருப்பதாக ஒரு பிரமை வந்து போனது.

செடிப் புதர்களுக்குள்ளே இருந்து வெளியே வந்த சின்னு, “சாமி எந்திரிங்க. ஒரு டீயைக் குடிச்சிட்டு கிளம்பலாம்” என்றார். “போறப்ப நீங்க இந்த வழீல இறங்க வேண்டாம். இன்னொரு வழி சுலுவானது இருக்கு. அதில இறங்கிருங்க. சின்னுவுக்கு அது தெரியும். இப்பல்லாம் மம்மாகூட அந்தப் பக்கமாத்தான் எறங்கிப் போறாரு. இந்தப் பக்கமெல்லாம் அவர் எறங்கி கொள்ள காலமாச்சு” எனச் சொல்லி வழியனுப்பி வைத்தார் தேநீர்க்கடைக்காரர். மலையென்பது உச்சியாகத் தெரிந்தாலும், ஏறுகிற பாதை அதன் வயிற்றில், கால்களை ஏந்திப் பிடிக்கிற மடிப்பாகத்தான் இருக்கிறது என்பதை உணர்ந்தேன். கவனித்துப் பார்த்தபோது சின்னுவின் கால்களில் செருப்பில்லை. “வேட்டைக்கார பளியனுங்க கால்ல கல்லு முள்ளும் எதுவும் குத்தாது. மலைச் சாமிக்கு கட்டுப்பட்டு மெத்தை கணக்கா கிடக்கும்” என்றார் சின்னு. எனக்குத் தெரிந்த அய்யப்பன் பாடல் நினைவிற்கு வந்தது.

என்னை முன்னால் நடக்கச் சொல்லி வழிகாட்டியபடி, என் தோள்களில் சுமை கூடாதவாறு விரல்களைத் தொட்டுக் கொண்டு நடந்தார். “உங்களுக்கு எத்தனை பசங்க” என அவரிடம் மூச்சு வாங்கப் பேச்சுக் கொடுத்தேன். “மூத்தவன் பாம்படிச்சு செத்திட்டான். அவனை இதோ அந்தப் பாறையில வச்சு என் கையாலதான் எரிச்சேன். இன்னும் மூணு பொட்ட புள்ளைங்க. பொண்டாட்டி பட்டுப் பூச்சி கம்பெனிக்கு வேலைக்குப் போறா. இங்க கை ஒச்சமான பெறகு எனக்கு வயக்காட்டு வேலை கிடைக்கலை. புளியம்பழம் அடிச்சுக் கொடுக்கப் போவேன். அது இல்லாத சமயத்தில வேட்டைக்குப் போயி கறியை கேட்கறவங்களுக்கு வித்துக் கொடுத்து பொழைச்சுக்குவேன்” என்றார்.

எதிர்பார்த்ததைவிட சின்னு கலகலப்பானவராகத் தெரிந்தார். காட்டைப் பற்றி நிறைய விஷயங்களை நான் கேட்காமலேயே சொல்லிக் கொண்டு வந்தார். மேடான இடத்தில் நின்று சிறு குத்துக் கல்லொன்றைக் காட்டி, "நல்லா கும்பிட்டுங்கோங்க சாமி. எங்க சாமி ஒரட்டி தெம்புராயன். கேப்பை மாவில கருவாட்டைப் பிசைஞ்சு படைச்சு கும்பிடுவோம்" என்றார். ஒருமாதிரி ஒருக்களித்துப் படுத்துக் கும்பிட்டு எழுவதைப் பார்த்துச் சிரித்தார். வாகை, தணக்கு, கும்ளா, கொண்ண, மஞ்ச வெள்ளுருவ என ஒவ்வொரு மரங்களின் பெயர்களையும் சொல்லிச் சுட்டிக்காட்டி நடந்தார். என் கைகளிலும் கால்களிலும் முட்கள் கீறி வெயிலில் எரியத் துவங்கியது. நின்று சொறிந்துவிட்டு மீண்டும் நடைபோட்டேன்.

"இவ்வளவு கஷ்டப்பட்டு மலையேறுறீங்களே. நீங்கதான் மம்மாவோட பையனா. எங்கருந்தாலும் என் மவன் இதுவரைக்கும் யாருமே பாத்திராத பெரிய ஈயொன்ன மாதிரி கடைசி காலத்தில என்னைத் தேடி வருவான். அவந்தான் எனக்கு கொள்ளி போடுவான்னு சொல்வாரு" என்று சொல்லிவிட்டு, எல்லாம் தெரிந்த பாவனையில் என் கண்களைக் குறுகுறுவெனப் பார்த்தார். கண்களை நான் தாழ்த்துவதைப் பார்த்து வேறு பக்கம் திரும்பித் தலையாட்டிச் சிரித்து, "எரையில்லாத காலத்தில காட்டு ராசாவான யானையும் வெருகுப் பூனையைச் சாப்பிடும். நானே என் கண்ணால பாத்திருக்கேன்" என்றார் சம்பந்தமில்லாமல்.

"அதென்ன மம்மான்னு பேரு" என்றேன்.

"பெரிய பயில்வான அந்தக் காலத்தில மம்மான்னு சொல்வாங்களாம். இவரு சட்டை முனிவரு. தன்னையும் அப்படித்தான் சொல்வாங்கன்னு சொன்னாரு" என்றார்.

"கைல எப்பயும் ஒரு குச்சி வச்சிருப்பாராமே. என்னது அது" என்றேன்.

"ஓ அதுவா. அது எட்டிக் குச்சி. எட்டி மரம்

கேள்விப்பட்டிருக்கீங்கள்ல. கசப்பு கூடுனது. அந்தக் குச்சியைப் பிடிக்காதவங்க முன்வாசல்ல ஊணி நெனைச்ச தெய்வத்தை வேண்டினா அவன் குடும்பம் இடுப்பொடிஞ்சு போகும்னு நம்பிக்கை. ஆனா அதுக்கு நம்ம மனசு சுத்தபத்தமா இருக்கணும்" என்றார்.

வாயில் விரலை வைத்து அமைதியாக இருக்கும்படி சொல்லிவிட்டு, தூரத்தில் இருப்பதைச் சுட்டிக் காட்டினார். அங்கே வானத்தை நோக்கினவாறு நான்கு குச்சிகள் மட்டுமே தெரிந்தன. குனிந்து ஒரு கல்லை விட்டு எறிந்தார். முழங்காலளவு உயரமிருந்த மானொன்று துள்ளியெழுந்து ஓடியது. "டுப்பாக்கி இல்லாம போயிருச்சே. இந்நேரத்தில வேட்டும் வைக்க முடியாது. அதான் சருகு மான். ஆட்களைக் கண்டா ஏமாத்துறதுக்கு கால்கள குச்சி மாதிரி வானத்தைக் காட்டி படுத்துக்கும். குச்சின்னு நெனைச்சு விட்டுருவோம்னு அதுக்கு ஒரு புத்தி. ஆளை ஏமாத்துறதுல அது கூடுன புத்தியுள்ளது" என்றார்.

எனக்குச் சின்னுவிடம் மனம் விட்டுப் பேச வேண்டும் போலத் தோன்றியது. "இந்த மாதிரி காட்டு மனுஷங்க சத்தியத்துக்கும் வாக்குக்கும் கட்டுப்பட்டவங்கங்கறது உண்மையா" என்றேன். நிமிர்ந்து என் கண்களை உற்றுப் பார்த்தவர் பாறைப் பொந்தொன்றின் நிழலில் அமருமாறு சைகை காட்டினார். "பசி வயித்தைக் கிள்ளும்ல சாமி" என்றதற்கு "ஆமாம்" என்றேன். புதரில் இறங்கி நடந்து போன அவர் கையில் பச்சிலைகள் சிலவற்றோடு திரும்பி வந்தார். "இதை மென்னு சாப்பிடுங்க. அதுக்கடுத்து தண்ணி குடிக்கிற வரைக்கும் பசி இருக்காது" என்றார். தயக்கமேயில்லாமல் அதை வாங்கி மென்று விழுங்கினேன். "வேற ஏதாச்சயும் கொடுத்தா என்ன பண்ணிருப்பீங்க" என இடுப்பையாட்டிச் சிரித்து விளையாட்டுக் காட்டினார். "மலை ஜனங்க நம்பினவங்களைக் கைவிட மாட்டாங்கன்னு கேள்விப்பட்டிருக்கேன்" என்றேன்.

"சரியா சொன்ன என் சாமி" எனச் சொல்லிவிட்டு நின்றபடியே என் கன்னத்தை வழித்துக் கொஞ்சிவிட்டு, நாங்கள் ஏறி வந்த பாதையின் இடது புறம் இருந்த பகுதியைச் சுட்டிக் காட்டினார்.

“அதா அந்தா தெரியுது பாருங்க. இருபது ஏக்கர் நெலம். அது எங்கப்பாருக்கானது. கஷ்டப்பட்டு பலா, மா, முந்திரின்னு வச்சு காப்பாத்துனாரு. யார்ட்டயோ சொன்ன ஒத்தை வார்த்தைக்காக அத்தனையையும் கொடுத்திட்டு சும்மா வந்து நின்னாரு. காடு இருக்கு. ரெண்டு அருவா இருக்கு. ஒருநாளும் காடு நம்மளைக் கைவிடாதுன்னு எங்கம்மா ஒடனடியா சொன்னா. தோ என் வாழ்க்கையும் இந்தக் காட்டை நம்பி முடியவும் போகுது. பிள்ளைங்கள மட்டும் கஷ்டப்பட்டு படிக்க வைக்கிறா என் வீட்டுக்காரி. சோத்துக்குச் செத்தாலும் பளிய ஜனங்க சத்தியத்தையும் வாக்கையும் மீற மாட்டோம்” என்று சொல்லிவிட்டுக் கழுத்தில் கிடந்த துண்டால் கண்களைத் துடைத்துக் கொண்டார்.

“இவரோட எதுக்கு இருக்கீங்க?” என்றேன்.

“மம்மாவோட எனக்குத் தெரிஞ்ச நாலைஞ்சு ஆட்க இருந்தாங்க. எல்லாரும் அவரை விட்டுட்டு ஓடிட்டாங்க. ஒருநாள் என்னைக் கூப்பிட்டு எங்கூட இருந்துக்கிறீயான்னார். அப்பப்ப கொஞ்சம் காசு கொடுப்பார். நான் வேட்டைக்கறி கொண்டு போயி குடுப்பேன். பொணமெரிக்க வந்தா கொஞ்சம் கூடுதலா காசு தருவாரு. மந்திர தந்திரம்னு அவர் செய்யறப்ப கொஞ்ச காசு கிடைக்கும்” என்றார்.

“அவருக்கு பொணமெரிக்கத் தெரியுமா?” என்றேன்.

“இல்லை நாந்தான் எரிக்க கத்து குடுத்தேன். எங்கூர்ல நான் போயி கேட்டா ஐம்பது ரூவாகூட தர மாட்டாங்க. வெளி ஆளுன்னா மவுசு இருக்கும்ல” என்றார்.

“அவர் இங்கியேவா இருக்கார். ஊர்ல எல்லாரும் சொல்றாங்க” என்றதற்கு, “யார் சொன்னா? எப்பவாச்சும்தான் இங்க வருவாரு. தெக்குப் பக்கமா எறங்கிப் போயிட்டு வருவார். வெளியூர்க்காரங்களைத் தவிர உள்ளூர் ஆளுக அவரைத் தேடறதே இல்லை. யானைக்கல் அய்யனாரை கும்பிடற அடிவார ஊர் மக்களுக்கு அவர் மயிருக்கு சமானம்” என்றார் சின்னு.

"நிறைய மந்திரமெல்லாம் போடுவாராமே. உங்களுக்குக் காட்டியிருக்காரா" என்றபோது, பெருங்குரலெடுத்து சிரித்தபடி, "நான் ஆராச்சில்லாம் செய்ய மாட்டேன். என்னையெல்லாம் எந்த மந்திரமும் ஒண்ணும் பண்ண முடியாது. பளியன் காட்டுக்கு மட்டும்தான் அடங்குவான். சோத்துக்கு காசு கொடுத்திருக்காரு. அந்த நன்னிக் கடனுக்கு கூட நிக்கேன். மக்கமாரு சிலர் அவரால சொகப்பட்டதா சொல்லுவாங்க. சிரிச்சுக்குவேன். ஆளாளுக்கு ஒரு நம்பிக்கைல. எனக்கு அந்தக் கல்லு இருக்கற மாதிரி" என்றார்.

"உங்க பிள்ளைங்களுக்கு கொண்டு போய்க் கொடுங்க" எனச் சொல்லிவிட்டு, கொஞ்சம் நிறையவே பணத்தை எடுத்து அவரிடம் கொடுத்தபோது வாங்க மறுத்து விட்டார். "காலைல சொன்னீங்கள்ள என் மவன் மாதிரி இருக்குன்னு. உங்க சாமி ஒரட்டி தெம்புராயன் மேல சத்தியமா உங்க மகன் கொடுத்த மாதிரி நெனைச்சு கொடுக்கேன். எனக்குச் சீக்கிரமே கல்யாணம் ஆகப் போகுது. உங்க ஆசிர்வாதமா இதை நீங்க வாங்கிக்கணும்" என்று சொல்லி, புனிதாவும் நானும் சேர்ந்து எடுத்த படத்தைக் காட்டிவிட்டு எழுந்து அவரது கால்களைத் தொட்டு வணங்கிக் கொடுத்தேன்.

தலையில் இரண்டு கைகளையும் வைத்து ஆசிர்வதித்துவிட்டு, கண்களை விலக்காமல் என்னுடைய முகத்தைச் சிறிது நேரம் உற்றுப் பார்த்து எதையோ தேடி அதைக் கண்டுகொண்ட திருப்தியில், "பூச்சி பொட்டு தொந்தரவில்லாம, நோய் நொடியில்லாம, காத்து கருப்பு கண்படாம நல்ல மாரிக்கு பொழைச்சு தென்னபிள்ளைகளைப் போல வாழணும்" என்று சொல்லி, அந்தப் பணக் கற்றையை வாங்கி வானத்தை நோக்கிக் காட்டிக் கும்பிட்டு இடுப்பில் செருகிக் கொண்டார்.

"இந்தப் பையில என்ன இருந்துச்சுன்னு தெரியுமா" என அந்த வெள்ளைப் பையைச் சுட்டிக்காட்டிச் சொன்னபோது, "அதெல்லாம் எனக்குத் தெரியாது சாமி" எனக் கன்னத்தில் போட்டுக் கொண்டார்.

“அதை விடுங்க. நீங்க மூணு பிள்ளை பெத்தவருதானே. அந்த மூணையும் தெருவில பிச்சையெடுக்க விட்டிருக்கீங்களா?” என்றேன்.

“அதெப்படி சாமி. ஊன உருக்கியாச்சும் கஞ்சி ஊத்திட மாட்டேனா” என்றார்.

“உங்க மூத்த பொம்பளைப் பிள்ளைக்கு வெஷம் கொடுத்து சாகடிப்பீங்களா” என்றேன்.

“அய்யோ தெம்புரானே. வேட்டைலகூட பொட்ட சாதிய சுட மாட்டேனே” என்றார்.

“உங்க மம்மா அதையெல்லாம் செஞ்சார்” எனச் சொல்லி விட்டு, அசோகன் கடைசியாய் எல்லா வீடுகளுக்கும் வந்து போன கதை வரை எல்லாவற்றையும் சொன்னபோது, “நிறைசூலியை வெறிபிடிச்ச புலிகூட மறிக்காதே” என்று மட்டும் சொல்லிவிட்டு அமைதியாக அமர்ந்து பீடி குடித்தபடி கேட்டுக் கொண்டிருந்தார் சின்னு. மீதி தூரத்தைக் கடக்கிற வரை அவர் எதுவும் பேசாமல் அமைதியாக நடந்து வந்தார். அந்த அமைதியைக் குத்திக் கிழித்துவிடக் கூடாதென்பதற்காக கூடுமானவரை சத்தமின்றி நடந்தேன். சில இடங்களில் தடுமாறிய போது மட்டும், “சாமி பாதையில மட்டும் மனசை வச்சு பாத்துப் போகணும்” என்றார் அர்த்தங்களைப் பொதித்து. தடுமாறிய எல்லா இடங்களிலும் இதே வார்த்தைகளை அச்சரம் பிசகாமல் அப்படியே திரும்பச் சொன்னார்.

காலையில் மௌனமாய்க் கிளம்பி, பின் உக்கிரத்துடன் வாட்டியெடுத்த சூரியன், தன்னைத் தணித்துக் கொண்டு மேற்கில் இறங்கினான். அடர்காட்டில் பல்லாயிரக்கணக்கான பறவைகள் ஒன்று சேர்ந்தாற்போல எழுப்பிய சத்தம், காதினுள் ஓங்காரமாய் நிறைந்தது. பக்கத்தில் வந்துவிட்டதைப் போல உள்ளுணர்வு சொன்னதும் மனம் பரபரப்படைந்து, கைகால்களில் வெளியே தெரிகிறளவிற்கு நடுக்கம் வந்தது. நடந்து வந்ததினால் ஏற்பட்ட சோர்வாக அது இருப்பின்,

இதற்கு முன்னமே இருந்திருக்க வேண்டுமே?

என் வலதுகையைக் கெட்டியாகப் பிடித்த சின்னு, ஏதோ அவருள் இருந்த சக்தியை மடைமாற்றுவதைப் போல பிடியை விலக்காமல் நின்றபோது, நடுக்கம் குறையத் துவங்கியது. “தெம்புராயனை மனசில இருத்திக்கோங்க. பயக்க வழியே இல்லை.” என்ற சின்னு கொஞ்சம் கிட்டத்தில் இருந்த மரமொன்றைச் சுட்டிக் காட்டினார். “அதான் ஒடுக மரம். ராஜநாகத்தோட நஞ்ச விட வெஷம் கூடுனது. நாலைஞ்சு ஒடுகங் காயை அரைச்சு குடிச்சாலே சீவன் அடங்கிரும். நான் நீங்கன்னு எல்லாருமே சீவன் இருக்கற வரைக்குந்தான் ஆட்டமும் ரவுசும். அந்தா கெடக்குது பாருங்க இனிக்கிற முந்திரிப் பழம். காட்டில கசப்பும் இனிப்பும் சேந்துதான் இருக்கு. நமக்கு என்ன சேரணும்ங்கறது ஏற்கனவே தலையில எழுதி வச்சிருக்கு உங்க மாமாவுகளுக்கு நீங்கன்னா ரெம்ப இஷ்டம் போல. குடிச்சிட்டு பொரண்டுக்கிட்டு இருக்கறப்பகூட மாப்பிள்ளை மாப்பிள்ளைன்னு அனத்துவாரு. போங்க. சாமிக்கு வேட்டைக் கறி ஏதாச்சும் எடுத்திட்டு வர்றேன்” என்ற சின்னு, மேலே போகுமாறு சைகை காட்டிவிட்டு பள்ளமொன்றினுள் இறங்கி மறைந்தார். நூறு கிளைகளையுமே ஒவ்வொரு தனிமரமாய் நிலத்தினுள் பாய்ச்சி, பரந்த நிலத்தை ஆக்கிரமித்து விரிந்திருந்தது அந்த ஆலமரம். வெளியே வெளிச்சமும் உள்ளுக்குள் இருளுமாய்க் கருவறையைப் போலவிருந்தது அது.

அத்தியாயம் 30

வானையும் ஒளியையும் நட்சத்திரங்களையும் மறைத்து நின்ற ஆலகாலப் பெரும்பொந்து அம்மரம். தரையில் மலையினடிவாரம் வரை நிலை குத்தியிருந்த அதன் கிளைகளை அசைத்துப் பார்த்தேன். மலையினுடலில் ஊடுருவியிருக்கிற நரம்பைப் போலவிருந்தன அவை. நூறு தும்பிக்கைகள் இணைந்தாலும் பிய்த்தெறிய முடியா கிளைகளவை. ஆயிரம் பறவைகள் இணைந்து எழுப்புகிற ஒலி அப்பொந்திற்குள் எதிரொலித்தது. இறுக மூடியமர்ந்தும் சத்தம் பிளந்து காது கோணூசியை வைத்துக் குத்தினாற்போல விண்ணென வலித்தது. இருட்டிற்குக் கண்கள் பழகின பிறகு அடிமேல் அடிவைத்து அப்பரந்த பொந்தின் வெளியைச் சுற்றி வந்தேன். பறவைகளின் ஒலியடங்கி பூரண அமைதி எழுந்து, உதிர்ந்து கிடந்த ஆலம்பழங்களும் சருகுகளும் காலில் மிதிபடுகிற சத்தம் தனித்துக் கேட்டது. எங்கே போயின அப்பறவைகள்? எங்கோ இருந்து சின்னுவின் கண்கள் என்னை உற்றுப் பார்த்துக் கொண்டிருந்ததாக உணர்ந்ததும் பயம் மெல்ல விலகுவதைக் கண்டேன்.

பெயர் தெரியாத விலங்குகள் அப்பொந்தினுள் இருட்டில் உலவிக் கொண்டிருந்ததைத் தெளிவாக அதன் அசைவுகளைக் கொண்டு பார்க்க முடிந்தது. புலியெல்லாம் அங்கே இருக்காதென அறிவு சொன்னது. என் மயிர்க்கால்கள் கூச்செறிவது அடங்கியதும் அங்கிருந்த கல்லொன்றில் அமர்ந்து, “ஏய் அசோகா எங்க இருக்க. சீக்கிரம் வெளியே வா. உன்னை பார்க்கத்தான் வந்திருக்கேன்” எனக் கத்தியது பொந்தில் பலதடவை எதிரொலித்து அடங்கியது. காலில் தட்டுப்பட்டதைக் குனிந்து எடுத்துப் பார்த்தபோது, அது அசோகனின் பை எனத் தெரிந்தது. உள்ளே கைவிட்டுத் துழாவத் தயக்கமாக இருந்ததால் அப்படியே கீழே போட்ட போது அது விழுகிற சத்தமே தனித்துக் கேட்டது. வெளியே ஒளியடங்கித் தொலைவானத்தில் நான்கைந்து நட்சத்திரங்கள் தெரிந்தன. பாதி வெண்மையில் முழுநிலவு மேற்கே எழத் துவங்கியது. அந்நிலவிற்கு பக்கத்திலேயே தனித்த நட்சத்திரமொன்றும் மிளிர்ந்தது. அது சூரியனா? நிலவா? சூரியன் மேற்கில் இறங்கியத்தைத்தான் நான் பார்த்தேனே?

வெளிச்சம் விழுவதற்குள் வெளியே போய்விட வேண்டுமென்கிற தவிப்பில், காலில் ஏதோ இடறியதையும் பொருட்படுத்தாமல் ஓட்டமும் நடையுமாய் விரைந்தேன். அந்த ஆலமரத்திற்கு நேர்மேலே மலையில் ஓவ் ஓவ் என்று மிருகக் குரலில் காறி உமிழ்கிற சத்தம் கேட்டது. கல்லும் முள்ளும் காலில் குத்தாது என்கிற வார்த்தைகளை நம்பி தட்டுத்தடுமாறி உச்சியை நோக்கி பக்கவாட்டில் ஏறினேன். அங்கேயொரு மொட்டைப் பாறை சமதளமாக இருந்தது. வானொளி மங்கிய வெளிச்சத்தில் மஞ்சளும் ஊதாவும் கலந்து இலையசைக்கிற சிறு காற்றிலாடி, பற்றியெரிந்தது பெருந்தீஜுவாலை.

அந்தத் தீயாடுகையில் கிடைத்த இடைவெளியில் பார்த்த போது, ஆளே மாறிப்போய் அமர்ந்திருந்தான் அசோகன். தலைமுடியெல்லாம் கொட்டிப்போய் வயிறு வரைக்கும் வெண்மையும் கருப்பும் மசிந்து நெஞ்சு வரைக்கும் தாடி நீண்டிருந்தது. அவன் அமர்ந்திருந்த தோரணையே

வித்தியாசமாக இருந்தது. வெளிக்குப் போவதைப் போலக் குத்தவைத்து இருகைகளையும் முழங்காலில் தொங்கப் போட்டு, வயிறு உள்ளொடுங்கி அமர்ந்திருந்தான் அசோகன். அவன் பக்கத்தில் போகலாமா என யோசித்துக் கொண்டிருந்த போது, அவனுக்குப் பக்கவாட்டில் உள்ள புதரில் சின்னு எதையோ தொங்கப்போட்டு உறித்துக் கொண்டிருப்பது தெரிந்ததும் துணிந்து முன்னேறினேன்.

கிட்டத்தில் போகையில் சின்னு உரித்துக் கொண்டிருப்பது கீரிப் பிள்ளை எனத் தெரிந்தது. பாம்பையே விரட்டிப் புரட்டிப் போடும் அதை எப்படித் தின்பது என்கிற யோசனையும்கூடவே எழுந்தது. பாம்புக்கடி பட்ட பிறகு அது மூலிகைகளில் புரண்டு விஷத்தைத் தணித்துக் கொள்ளும் எனக் கேள்விப்பட்டிருக்கிறேன். ஆனாலும் விஷம் எப்படித் தணியும்? நம்பித் தின்றால் எதுவும் குறையில்லை என உள்ளுணர்வு சொன்னது. இறைச்சி பற்றி சிந்தித்தும் பசி இன்னமும் புறப்படவில்லை என்பதை உணர்ந்தேன். எனக்கு அதுவரை அறிமுகமில்லாத தெம்புராயனை மனதில் இருத்தி, தைரியமாக அசோகன் முன்னால் போய் அமர்ந்தேன்.

என்னைப் பார்த்ததும் சட்டென அவன் கண்கள் கலங்கியதை தீ ஜுவாலைக்கு நடுவே நிச்சயம் நான் பார்த்தேன். உடனே சுதாரித்து அவன் கண்களை என்னை விட்டு விலக்கி எரிகிற தீயைப் பார்க்க ஆரம்பித்தான். கண்களை மேல்நோக்கி தூக்காமலேயே பக்கத்தில் இருந்த செம்பொன்றை என்னை நோக்கித் தள்ளினான். அநிச்சையாக நான் சின்னுவின் முகத்தை ஏறிட்டுப் பார்த்தபோது, குடி என்பதைப் போலக் கண்ணை அசைத்துக் காட்டினார். தீ வெக்கையினூடே கையை நீட்டிச் செம்பை எடுத்துக் கையில் வைத்தபோது, அதனுள் இருந்த திரவம் வெதுவெதுப்பாக இளஞ்சூட்டில் இருந்தது. வாயில் வைத்து ஒரு மிடறு அருந்தியபோது, குதிரை லத்தி மணம் அதிலிருந்து எழுந்தது. துவர்ப்பாய் இருந்தது அந்தப் பானம். அதுவரை நான் குடித்தேயிராத சுவையில் இருந்த அதை ஒரே மூச்சில் குடித்து முடித்தேன்.

இரண்டு மூன்று நிமிடங்களில் இலவம்பஞ்சை உள்ளுக்குள் சொருகியதைப் போல காது அடைத்தது. சுண்டுவிரலை உள்ளே நுழைத்து கடகடவென ஆட்டிய பிறகு காதிலிருந்து காற்று வெளியேறியதைப் போலத் தெரிந்தது. உட்கார்ந்த நிலையிலேயே பறப்பதைப் போல உணர்ந்தேன். நிமிர்ந்து என் கண்களை உற்றுப் பார்த்துவிட்டு அசோகன் கரகரப்பான குரலில், சொல்லியது துல்லியமாக என் நெஞ்சில் வரிவரியாகப் பதிந்தது.

“ஆச்சென்று சொன்னதை நீ அறிவதெப்போ
தடிமுடிவும் நடுவணையைப் பெறுவதென்றோ
மாச்சலென்ன வொருமூச்சோ யென்னைப் பாரு
மம்மாவோ யின்னாபா ரென்னைத்தானே
தீச்சுட்ட புண்ணானா லாறும்பாரு
தீராது யென் நாவாற் சுட்டபுண்ணு
ஆச்சென்று சட்டைமுனி சொன்னபேச்சை
அறிந்துபா ருன்னையறிந் தென்னைத்தானே”

எனப் பாடல் மாதிரி அதை ஏற்ற இறக்கத்துடன் மூன்று முறை சொன்னான். அது என்ன பாடல் என எனக்கு விளங்கவில்லை. மனப்பாடம் பண்ணி உருப்போட்டிருக்கிறான் என்பது அவனுடைய உச்சரிப்பின் தீர்க்கத்திலேயே தெரிந்தது. அதன் முழு அர்த்தம் புரியவில்லையெனினும் தீச்சுட்ட புண் என்கிற வார்த்தை மட்டும் தலைக்கு மேல் சுற்றும் செங்குளவியைப் போல ரீங்காரமிட்டு, எனக்குள் சுற்றி வந்தது. கூடவே நாவால் சுட்ட வடு என்கிற வார்த்தையும் கோர்வையாக வந்தது. அசோகனிடம் ஏதாவது பேச வேண்டுமெனத் தோன்றிய போதும் வார்த்தைகள் எதுவும் வெளியே வரவில்லை. வயிற்றைக் குடல்வரை இழுத்துப் பசித்தது. பெருங்குடலும் சிறுகுடலும் பிணைந்து எழுப்புகிற சத்தமும் கேட்டது.

“மாமா இல்லைடா மம்மா நான்” எனச் சொல்லிவிட்டு எழுந்து வந்து, கையில் வைத்திருந்த சின்னச் சொம்பில் இருந்த நீரை என் தலையில் கொட்டினான். என் உச்சந்தலையில்

கைவைத்த போது, “விடுறா” என வழக்கமாகத் தட்டி விடுவதைப் போல விலக்கினேன். “அப்படியே சின்னப் புள்ளையாட்டவே இருக்கீயே மாப்பிள்ளை” என்றவன் சட்டென விலகி தூரத்தில் போய் அமர்ந்து கொண்டு மீண்டும் தீவிரமாகக் கண்களை உருட்டி அமர்ந்தான். விழிப்பும் மயக்கமும் கலந்து எதையும் சிந்தனையில் போட்டுக் கலக்கி முடிவெடுக்க முடியாத பறக்கிற நிலையில் இருந்தேன் நான் அப்போது. சுற்றி நடக்கிற எல்லாமும் உரைத்தது. ஆனாலும் அதை நீட்டிக்கவோ, மறுக்கவோ, விலக்கவோ தோன்றவில்லை எனக்கு. அசோகன் ஏதோ பொய்யான சித்து விளையாட்டு ஆடுகிறான் என்பதை மட்டும் உள்ளுணர்வு மறுபடி மறுபடி சொல்லிக் கொண்டே இருந்தது.

“நெடுஞ்சாண்கிடையாக விழுந்து கும்பிடு. உன்னைப் பிடிச்சு ஆட்டுற அரக்கி வாலைத்தேவியை துரத்திட்டு, ஆத்தாள்வாலைய கொண்டு வர்றேன்” என்றான். கீரிப் பிள்ளையின் தோலை உரித்து தொங்கும் வாலோடு, சிவப்பு நிறமாய்க் கொண்டு வந்து நெருப்பில் போட்ட சின்னு, “சாமி மம்மாவைக் கும்பிட்டுக்கணும்” என்றார். எழுந்து முழங்கால் போட்டுப் பாதி குனிந்து வணங்கிவிட்டு அதே வேகத்தில் எழுந்து கொண்டேன். அதேசமயம் அவனை அடித்ததற்கு உண்மையிலேயே மன்னிப்பு கேட்க வேண்டும் என அந்த நேரத்தில் எனக்குத் தோன்றியது. அப்போது ஆத்தாள்வாலை என நான் என்னையறியாமல் சொன்னபோது, என்னைச் சுற்றி எப்போதுமில்லாத வகையில் மல்லிகைப்பூ மணம் சூழ்ந்தது. என்றுமே மறக்கமுடியாதளவிற்கு ஒரு காடே ஒற்றை மல்லிகை விருட்சமாய் மாறி மணத்தது. சொற்களைக் கஷ்டப்பட்டுத் திரட்டி, “உன்னை அடிச்சது தப்புதான். மன்னிச்சிரு. ஆனா நீ செஞ்சதும் தப்புதானே” என்றதும் அசோகன் சட்டென இளகி, “ஏண்டா மாப்பிள்ளை சின்ன வயசில நெதமும் நெஞ்சில உதைப்ப நீ. அதையெல்லாம் பொறுத்துக்கிட்டவந்தானே. நீ அடிமை வாழ்க்கை வாழ்றது எனக்குப் பிடிக்கலை” என்றான் உடனடியாக.

காதடைப்பும் பறத்தலுணர்வும் கொஞ்சம் மட்டுப்படுவதைப் போல உணர்ந்தவுடன், அசோகனின் கண்களைத் தீர்க்கமாக ஏறிட்டுப் பார்த்தேன். அப்படி நான் பார்ப்பதைப் பார்த்துவிட்டு சின்னுவும் அந்தச் சூழலை இயல்பாக்கும் பொருட்டு, "வேற ஒண்ணும் இல்லை சாமி. பகல்ல எல்லாம் இந்த மொட்டை பாறை சூரியன் உக்கிரத்தில கொதிச்சுக் கிடக்கும். அதை மறுபடி தீ மூட்டி எரிச்சா எரிமலை மாதிரி தகதகக்கும். இதில கறிய மசாலா தடவிப் போட்டா பூப்போல வெந்திடும்" என்றார். அசோகன் மறுபடி தலையை விடைத்துக் கொண்டு தொண்டையைச் செருமி ஏதோ சொல்ல வரும்போது, "டேய் நிறுத்து. உன் பவுசு எனக்குத் தெரியாதா" என்றேன் பழைய ஆளாய் மாறி. பயங்களெல்லாம் அடங்கி அப்போது நான் மீண்டிருந்தேன்.

"நான் யாருன்னு தெரியாம பேசற மாப்பிள்ளை" என்றான்.

"சாமி நீங்களும் மம்மாவும்... இல்லை மாமனும் பேசிக்கிட்டு இருங்க. வேற ஏதாச்சும் அம்புடுதான்னு பாத்திட்டு வர்றேன்" எனச் சொல்லிவிட்டு சின்னு நகர்ந்தார். சின்னு போவதையே பார்த்துக் கொண்டிருந்த அசோகன், "உன்னைத் தவிர அந்தக் குடும்பத்தில ஒருத்தனையும் விட மாட்டேன். எங்கம்மா மேல சத்தியம்" என்றான். இந்தமுறை அவன் சொன்னதில் அடியாழ வன்மமிருந்ததைக் கவனித்தேன். அதைச் சொல்லும் போது அவனுடைய முகம் மிருகம் மாதிரி மாறுவதைக் கவனித்தேன். இந்த முகத்தோடு அசோகனை ஒருபோதும் நான் பார்த்ததில்லை.

"ஏன் அவங்க என்ன பண்ணாங்க உன்னை" என்றேன்.

"தெருத் தெருவா பிச்சையெடுக்க வச்சாங்க. ஒரு புழுவுக்கு கொடுக்கற மரியாதையைக் கூட தரலை. தட்டில சோத்தை வச்சுட்டு, அதில மலத்தையும் தூக்கிப் போட்டாங்க" என்றான்.

"உன் பிள்ளைங்க என்ன பண்ணாங்க. ஒருத்தி செத்தே போயிட்டா தெரியுமா" என்றேன்.

“கல்யாணத்தப்பவாது எங்கப்பன் இல்லாட்டி செஞ்சுக்க மாட்டேன்னு சொன்னாளா. சும்மா பொய் சொல்றாளுக மாப்பிள்ளை. அப்ப ஊருக்குள்ளதான் இருந்தேன். அவதான் சொன்னாளாம். எங்கப்பன் இங்க வரக்கூடாதுன்னு. அவ புருஷன் தரையில அடிச்சு உருட்டுனப்ப தாலியைக் கைல பிடிச்சுக்கிட்டு பாத்துக்கிட்டுதான இருந்தா. இன்னொரு புள்ளைக்கு அப்பன் செத்துட்டான்னு சொல்லி சம்பந்தம் பேசிருக்காங்கங்கறதும் எனக்குத் தெரியும். இன்னொருத்தன்கூட படுத்துக் கிடந்தவ மூஞ்சில எப்படி போயி முழிக்கிறது சொல்லு” என்றான். அவன் சொல்வதெல்லாம் உண்மையா என்கிற விசாரணைக்கே அந்தச் சமயத்தில் போகத் தோன்றவில்லை எனக்கு. குடும்பம் என்று பேச்செடுத்தாலே அவன் நிதானத்தை இழந்து சித்தம் கலங்கியவனைப் போலப் பேசுவதை உணர்ந்தேன். அல்லது, உண்மையிலேயே அவனுக்குச் சித்தம் கலங்கி விட்டதா? சொல்ல முடியாத வார்த்தைகளால் புனிதா உட்பட குடும்பத்தில் இருந்த எல்லோரையும் சகட்டு மேனிக்கு வைது கொண்டிருந்தான். நான் சொன்ன எதையுமே அவன் காதில் வாங்கிக் கொள்ளத் தயாராகவே இல்லை. எழுந்து நின்று அடிவயிற்றில் அடித்துக் கொண்டு பெருங்குரலெடுத்து அழத் துவங்கினான். எழுந்து போய் அவனது தோள்களைப் பிடித்த போது எனக்குமே அழுகை முட்டிக் கொண்டு வந்தது. “சோத்துக்கு வழியில்லாம பிச்சையெடுத்தேன் மாப்பிள்ளை. என்ன கேட்டேன். ஆதரவா கைதூக்கி விடுங்கன்னுதானே கேட்டேன். அன்பா அனுசரணையா ஒரு வார்த்தை கிடைச்சுதா. எங்க போனாலும் திருட்டுப் பட்டத்தை போறதுக்கு முன்னாடியே கட்டி வச்சிருந்தாங்க. எங்கம்மா இருந்தா இப்படி விட்டிருக்குமா. சொந்த பொண்டாட்டி இன்னொருத்தன்கூட படுத்துக் கிடக்கிற காட்சிய நீ பாத்திருக்கியா” எனச் சொல்லி விட்டு தரையில் அமர்ந்த அவன், “எல்லா பொம்பளைகளும் தேவிடியாதான் தேவிடியாதான் தேவிடியாதான். அதுலயும் எம்பொண்டாட்டி பச்சை தேவிடியா. எங்கக்கா தங்கச்சில்லாம் பச்சை தேவிடியா. இதோ உன்னைக் கட்டிக்கப் போறாள்ள அவ பெருந்தேவிடியா” எனத் தரையில் விழுந்து புரண்டு

சொல்லிக் கொண்டிருந்தான்.

வழக்கம் போல சித்து விளையாட்டோ என்கிற மாதிரி உற்றுப் பார்த்தபோது, அடிவயிற்றிலிருந்து எக்கிக் குரலெடுத்து அவன் தன்னை மறந்து அப்படிச் சொல்லிக் கொண்டிருப்பதை உணர்ந்தேன். ஓடிப்போய்த் தலையில் கல்லெடுத்துப் போட்டுவிடலாமா எனவும் தோன்றியது. நிறுத்தாமல் அந்த வார்த்தைகளை மறுபடி மறுபடி சொல்லிக் கொண்டிருந்த அவன் எழுந்தமர்ந்து பெருங்குரலெடுத்துத் திரும்பவும் ஏங்கியழத் துவங்கினான்.

இந்தமுறை அவனை நோக்கிப் போகாமல் அவனையே அமைதியாக உற்றுப் பார்த்துக் கொண்டிருந்தேன். எங்களை நோக்கி வந்த சின்னு திரும்பவும் கீழே இறங்கிப் போவது தெரிந்தது. அசோகனுக்குள் இருவேறு ஆளுமைகள் பின்னிப் பிணைந்து சாரைகள் இரண்டைப் போல ஆடுவதை என் அறிவு உணர்த்தியது. நிஜமான வன்மத்தோடே அவன் எல்லோரையும் போய்ப் பார்த்திருக்கிறான் என்பதை ஆழமாக அந்தக் கணம் எனக்குள் நிறுவியது.

என்னிடமிருந்து தன்னை மறைக்க, ஒளிக்க நினைக்கிறானாலும், அவனை மீறி வன்மமும் பெருங்கோபமும் கொப்பளித்து வெளியேறியது. எத்தனை ஆண்டுகளாக அதைப் புடம் போட்டுத் தேக்கி வைத்திருந்தானோ? “அன்னைக்கு இருக்கன்குடிக்கு எங்கம்மா ஒரு எட்டு வந்திருந்திச்சுன்னா என் வாழ்க்கை அடியோட மாறியிருக்கும்ல” என்றான் திடீரென. “மஹாராஷ்டிரா பார்டர்ல ரௌடி ஒருத்தன் என்னைப் பிடிச்சு அடிச்சு தரையில முட்டி போட்டு ஊம்பச் சொன்னான். அதையும் செஞ்சிருக்கேன் தெரியுமா. தொண்டை முழுக்க விந்து நாத்தம் நாலு நாளைக்கு இருந்துச்சு. எப்படி பொழைச்ச ஆள் நான். எங்கண்ணன்லாம் எவ்ளோ பெரிய ரௌடி. நாலு நாளைக்குச் சாப்பிட முடியலை தெரியுமா. இப்படியே விட்டா செத்துப் போயிருவேன்னு ஒரு குவார்ட்டர ராவா குடிச்சுட்டு தின்னேன். குவார்ட்டர ஊத்தாம இப்பல்லாம்

சாப்பிடவே முடியலை. சோத்தில கைவச்சாலே விந்து வாடை வந்திருது" எனச் சொல்லிவிட்டு ஓவ்வென அடிவயிற்றிலிருந்து வாந்தியாய்ச் சில வெறும் நீர்த் துளிகளைக் கொட்டிவிட்டு, தலையில் அடித்துக் கொண்டு அழுதான். வெறும் வயிற்றோடு கிடந்த வாந்தியது. அவன் இப்படி தன்னை மறந்து அழுவதைக் காணச் சகிக்காமல் தலையைத் திருப்பிக் கொண்ட போதும், என் கண்களிலும் நீர் திரள்வதை நிறுத்த முடியவில்லை.

அழுகையை நிறுத்தாமல், "உங்கூட கடைசியாய் வந்து காலத்தை முடிச்சிடலாம்னு வந்தேன். நீயே சீப்பட்டு நிக்கறத என்னால பார்க்க முடியலை மாப்பிள்ளை. பொம்பளைங்க வயசாக வயசாக ஆட்டிப் படைச்சிருவாளுக. மதிக்க மாட்டாளுக. அங்கயும் இடமில்லைன்னு ஆகிப் போச்சு. எங்கயும் இந்த கட்டை மடங்கி ஒடுங்கியும் இருக்க மாட்டேங்குது. ரெண்டுநாள்ள எல்லாத்தையும் எதிர்த்துக்கிட்டு ஓடணும்ங்கற நினைப்பு வந்திடுது நான் என்ன செய்யட்டும். சாகலாம்னு நாலைஞ்சு தடவை முயற்சி செஞ்சேன். தைரியம் வரலை. உங்கூட்டிலயும் இனிமே வாழ முடியாதுங்கற நெலை வந்திடுச்சு. கடைசியா இருந்த கயித்தைக்கூட அத்துப்புட்டாளுகளே. கடைசி காலத்தில எங்க போவேன் சொல்லு. உழைக்கிற வரை உழைச்சுப் பாத்திட்டேன். இப்ப மேலுக்கும் முடியலையே" என்று சொல்லிவிட்டு வானத்தை நோக்கிப் பார்த்துக் கதறி அழுதான்.

"நீ சாதாரணமா அடிச்சாகூட பரவாயில்லை மாப்பிள்ளை. ஆனா நீயும் சோத்தில கைவைச்சப்ப அடிச்சீல்ல. ஊம்பச் சொன்னவனுக்கும் உனக்கும் என்ன வித்தியாசம். நீ அடிச்சப்ப மூணு நாளைக்கு நான் சாப்பிடலை தெரியுமா? எம்புள்ளைகளைக்கூட அப்படி வளர்த்ததில்லை. உன்னை நெஞ்சில போட்டு வளர்த்தேன்" என்றான் அழுகையினூடே என்னை நிமிர்ந்து பார்த்து. அடுத்த கணமே, "உனக்குத்தாண்டா நான் மாமா. மத்தவங்களுக்கெல்லாம் உண்மையிலயே மம்மா. பார்த்துக்கோ. என்னம்மோ பேசிக்கிட்டு இருக்கேன். ஆமா உனக்குப் பசிக்கும்ல. ஏற்கனவே கஞ்சா செடி கலந்து தண்ணீ

கொடுத்திருக்கேன் உனக்கு. அதைக் குடிச்சா மலையேறி வந்ததுனால மேலு காலு வலியெடுக்காது. அதுக்குத்தான்" எனச் சொல்லிவிட்டு, மசால் தடவி தீக்குள் வெந்து கொண்டிருந்த கீரியை இழுத்து வெளியே போட்டான்.

"அப்புறமா சாப்பிடலாம். நீ பேசு" என்றேன். எனக்குள் குற்றவுணர்வு அழுத்தமாகப் பரவியது. "அடிச்சது தப்புத்தான். அவளும் உன் மக மாதிரிதானே" என்று சொன்னதை அவன் காதிலேயே போட்டுக் கொள்ளவில்லை. அவன் மட்டுமே பேசவேண்டுமென்கிற விருப்பத்தில் இருந்தான். எங்கள் தரப்பிலான எந்த நியாயங்களும் செல்லுபடியாகவில்லை அங்கே. அடங்கிக் கிடந்த அவனுடைய மிருக குணம், எந்தவித தர்மங்களையும் எடைபோட விடாமல் அவனைத் தடுத்தது.

"இல்லை மாப்பிள்ளை. சுமதியையும் அவ அம்மாவையும் வெட்டிப் போடாம நான் சாக மாட்டேன். எழுதி வச்சுக்கோ. ஒருத்தரையும் நிம்மதியா வாழ விடமாட்டேன். எங்கம்மா மேல சத்தியம். உன்னையும் அவட்ட இருந்து பிரிச்சு நல்லா வாழ வைக்காம ஓய மாட்டேன்" என அடித் தொண்டையில் இருந்து பலத்தைத் திரட்டிக் கத்தினான். அவன் முகத்தை அப்போது பக்கத்தில் பார்த்த போது, நிச்சயமாக அதைச் செய்வான் என்றே எனக்குத் தோன்றியது. அதை ஆழமாக உணரவும் செய்தேன்.

அழுதழுது அவன் கிறங்கிப் போயிருந்தான். சாப்பிடாமல் இருந்ததாலும் அவனுடல் துவளத் துவங்கியது, "ஒரு குவார்ட்டர் இருந்தா கொடேன்" என இருகைகளையும் விரித்து நெஞ்சில் படாரென அறைந்து கேட்டான்.

பையிலிருந்து ஒரு முழு போத்தலை எடுத்து அவன் முன்னால் வைத்தேன். அந்தக் கணத்தில் அவனுக்கான விடுதலையைத் தந்துவிடுவதுதான் சரியென்றும் பட்டது. எனக்குள் ஊடுருவிய கஞ்சா போதை உணர்வுகளைப் பின் தள்ளி எதையும் தள்ளிப் பார்க்கிற தன்மையைத் தந்தது. அவனது கண்ணீருக்குள் ஊடுருவ முடியாத எல்லையில் என் உள்ளத்தை அப்பாறையாய் இறுக்கி

நிறுத்திக் கொண்டேன். அவன் துக்கத்தை அடியாழத்திலிருந்து உணர்ந்தாலும் அதில் என்னால் பங்கெடுக்க முடியவில்லை அந்த நேரத்தில். அவன் அதையெல்லாம் எதிர்பார்க்கவில்லை என்பதும் புரிந்தது. என் கண்களைக்கூட அவன் ஏறிட்டுப் பார்க்காமல், திறந்த வானத்தை நோக்கியே இதையெல்லாம் பேசிக் கொண்டிருந்தான்.

போத்தலின் மூடியைத் திறக்க முடியாதளவிற்கு அவனுடைய கைகள் நடுங்கியதால், பல்லைக் கொண்டு கடித்து அதைத் திறக்க முயன்றான். ஆனால் ஏற்கனவே மூடி திறந்தே இருந்தது. “காலையில இருந்து ஆறு குவார்ட்டரு குடிச்சிருக்கேன். எல்லாத்தையும் நெனைக்க நெனைக்க இப்பல்லாம் போதையும் ஆகித் தொலைய மாட்டேங்குது. நீயும் அவனும் ஏறி வர்றதை முன்னாடியே பாத்திட்டேன்” என்றான்.

அதை வாங்கி, மூடியை திறந்து கொடுத்தேன். “நீ குடிக்கிறீயா” என்பதைப் போல என்னை நோக்கி நீட்டினான். “இல்லை எனக்கு தனியாக விஸ்கி வைத்திருக்கிறேன். உனக்கு பிராந்திதானே பிடிக்கும். அதனால் வாங்கி வந்தேன்” எனச் சொன்னபோது, நிமிர்ந்து குறுகுறுப்பாய்க் கண்களை விலக்காமல் என்னைப் பார்த்துக் கொண்டேயிருந்தான். அப்பார்வையைத் தவிர்த்துவிட்டு, என் பையைத் துழாவி, சின்னதான விஸ்கி போத்தலை எடுத்து நீரோடு இருந்த செம்பில் பாதியைக் கொட்டிவிட்டு, எனக்கும் ஊற்றிக் கொண்டேன். அப்படியே முழு போத்தலையும் வாயில் கவிழ்த்த அவன், அண்ணாந்து நீரருந்துவதைப் போல தண்ணீர்விடாமல் அதைக் குடித்ததைத் தடுக்கவில்லை. பாதி குடித்த பிறகு வாயிலிருந்த அதை எடுத்த அவன் ஏப்பமொன்றை விட்டு, எதிரிலிருந்த வெந்த இறைச்சியை வாயில் வைத்துக் கடித்து இழுத்து மென்றான். அதைத் தின்றபடியே, “அடிவயத்தில எப்பவும் பசியிருக்கணும் மாப்பிள்ளை. இல்லாட்டி என்ன மாதிரி மதமதன்னு அலைஞ்சே செத்துப் போயிருவ” எனச் சொல்லிவிட்டு, மறுபடி கறியோடு சேர்த்து பிராந்தியையும் கவிழ்த்துக் கொண்டான்.

"எனக்காக பாசமா ஒருதடவை கடைசியா நான் கேட்டமாரிக்கு கூப்பிடு" என்றான் குழறியபடி. "குடிச்சு முடி. தோணுறப்ப நிச்சயமா கூப்பிடுவேன். வீம்புக்குச் செய்யக் கூடாதில்லையா" என்றபோது, "அடிசக்கை என்னைத் தூக்கிப் போட என் மவன் வந்திட்டான். என்னைத் தூக்கிப் போட என் மவன் வந்திட்டான்" என எழுந்து நின்று தள்ளாடியபடி ஆடினான். பிறகு பொத்தென தரையில் அமர்ந்தவாக்கில் விழுந்து மல்லாக்கப்படுத்தபடி வாயில் ஊற்றிக் கொண்டான். முழு போத்தலையும் குடித்தபின்னர் தரையில் அதை நழுவ விட்டான். அது வழுக்கிக் கொண்டு ஓடி பள்ளத்தில் விழுந்து நொறுங்கிய சத்தம் தனித்துக் கேட்டது. தட்டுத்தடுமாறி எழுந்தமர்ந்த அவன், "வெண்ணை ரொட்டியா கொடுத்து இனிப்பா மட்டுந்தான் வளர்த்தேன் ஒன்னை. கடைசீல நீயும் கசப்பை வாயில ஊத்திட்ட" எனச் சொல்லிவிட்டு, தொப்பென தரையில் வீழ்ந்தான்.

இரண்டுவிதமான போதைகள் கலந்திருந்ததால் எனக்கும் தலைசுற்றிக் கொண்டு வந்தது. எழ முயன்று அப்படியே அமர்ந்து விட்டேன். வெந்த கறியைத் தூக்கி வாயில் வைத்த போது விந்து வாசம் வருவதைப் போல இருந்ததால் தூர எறிந்து விட்டேன். நினைவுகள் சுழற்றி சாட்டையைப் போல அடித்தன. கருப்பு புல்லட்டில் அசோகனோடு ஏறி அவ்விரவில் வெண்ணை ரொட்டியைத் தேடியபோது, கல்லில் அடித்த கரண்டிச் சத்தம் என் காதுகளின் ஆழத்தில் வெடிச் சத்தத்தைப் போலக் கேட்டது. கடைசியாய்த் தூங்குவதற்கு முன்பு பூரண நிலவைப் பார்த்த ஞாபகம் மட்டுமே எனக்குள் இருந்தது.

விடிவதற்கு சற்றுமுன்னர் எனக்கு விழிப்பு தட்டியது. நேற்றைய அதிகாலை ஒளியை நினைவில் வைத்தே அதை விடியல் என உணர்ந்தேன். தூரத்தில் டயர்களை எடுத்து அதைக் கிழித்துக் கொண்டிருந்தார் சின்னு. எழுந்தமர்ந்தபோது, அசோகன் என்னைவிட்டு இருபதடி தூரத்தில் குப்புறப் படுத்துக் கிடந்தான். எழுந்து அவனை நோக்கிப் போனதைப் பார்த்து விட்டு, சின்னுவும் எழுந்து என்னோடு நடந்தார். குப்புறக்

கிடந்த அசோகனை உலுக்கியபோது அவன் உடல் தளர்வாய் ஆடியது. “சாமி கொஞ்சம் நெதானமா இருக்கணும்” என்று சொல்லிவிட்டு, அசோகனைத் திருப்பிப் போட்டார் சின்னு.

அசோகனின் கடவாயில் ரத்தம் வழிந்து நெஞ்சில் பரவி உறைந்திருந்தது. கண்கள் மேல்நோக்கி நிலைகுத்தியிருந்தன. வயிற்றிலிருந்து எக்கிக் குரலெடுத்து அந்தக் காடே கேட்கும்படி கதறியழுதேன். என் கையைப் பிடித்து இழுத்த சின்னு, அந்தப் பெரும் மொட்டைப் பாறையின் நடுமையத்தில் அமர வைத்தார். தவழ்ந்து போய் என்னுடைய பையிலிருந்த இன்னொரு போத்தலை எடுத்து அப்படியே வாயில் கவிழ்த்துக் கொண்டேன். அடக்க மாட்டாமல் அருவியைப் போல பொங்கி வந்தது அழுகை. போதை ஏறிய பிறகு அழுகையடங்கி அசோகன் குறித்த நற்சித்திரங்கள் கண்ணுக்கு முன்னால் வந்து போயின.

சின்னு அவசர அவசரமாக வேலைகளைச் செய்து கொண்டிருப்பதாகத் தோன்றியது. அசோகனைத் தூக்கித் தோளில் போட்ட அவர் அந்த மொட்டைப் பாறையின் நடுமையத்தில் எனக்கருகே கொண்டுவந்து போட்டார். “எல்லாரும் ஒருநாள் போகத்தான் போறோம். சாமி மெரளக்கூடாது. இதையும் பாக்கணும். எல்லாத்தையும் பாத்த பெறகுதான் வாழ்க்கைல ஒரு பிடிப்பு வரும். பிள்ளைக்கு தெம்புராயன் துணை” எனச் சொல்லிவிட்டு அசோகனின் உடலை, வெட்டிக் கிழித்து வைத்த டயர்களால் மூடினார். என்னை எழுந்து வரச் சொல்லிக் கையில் பெட்ரோல் குப்பியொன்றை கொடுத்து, அசோகனின் தாடியை கீழே இழுத்து, மீசையோடு சேர்த்து மேவாயைத் தூக்கிப் பிரித்த போது, “மெதுவா பாத்து” என என்னையறியாமல் சொன்ன போது, சின்னு கலங்கிய விழிகளுடன் சிரித்தார். அவர் விரித்த அந்த வாய்பொந்தில் பெட்ரோலை வழிய விடாமல் ஊற்றினேன். சூடமொன்றைக் கொடுத்த அவர் கொளுத்திப் போடச் சொன்னார்.

கொளுந்துவிட்டு தீ பரவத் துவங்கியதும், “சாமி கொஞ்சம்

தள்ளியிருக்கணும். முக்கா மணி நேரத்தில சோலி முடிஞ்சிரும். ஆட்டம் அடங்கிரும்" எனச் சொல்லிவிட்டுக் குச்சியொன்றை எடுத்து அசோகனை எரிக்கத் துவங்கினார். என் அழுகை முற்றிலும் விலகி, சாவை பக்கத்தில் பார்த்ததால் நானுமே ஒருநாள் இப்படி எரியக்கூடியவனே என்கிற சமாதானம் வந்திருந்தது. அசோகனின் ஓட்டம் ஏதோவொரு வகையில் முடிந்தது குறித்து சிந்தித்த மனம் அறியும், இருந்திருந்தால் இன்னமும் அசிங்கப்பட்டிருப்பான். தூரத்தில் நின்றபடி அடிவாரத்தைப் பார்த்துக் கொண்டிருந்த என்னை விசிலடித்து அருகில் அழைத்தார் சின்னு.

முழங்கை அளவிருக்கிற குச்சியில் எதையோ குத்தி அந்தரத்தில் காட்டிக் கொண்டிருந்தார் அவர். பக்கத்தில் போனபோது, "ஏதோ ஒரு ஏக்கம் இருக்கும் போல. சாமனியத்துக்கு எதயம் மட்டும் எரிய மாட்டேங்குது" என்றார். காற்றில்லாத அம்மொட்டைப் பாறையில் சாம்பல் சிதறிக் கிடந்தது. இளஞ்சூட்டில் இருந்த ஒருபிடிச் சாம்பலைக் கையில் எடுத்து அந்த மொட்டைப் பாறையில், கோலம் போடுவதைப் போல பெரிய எழுத்துகளில் 'அசோகர்' என எழுதிவிட்டு, காடே அதிரும்படி "மாமா, மாமா, மாமா" என மூன்று முறை கூவினேன். காடும் என்னோடு சேர்ந்து பதிலுக்கழைத்து, என் மாமாவை வழியனுப்பியது.

என்னை அருகில் வரச் சொன்ன சின்னு அந்தக் குச்சியை என் கையில் கொடுத்தார். எரிந்து கொண்டிருந்த நுனி நெருப்பில் அதை நீட்டினேன். மெழுகைப் போல அவனது கனத்த இதயம் மெல்லவுருகி தீக்குள் நீராய் வழிந்தோடியது. அப்போதும் பிணவாடையை மீறி மல்லிகை மணம் வந்தது. "நேத்தில இருந்து மல்லிகை மணம் என்னைத் துரத்துது" என்றேன் சின்னுவிடம் சித்தம் கலங்கியவனின் தொனியில். "மஞ்சணத்தி பூவெடுத்தா காடே மல்லிகையா மணக்கும்ங்கறதுதான் இயற்கை. மனசை எதுக்குப் போட்டும் ஒழட்டாதீங்க. பிணவாடை எடுத்திட்டா இனி எந்த வாடையும் தொரத்தாது. நாய் நரி கடின்னு எதுவும் அண்டாது மனச அவனாக்கிக்கிட்டு திரும்பிப் பாக்காம கீழே எறங்கிப் போங்க. பளியனோட கட்டளை இது. தெய்வத்தோட

கட்டளை. இன்னும் கொஞ்ச நேரத்தில உங்க மாமாவ காத்து அடிச்சுக் கொண்டு போயிடும்” என்றார் சின்னு.

இறங்கும் முன்னர் திரும்பிப் பார்க்க முயன்றவனைப் பெருஞ் சத்தம் முதுகிற்குப் பின்னால் இருந்து விரட்டியது. “போ, போ, தெம்புராயனே போ!”

Pic: Vallabi Arunachalam

சரவணன் சந்திரன்

சரவணக்குமார் என்கிற இயற்பெயரைக் கொண்ட, தொழில்முறை ஹாக்கி விளையாட்டு வீரரான இவர் சென்னைக் கிறித்துவக் கல்லூரியில் இளங்கலை தமிழ் படித்தவர். மதுரை, தேனி, கோவில்பட்டி எனப் பல ஊர்களைச் சொந்த ஊராகக் கொண்ட இவர் தற்போது சென்னையில் வசிக்கிறார். ஆறாம்திணை, மின்தமிழ், காலச்சுவடு, இந்தியாடுடே போன்ற அச்சு மற்றும் மின்ஊடகங்களில் பணிபுரிந்த இவர் பத்தாண்டுகளுக்கும் மேலாகக் காட்சி ஊடகத்தில் பணிபுரிந்திருக்கிறார். விஜய் டீவி, ஜீ தமிழ், கலர்ஸ் தமிழ் போன்ற காட்சி ஊடகங்களில் பல்வேறு நிகழ்ச்சிகளில் பல்வேறு பொறுப்புகளில் இருந்திருக்கிறார். ஹிந்து தமிழ், உயிர்மை, ஆனந்தவிகடன், மின்னம்பலம், தமிழினி உள்ளிட்ட பல்வேறு பத்திரிகைகளுக்குக் கட்டுரைகளும் எழுதி வருகிறார். அச்சுஊடகம், மின்ஊடகம், காட்சிஊடகம் என ஊடகங்களின் பல்வேறு வகைகளிலும் இவரது பங்களிப்பு இருந்திருக்கிறது என்பது குறிப்பிடத்தக்கது. சென்னையில் நவகால, மீன் அங்காடியகம் ஒன்றையும் கடந்த பதினைந்து ஆண்டுகளாக நடத்தி வருகிறார். வேளாண்மையைத் தொழில்முறையாகச் செய்தும் கொண்டிருக்கிறார்.

ஆசிரியரின் பிற நூல்கள்

- ஐந்து முதலைகளின் கதை (நாவல்)
- ரோலக்ஸ் வாட்ச் (நாவல்)
- அஜ்வா (நாவல்)
- பார்பி (நாவல்)
- சுபிட்சமுருகன் (நாவல்)
- வெண்ணிற ஆடை (வாழ்வியல் கதைகள்)
- பாவத்தின் சம்பளம் (வாழ்வியல் கதைகள்)
- எக்ஸ்டஸி (கட்டுரைகள்)
- மதிகெட்டான் சோலை (கட்டுரைகள்)
- அன்பும் அறமும் (கட்டுரைகள்)
- கடலும் மகனும் (கட்டுரைகள்)
- லகுடு (நாவல்)
- வையிலைவேற் காளை (கட்டுரைத் தொகுப்பு)
- தற்செயல்களை விரட்டுகிறவன் (கட்டுரைத் தொகுப்பு)
- அத்தாரோ (நாவல்)

www.ingramcontent.com/pod-product-compliance
Lightning Source LLC
LaVergne TN
LVHW060229051026
849517LV00005B/1564

* 9 7 8 9 3 9 1 7 4 8 9 7 5 *